Learn Kannada through Hindi

सम्पूर्ण व्याकरण सहित
(ವ್ಯಾಕರಣ ಸಹಿತ)

हिन्दी–कन्नड बोलना सीखें
(ಹಿಂದಿ-ಕನ್ನಡ ಕಲಿಕೆ ಮಾರ್ಗದರ್ಶಿ)

सम्पूर्ण व्याकरण सहित हिन्दी–कन्नड बोलना सीखें

ವ್ಯಾಕರಣ ಸಹಿತ ಹಿಂದಿ-ಕನ್ನಡ ಕಲಿಕೆ ಮಾರ್ಗದರ್ಶಿ

ಸಾಹಿಲ್ ಗುಪ್ತಾ

ಮಾಧವ ಐತಾಳ್

V&S PUBLISHERS

Published by:

F-2/16, Ansari road, Daryaganj, New Delhi-110002
☎ 23240026, 23240027 • *Fax:* 011-23240028
Email: info@vspublishers.com • *Website:* www.vspublishers.com

Regional Office : Hyderabad
5-1-707/1, Brij Bhawan (Beside Central Bank of India Lane)
Bank Street, Koti, Hyderabad - 500 095
☎ 040-24737290
E-mail: vspublishershyd@gmail.com

Branch Office : Mumbai
Jaywant Industrial Estate, 1st Floor–108, Tardeo Road
Opposite Sobo Central Mall, Mumbai – 400 034
☎ 022-23510736
E-mail: vspublishersmum@gmail.com

BUY OUR BOOKS FROM: AMAZON FLIPKART

© **Copyright:** V&S PUBLISHERS
ISBN 978-93-579401-4-6
Edition 2020

ಪ್ರಕಾಶಕರ ಮಾತು (Publisher's Note)

ನಾವು ಈ ಹಿಂದೆ ಕನ್ನಡದಲ್ಲಿ ಹಲವು ಪುಸ್ತಕಗಳನ್ನು ಪ್ರಕಟಿಸಿದ್ದೇವೆ. ಹಿಂದಿ ಭಾಷೆಯನ್ನು ತಿಳಿದಿರುವವರು ಆ ಭಾಷೆ ಮೂಲಕ ಕನ್ನಡದ ಕಲಿಕೆಗೆ ಅಗತ್ಯವಾದ ಪುಸ್ತಕವನ್ನು ಪ್ರಕಟಿಸಬೇಕೆಂದು ಹಲವು ಓದುಗರು ಕೋರಿದ್ದರು. ಈ ಹಿನ್ನೆಲೆಯಲ್ಲಿ ಹಿಂದಿ ಮೂಲಕ ಕನ್ನಡ ಕಲಿಕೆಗೆ ನೆರವಾಗುವ ಹೊತ್ತಗೆಯನ್ನು ಪ್ರಕಟಿಸುವ ನಿರ್ಧಾರಕ್ಕೆ ಬರಲಾಯಿತು. ಈ ಪುಸ್ತಕದ ಹಿಂದೆ ಓದುಗರ ಒತ್ತಾಸೆ ಇದೆ ಎಂಬುದು ಉಲ್ಲೇಖಾರ್ಹ.

ಕರ್ನಾಟಕದಲ್ಲಿ ಹಿಂದಿ ಭಾಷಿಕರ ಸಂಖ್ಯೆ ಕಡಿಮೆ ಏನಿಲ್ಲ. ಉತ್ತರ ಭಾರತದ ಹಿಂದಿ ಭಾಷಿಕರು ರಾಜ್ಯದಲ್ಲಿ ಉದ್ಯೋಗ–ಓದು ಮತ್ತಿತರ ಕಾರಣಗಳಿಂದಾಗಿ ನೆಲೆಸಿದ್ದಾರೆ. ಅಂತೆಯೇ, ಅಸಂಖ್ಯ ಕನ್ನಡಿಗರು ದೇಶದೆಲ್ಲೆಡೆ ನೆಲೆಸಿದ್ದಾರೆ. ಕನ್ನಡಿಗರು–ಅನ್ಯಭಾಷಿಕರು ಪರಸ್ಪರ ಭೇಟಿಯಾಗುತ್ತಾರೆ. ಒಂದು ಪ್ರದೇಶದಿಂದ ಇನ್ನೊಂದು ಕಡೆಗೆ ವಲಸೆ ಹೋಗುತ್ತಾರೆ. ಇಂಥವರಿಗೆ ಭಾಷೆ ದೊಡ್ಡ ತೊಡಕು. ಸ್ಥಳೀಯ ಭಾಷೆಯ ಅರಿವಿಲ್ಲದೆ ಜನರ ಸ್ನೇಹ, ಸಂಪರ್ಕ ಗಳಿಸುವುದು ಸಾಧ್ಯವಿಲ್ಲ. ಹಿಂದಿ ಭಾಷಿಕರು ಹಿಂದಿಯ ಮೂಲಕವೇ ಕನ್ನಡವನ್ನು ಕಲಿಯುವಂತಾಗಲು ಪ್ರಸ್ತುತ ಪುಸ್ತಕ ನೆರವೀಯಲಿದೆ.

ಈ ಹಿನ್ನೆಲೆಯಲ್ಲಿ ರಚನೆಯಾದ ಹೊತ್ತಗೆ ಇದು. ಕಠಿಣ ಎನ್ನಿಸುವ ವ್ಯಾಕರಣವನ್ನು ಸರಳೀಕರಿಸಿ, ನೀಡಲಾಗಿದೆ. ಭಾಷೆಯೊಂದರ ಕಲಿಕೆ ಕಠಿಣವಾದಲ್ಲಿ, ಕಲಿಯುವವರಲ್ಲಿ ಆಸಕ್ತಿ ಕಡಿಮೆಯಾಗುತ್ತದೆ. ವ್ಯಾಕರಣಬದ್ಧ ಕಲಿಕೆಗೆ ಒತ್ತುಕೊಟ್ಟರೆ, ಕಲಿಕೆ ಸರಳವಾಗುವುದಿಲ್ಲ. ಕಲಿಕೆ ಬದಲು ವ್ಯಾಕರಣವನ್ನು ಅರ್ಥಮಾಡಿಕೊಳ್ಳಲು ಹೆಚ್ಚು ಶ್ರಮ ಹಾಕಬೇಕಾಗುತ್ತದೆ.

ಕಲಿಯುವಾತನನ್ನು ವಿದ್ವಾಂಸನನ್ನಾಗಿ ಮಾಡುವುದು ಈ ಹೊತ್ತಗೆಯ ಉದ್ದೇಶವಲ್ಲ. ಬದಲಿಗೆ ಭಾಷೆಯೊಂದಕ್ಕೆ ಪ್ರವೇಶ ಕಲ್ಪಿಸುವುದು ನಮ್ಮ ಉದ್ದೇಶ. ಭಾಷೆ ಬಗ್ಗೆ ಪ್ರೀತಿ ಬೆಳೆಸಿಕೊಂಡರೆ, ಕಲಿಯುವಾತ ಇನ್ನಷ್ಟು, ಮತ್ತಷ್ಟು ಅಧ್ಯಯನ ಮಾಡುತ್ತಾನೆ. ಅಂಥ ಹಲವು ಉದಾಹರಣೆಗಳಿವೆ.

ಪುಸ್ತಕದ ಜತೆಯಲ್ಲಿರುವ ಸಿ.ಡಿ.ಯನ್ನು ಬೇಕೆಂದಲ್ಲಿ ಕೊಂಡೊಯ್ದು ಸಮಯವಿದ್ದಾಗ ಕಲಿಯಲು ಅನುಕೂಲವಾಗಲಿ ಎಂದು ಕೊಡಲಾಗಿದೆ. ವಿ ಅಂಡ್ ಎಸ್ ಸಂಸ್ಥೆಯ ಕಾರ್ಯಶೀಲತೆ ಬಗ್ಗೆ ನಿಮಗೆ ಗೊತ್ತಿದೆ. ಈ ಹೊತ್ತಗೆ ಆ ಕಾರ್ಯಶೀಲತೆಯ ಇನ್ನೊಂದು ಫಲಿತ.

ಈ ಹೊತ್ತಗೆ ನಿಮಗೆ ಉಪಯುಕ್ತವಾಗಲಿದೆ ಎಂಬುದು ನಮ್ಮ ಆಶಯ.

ಮುನ್ನುಡಿ (Preface)

ಭಾರತ ಬಹಳ ವಿಸ್ತಾರವಾದ ಹಲವು ಭಾಷೆ, ಧರ್ಮಗಳ ದೇಶ. ಎಣಿಸಲು ಸಾಧ್ಯವಾಗದಷ್ಟು, ಒಂದು ಸಾವಿರಕ್ಕೂ ಹೆಚ್ಚು ಭಾಷೆಗಳು ಇಲ್ಲಿವೆ. ಸಂವಿಧಾನ 20 ಭಾಷೆಗಳನ್ನು ಅಂಗೀಕರಿಸಿದೆ. ಹಿಂದಿ ಭಾಷಿಕರ ಸಂಖ್ಯೆ ಹೆಚ್ಚು ಇದೆ.

ಹಿಂದೆ ಗ್ರಾಮಗಳಲ್ಲಿ ಬೆಳೆದ–ತಯಾರಿಸಿದ ವಸ್ತುಗಳನ್ನು ಅಲ್ಲಿಯೇ ಬಳಸುತ್ತಿದ್ದರು. ಗ್ರಾಮ–ಗ್ರಾಮಗಳು, ಪ್ರಾಂತ್ಯಗಳ ನಡುವೆ ಹೆಚ್ಚು ಸಂಪರ್ಕ ಇರಲಿಲ್ಲ, ಖರೀದಿ, ಬಳಕೆ ಮತ್ತು ಮಾರಾಟ ವ್ಯವಸ್ಥೆ ಸೀಮಿತವಾಗಿತ್ತು. ಸಣ್ಣ ಸಮೂಹವಾದ್ದರಿಂದ, ಭಾಷೆಗೆ ಹೆಚ್ಚು ಮಹತ್ವ ಇರಲಿಲ್ಲ, ಆದರೆ, ಇಂದು ಜಗತ್ತು ಭಾರಿಯಾಗಿ ಬೆಳೆದಿದೆ. ಹೀಗಾಗಿ ಜನ ಒಂದೆಡೆಯಿಂದ ಇನ್ನೊಂದು ಕಡೆಗೆ ಹೋಗಬೇಕಾಗುತ್ತದೆ. ಇಲ್ಲಿನ ವಸ್ತುಗಳನ್ನು ಬೇರೆಡೆ ಮಾರುವ ಮತ್ತು ಅಲ್ಲಿನ ವಸ್ತುಗಳನ್ನು ಖರೀದಿಸುವ ಅಗತ್ಯ ಇರುವುದರಿಂದ, ಊಟ, ವಸತಿ ಕಲ್ಪಿಸಿಕೊಳ್ಳಬೇಕಾದ್ದರಿಂದ, ವ್ಯವಹರಿಸಲು ಬೇರೆ ಭಾಷೆ ಕಲಿಕೆ ಅಗತ್ಯವಾಗಿದೆ.

ನಾನಾ ಉದ್ಯೋಗ, ವ್ಯವಹಾರ, ವ್ಯಾಪಾರದಲ್ಲಿ ತೊಡಗಿಸಿಕೊಂಡಿರುವುದರಿಂದ ಜನ ಅಲ್ಲಿಂದ ಇಲ್ಲಿಗೆ, ಇಲ್ಲಿಂದ ಅಲ್ಲಿಗೆ ಪ್ರಯಾಣ ಬೆಳೆಸುವುದು ಸಹಜವಾಗಿದೆ. ಇಂಥ ಸ್ಥಿತಿಯಲ್ಲಿ ಭಾಷಾಜ್ಞಾನ ಅನಿವಾರ್ಯ ಆಗಿದೆ. ದೇಶದಲ್ಲಿ ಹಿಂದಿ ಭಾಷಿಕರ ಸಂಖ್ಯೆ ಹೆಚ್ಚು ಇದೆ. ಆರು ಕೋಟಿಗೂ ಹೆಚ್ಚು ಕನ್ನಡಿಗರು ಇದ್ದಾರೆ. ಹೀಗಾಗಿ ಹಿಂದಿ ಭಾಷಿಕರು ಕನ್ನಡ ಕಲಿಯುವ ಅಗತ್ಯವಿದೆ. ಈ ಹಿನ್ನೆಲೆಯಲ್ಲಿ ನಾವು ಹಿಂದಿ ಮೂಲಕ ಕನ್ನಡ ಕಲಿಸುವ ಪುಸ್ತಕ ಪ್ರಕಟಿಸುತ್ತಿದ್ದೇವೆ.

ಇಂಥ ಬಹುತೇಕ ಪುಸ್ತಕಗಳಲ್ಲಿ ಸಂಭಾಷಣೆ ಮತ್ತು ಹೆಚ್ಚು ಪದಗಳ ವಿವರಣೆ ಇರುತ್ತದೆ. ಆದರೆ, ಈ ಪುಸ್ತಕದಲ್ಲಿ ವ್ಯಾಕರಣವನ್ನೂ ನೀಡಲಾಗಿದೆ. ಇದರಿಂದ ವ್ಯಾಕರಣ ಸಹಿತ ಭಾಷೆ ಕಲಿಕೆ ಸಾಧ್ಯವಾಗಲಿದೆ. ವ್ಯಾಕರಣವಿಲ್ಲದೆ ಭಾಷೆ ಕಲಿಕೆ ಸಾಧ್ಯವಿಲ್ಲ, ಹೀಗಾಗಿ, ಹಿಂದಿ ಮತ್ತು ಕನ್ನಡ ವರ್ಣಮಾಲೆಯಿಂದ ಆರಂಭಿಸಿ ವ್ಯಾಕರಣದ ಸಣ್ಣ ಮತ್ತು ದೊಡ್ಡ ಅಂಶಗಳನ್ನೂ ನೀಡಿದ್ದೇವೆ.

ಇಂದು ಜಗತ್ತು ಇಂಗ್ಲಿಷ್‌ಮಯವಾಗಿದೆ. ಹೀಗಾಗಿ, ಹಿಂದಿ ಮತ್ತು ಇಂಗ್ಲಿಷ್ ಬಲ್ಲ ಕನ್ನಡಿಗರನ್ನು ದೃಷ್ಟಿಯಲ್ಲಿಟ್ಟುಕೊಂಡು, ಶೀರ್ಷಿಕೆ, ಉಪಶೀರ್ಷಿಕೆಯನ್ನು ಇಂಗ್ಲಿಷ್‌ನಲ್ಲಿ ಕೊಡಲಾಗಿದೆ.

ಭಾಷೆ ಯಾವುದೇ ಆಗಿರಲಿ, ಅದನ್ನು ದೈನಂದಿನ ವ್ಯವಹಾರದಲ್ಲಿ ಬಳಸಿದಂತೆ ಕಲಿಸಲು ಸಾಧ್ಯವಿಲ್ಲ, ಅಂಥ ಕಲಿಕೆ 'ಪುಸ್ತಕಿ(ಬುಕಿಶ್)' ಕಲಿಕೆ ಆಗುತ್ತದೆ. ಹೀಗಾಗಿ, ನಿತ್ಯದ ವ್ಯವಹಾರಿಕ ಭಾಷೆಯನ್ನು ವ್ಯಾಕರಣ ಸಹಿತ ಕೊಡಲಾಗಿದೆ.

ಈ ಪುಸ್ತಕವನ್ನು ಹಿಂದಿ, ಪ್ರವೇಶಿಕ, ಮಾಧ್ಯಮಿಕ, ವಿಶಾರದ, ಭೂಷಣ ಮತ್ತು ಪಂಡಿತ ಪರೀಕ್ಷೆ ಹಾಗೂ ಇಂಟರ್‌ಮೀಡಿಯಟ್, ಪದವಿ ಪರೀಕ್ಷೆಯಲ್ಲಿ ದ್ವಿತೀಯ ಭಾಷೆಯಾಗಿ ಹಿಂದಿಯನ್ನು ಕಲಿಯುವವರು ಬಳಸಬಹುದು. ವಿದ್ಯಾರ್ಥಿಗಳು ಪಠ್ಯಗಳ ಜತೆ ಈ ಪುಸ್ತಕದ ನೆರವು ಪಡೆಯಬಹುದು. ಇದರಿಂದ ಭಾಷಾಜ್ಞಾನ ಹೆಚ್ಚಲಿದೆ. ಹಿಂದಿ ಶಿಕ್ಷಕರು ಕೂಡಾ ಭಾಷೆಯನ್ನು ಕಲಿಸಲು ಈ ಪುಸ್ತಕ ನೆರವಾಗಲಿದೆ.

ಸಾಹಿಲ್ ಗುಪ್ತಾ

ಮಾಧವ ಐತಾಳ್

परिविडि ಪರಿವಿಡಿ (Contents)

प्रकाशकीय ಪ್ರಕಾಶಕರ ಮಾತು (Publisher's Note)

प्रस्तावना / ಮುನ್ನುಡಿ / ಮುನ್ನುಡಿ (Preface)

Part - 1

1.	हिन्दी वर्णमाला ಹಿಂದಿ ವರ್ಣಮಾಲೆ (Alphabet)	13
2.	बारहखडीयाँ / ಕಾಗುಣಿತ / ಕಾಗುಣಿತ (Groupings)	18
3.	द्वित्वाक्षर - संयुक्ताक्षर ದ್ವಿತ್ವಾಕ್ಷರ – ಸಂಯುಕ್ತಾಕ್ಷರ	20
4	भाषा भाग / ಭಾಷಾಭಾಗ (Parts of Speech)	25
5.	शब्द निर्माण और शब्द विभजन / ಶಬ್ದ ನಿರ್ಮಾಣ ಮತ್ತು ಪದ ವಿಭಜನೆ / ಶಬ್ದ ನಿರ್ಮಾಣ ಮತ್ತು ಪದ ವಿಭಜನೆ	81
6.	वाक्य / ವಾಕ್ಯಗಳು / ವಾಕ್ಯಗಳು (Sentences)	82
7.	वाच्य / ಕಂಠಧ್ವನಿ / ಕಂಠಧ್ವನಿ (Voice)	84
8.	उपसर्ग / उपसर्ग / ಉಪಸರ್ಗ (Prefix)	86
9.	प्रत्यय / प्रत्यय / ಪ್ರತ್ಯಯ (Suffix)	87
10.	विधि वाचक / विधिवाचक / ವಿಧಿವಾಚಕ (Imperative Mood)	89
11.	एक शब्द में लिखने वाली बातें / ಒಂದೇ ಶಬ್ದದಲ್ಲಿ ಬರೆಯಬಹುದಾದ ವಿಷಯ ಒಂದೇ ಶಬ್ದದಲ್ಲಿ ಬರೆಯಬಹುದಾದ ವಿಷಯ	91
12.	समानार्थक शब्द / ಸಮಾನಾರ್ಥಕ ಪದ (Synonyms)	93
13.	विलोम शब्द / ವಿಲೋಮ ಶಬ್ದ (Antonyms)	94
14.	द्वंद्वार्थ शब्द / ద్వంద్వార్థ ಪದ / ದ್ವಂದ್ವಾರ್ಥ ಪದ	95
15.	द्विरुक्त शब्द / ದ್ವಿರುಕ್ತಿಗಳು / ದ್ವಿರುಕ್ತಿಗಳು (Double stressed words)	98
16.	संधि / संधि / ಸಂಧಿ (Union)	99
17.	कहावतें / ಸಾಮತಿಗಳು / ಸಾಮತಿಗಳು (Proverbs)	101
18.	मुहावरे / ನುಡಿಗಟ್ಟು / ನುಡಿಗಟ್ಟು (Idioms)	103

Part - 2

शब्दावली / शब्दगळु / ಶಬ್ದಗಳು (Vocabulary) 111-132

Part - 3

प्रश्नवाचक संभाषण / प्रश्नावाचक संभाषणे / ಪ್ರಶ್ನಾವಾಚಕ ಸಂಭಾಷಣೆ (Question Tag Conversations) 135-150

Part - 4

1. वंदन / वंदने / ವಂದನೆ 153
2. शिष्टाचार / शिष्टाचारक्के संबंधिसिद वाक्यगळु / ಶಿಷ್ಟಾಚಾರಕ್ಕೆ ಸಂಬಂಧಿಸಿದ ವಾಕ್ಯಗಳು (Courtesy and Tradition) 153
3. मोची / चम्मार / ಚಮ್ಮಾರ (Cobbler) 154
4. बैंक में / बैंक्नल्लि / ಬ್ಯಾಂಕ್‌ನಲ್ಲಿ (In the Bank) 156
5. दर्जी की दुकान / टैलर् अंगडि / ಟೈಲರ್ ಅಂಗಡಿ (Tailoring Shop) 158
6. नाई की दुकान / क्षौरिकन अंगडि / ಕ್ಷೌರಿಕನ ಅಂಗಡಿ (Barber Shop) 159
7. चश्मे की दुकान / कन्नडकद अंगडि / ಕನ್ನಡಕದ ಅಂಗಡಿ (Opticals Shop) 161
8. सड़क पर / रस्तेयल्लि / ರಸ್ತೆಯಲ್ಲಿ (On the Road) 164
9. फलों की दुकान / हण्णिन अंगडि / ಹಣ್ಣಿನ ಅಂಗಡಿ (Fruit Shop) 166
10. सब्जी की दुकान / तरकारि अंगडि / ತರಕಾರಿ ಅಂಗಡಿ (Vegetable Shop) 167
11. पसारी की दुकान / किराणि अंगडि / ಕಿರಾಣಿ ಅಂಗಡಿ (Grocery Shop) 169
12. कपड़े की दुकान / बट्टे अंगडि / ಬಟ್ಟೆ ಅಂಗಡಿ (Cloth Shop) 171
13. बाजार / मार्केट् / ಮಾರ್ಕೆಟ್ (Market) 173
14. बस स्टैण्ड / बस् स्टयंड् / ಬಸ್‌ಸ್ಟ್ಯಾಂಡ್ (Bus Stand) 175
15. हमारा राष्ट्र / नम्म राज्य / ನಮ್ಮ ರಾಜ್ಯ (Our State) 177
16. जलपानगृह / उपहार गृह / ಉಪಾಹಾರ ಗೃಹ (Tiffin Centre) 180
17. भोजनालय / होटेल् / ಹೋಟೆಲ್ (Hotel) 182
18. डाकघर / पोस्ट आफिस् / ಪೋಸ್ಟ್ ಆಫೀಸ್ (Post Office) 184
19. रेलवे स्टेशन / रैल्वे स्टेषन् / ರೈಲ್ವೆ ಸ್ಟೇಷನ್ (Railway Station) 186

20.	खेल / आटगळु / ಆಟಗಳು (Sports)	188
21.	स्वास्थ्य / आरोग्य / ಆರೋಗ್ಯ (Health)	191
22.	हकीम / वैद्य / ವೈದ್ಯ (Doctor)	193
23.	मनोरंजन / मनरंजने / ಮನರಂಜನೆ (Entertainment)	194
24.	बेकरी / ಬೇಕರಿ (Bakery)	197
25.	मरम्मत / दुरस्ति / ದುರಸ್ತಿ (Repair)	199
26.	कंप्यूटर की खरीद / कंप्यूटर खरीदि / ಕಂಪ್ಯೂಟರ್ ಖರೀದಿ (Computer Purchase)	201
27.	दवाइ की दुकान / औषध अंगडि / ಔಷಧ ಅಂಗಡಿ (Medical Shop)	203
28.	सिटि बस स्टॉप / सिटि बस् स्टाप / ಸಿಟಿ ಬಸ್ ಸ್ಟಾಪ್ (City bus Stop)	205
29.	सिटि बस में / सिटि बसनल्लि / ಸಿಟಿ ಬಸ್‌ನಲ್ಲಿ (In the City bus)	208
30.	पेड़ और पौधे / मर गिड / ಮರ ಗಿಡ (Trees and Plants)	209
31.	प्रोत्साहन / उत्तेजन / ಉತ್ತೇಜನ (Encouragement)	212
32.	मुहावरा / संभाषणे / ಸಂಭಾಷಣೆ (Conversation)	214
33.	परिवार / कुटुंब / ಕುಟುಂಬ (Family)	215
34.	घर / मने / ಮನೆ (House)	216
35.	सामर्थ्य / सामर्थ्य / ಸಾಮರ್ಥ್ಯ (Efficiency)	217
36.	प्रार्थना पत्र / बिन्नह / ಬಿನ್ನಹ (Request)	218
37.	सलाह / सलहे / ಸಲಹೆ (Advice)	219
38.	मन प्रसन्नता / मनश्शांति / ಮನಶ್ಶಾಂತಿ (Peace of Mind)	220
39.	तारिफ / होगलिके / ಹೊಗಳಿಕೆ (Praise)	221
40.	क्रोध / सिट्टु / ಸಿಟ್ಟು (Anger)	222
41.	कृतज्ञता / कृतज्ञते / ಕೃತಜ್ಞತೆ (Gratitude)	223
42.	आह्वान / आह्वान / ಆಹ್ವಾನ (Invitation)	225
43.	क्षमा / क्षमापणे / ಕ್ಷಮಾಪಣೆ (Sorry)	226
44.	प्रकृति / प्रकृति / ಪ್ರಕೃತಿ (Nature)	226

45. **वर्षा ऋतु** / मळेगाल / ಮಳೆಗಾಲ (Rainy Season) 228

46. **ऋतुयें** / ऋतुगळु / ಋತುಗಳು (Season) 229

47. **सांत्वना** / सांत्वन / ಸಾಂತ್ವನ (Consolation) 230

48. **बचपन** / बाल्य / ಬಾಲ್ಯ (Childhood) 231

49. **यौवन** / यौवन / ಯೌವನ (Youth) 233

50. **बुढ़ापा** / वृद्धाप्य / ವೃದ್ಧಾಪ್ಯ (Old Age) 234

51. **योगा** / योग / ಯೋಗ (Yoga) 235

Part - 5

1. **पत्र लिखना** / पत्र रचने / ಪತ್ರ ರಚನೆ **(Letter Writing)** 238

2. **अभिनंदन पत्र** / अभिनंदने पत्र / ಅಭಿನಂದನೆ ಪತ್ರ (Letter of Congratulation) 242

3. **मित्र को पत्र** / स्नेहितनिगे पत्र / ಸ್ನೇಹಿತನಿಗೆ ಪತ್ರ 244

4. **छुट्टी का आवेदन पत्र** / रजा चीटि / ರಜಾ ಚೀಟಿ (Leave Letter) 246

5. **पुस्तक ऑर्डर देने के लिए पत्र** / पुस्तक खरीदि आदेश / ಪುಸ್ತಕ ಖರೀದಿ ಆದೇಶ (Letter of order for Books) 247

6. **शिकायत पत्र** / दूरु पत्र / ದೂರು ಪತ್ರ (Complaint Letter) 249

7. **आवेदन पत्र** / अर्जि / ಅರ್ಜಿ (Application) 251

Part - 6

व्याकरण सहित हिन्दी - कन्नड **बोलना सीखें का यूट्यूब स्क्रिप्ट**
ಹಿಂದಿ ಮೂಲಕ ಕನ್ನಡ ಕಲಿಕೆ, ಸಿ.ಡಿ. 253-268
Grammatical Way - Learn Kannada through Hindi - Youtube Script

भाग - १

ਭਾਗ - 1

PART - 1

1

हिन्दी वर्णमाला ಹಿಂದಿ ವರ್ಣಮಾಲೆ (Alphabet)

स्वर - अक्षरगळु ಅಕ್ಷರಗಳು (Vowels)

किसी भाषा को सीखनेके लिए सबसे पहले उस भाषा की वर्णमाला सीखनी चाहिए । अब हिन्दी भाषा में वर्णमाला के अनुसार 51 अक्षर ही है । इसी प्रकार कन्नड भाषा में भी अब 53 अक्षर हैं ।

अ	आ	इ	ई	उ	ऊ	ऋ
ಅ	ಆ	ಇ	ಈ	ಉ	ಊ	ಋ
ए	ऐ	ओ	औ	अं	अः	
ಎ/ಏ	ಐ	ಒ/ಓ	ಔ	ಅಂ	ಅಃ	

व्यंजन - ವ್ಯಂಜನ (Consonants)

क	ख	ग	घ	ङ	'क' वर्ग
ಕ	ಖ	ಗ	ಘ	ಙ	'ಕ' ವರ್ಗ
च	छ	ज	झ	ञ	'च' वर्ग
ಚ	ಛ	ಜ	ಝ	ಞ	'ಚ' ವರ್ಗ

याद रखिए : हिन्दी भाषा में संप्रदायक वर्णमाला अनुसार 57 अक्षर हैं । कन्नड में संप्रदायक वर्णमाला अनुसार 56 अक्षर हैं ।

ट	ठ	ड	ढ	ण	'ट' वर्ग
ಟ	ಠ	ಡ	ಢ	ಣ	'ಟ' ವರ್ಗ
त	थ	द	ध	न	'त' वर्ग
ತ	ಥ	ದ	ಧ	ನ	'ತ' ವರ್ಗ
प	फ	ब	भ	म	'प' वर्ग
ಪ	ಫ	ಬ	ಭ	ಮ	'ಪ' ವರ್ಗ
य	र	ल	ळ	व	'य' वर्ग
ಯ	ರ	ಲ	ಳ	ವ	'ಯ' ವರ್ಗ
श	ष	स	ह		
ಶ	ಷ	ಸ	ಹ		

संयुक्ताक्षर - संयुक्ताक्षरगलु ಸಂಯುಕ್ತಾಕ್ಷರಗಳು (Compound Letters)

क्ष	त्र	ज्ञ	श्री
ಕ್ಷ	ತ್ರ	ಜ್ಞ	ಶ್ರೀ

व्यंजन और स्वर की मिलावट - चिन्ह

व्यंजन - स्वरद सेप्रडे - ओत्तुगळु

ವ್ಯಂಜನ–ಸ್ವರದ ಸೇರ್ಪಡೆ: ಒತ್ತುಗಳು

(Joining of consonants and Vowels - symbols)

किसी भाषा में व्यंजन के अपने आप अर्थ नहीं देते । इसके साथ स्वर की मिलावट जरूरी है । यह कैसे होता है इसकी जानकारी के लिए नीचे कुछ नमुने दिये जा रहे हैं ।

ವ್ಯಂಜನ		ಸ್ವರ	ಒತ್ತು	ಅಕ್ಷರ
ಽ	+	ಅ	್	ಕ
क	+	अ	-	क
ಽ	+	ಆ	ಾ	ಕಾ
क	+	आ	ा	का
ಽ	+	ಇ	ಿ	ಕಿ
क	+	इ	ि	कि
ಽ	+	ಈ	ೀ	ಕೀ
क	+	ई	ी	की
ಽ	+	ಉ	ು	ಕು
क	+	उ	ु	कु
ಽ	+	ಊ	ೂ	ಕೂ
क	+	ऊ	ू	कू
ಽ	+	ಋ	ೃ	ಕೃ
क	+	ऋ	ृ	कृ
ಽ	+	ೠ	ೄ	ಕೄ
क	+	ऋ	ृ	कृ
ಽ	+	ಎ	ೆ	ಕೆ
क	+	ए	े	के
ಽ	+	ಏ	ೇ	ಕೇ
क	+	ए	े	के

ಕ	+	ಐ	ೈ	ಕೈ
क	+	ऐ	ै	कै
ಕ	+	ಒ	ೊ	ಕೊ
क	+	ओ	ो	को
ಕ	+	ಓ	ೋ	ಕೋ
क	+	ओ	ो	को
ಕ	+	ಔ	ೌ	ಕೌ
क	+	औ	ौ	कौ
ಕ	+	ಅಂ	ಂ	ಕಂ
क	+	अं	ं	कं
ಕ	+	ಅಃ	ಃ	ಕಃ
क	+	अः	ः	कः

याद रखिए : इस तरीके से बचे हुए व्यंजनों को भी स्वर चिन्ह मिलाकर बारहखड़ियाँ सीख लेना चाहिए ।

व्यंजन और व्यंजन की मिलावट - चिन्ह
ವ್ಯಂಜನ ಮತ್ತು ವ್ಯಂಜನ ಸೇರ್ಪಡೆ : ಒತ್ತು
व्यंजन मत्तु व्यंजन सेर्पडे -वोत्तु
(Joining of consonants and consonants - symbols)

बारहखडियाँ चिन्ह सीखे बिना इसे सीखना संभव नहीं है । इसलिए इन्हें सावधानी से पढ़िए ।

अक्षर / अक्षरं	चिन्ह / वत्तु	अक्षर / अक्षरं	चिन्ह / वत्तु
क	क्	ಕ	್ಕ
ख	ख्	ಖ	್ಖ
ग	ग्	ಗ	್ಗ
घ	घ्	ಘ	್ಘ
च	च्	ಚ	್ಚ
छ	छ	ಛ	್ಛ
ज	ज्	ಜ	್ಜ

अक्षर / अक्षरं	चिन्ह / वत्तु	अक्षर / अक्षरं	चिन्ह / वत्तु
झ	झ्‍	ಝ	್ಝ
ट	ट	ಟ	್ಟ
ठ	ठ	ಠ	್ಠ
ड	ड	ಡ	್ಡ
ढ	ढ	ಢ	್ಢ
ण	ण्‍	ಣ	್ಣ
त	त्‍	ತ	್ತ
थ	थ्‍	ಥ	್ಥ
द	द	ದ	್ದ
ध	ध्‍	ಧ	್ಧ
न	न्‍	ನ	್ನ
प	प्‍	ಪ	್ಪ
फ	फ्‍	ಫ	್ಫ
ब	ब्‍	ಬ	್ಬ
भ	भ्‍	ಭ	್ಭ
म	म्‍	ಮ	್ಮ
य	य्‍	ಯ	್ಯ
र	्र	ರ	್ರ
ल	ल्‍	ಲ	್ಲ
व	व्‍	ವ	್ವ
श	श्‍	ಶ	್ಶ
ष	ष्‍	ಷ	್ಷ
स	स्‍	ಸ	್ಸ
ह	ह	ಹ	್ಹ
क्ष	क्ष्‍	ಕ್ಷ	ಕ್ಷ

2 बारहखड़ियाँ / कागुणित / ಕಾಗುಣಿತ (Groupings)

नीचे दिए गए बारहखडियों का सावधानी से अध्ययन करें । हर हिन्दी अक्षर के नीचे उसके संबन्धित अक्षर दिये गये है । हर अक्षर का स्वर चिन्ह कैसा है देखिए ।

क	का	कि	की	कु	कू	कृ	के	कै	को	कौ	कं	कः
ಕ	ಕಾ	ಕಿ	ಕೀ	ಕು	ಕೂ	ಕೃ	ಕೆ	ಕೈ	ಕೊ	ಕೌ	ಕಂ	ಕಃ
ख	खा	खि	खी	खु	खू	खृ	खे	खै	खो	खौ	खं	खः
ಖ	ಖಾ	ಖಿ	ಖೀ	ಖು	ಖೂ	ಖೃ	ಖೆ	ಖೈ	ಕೊ	ಖೌ	ಖಂ	ಖಃ
ग	गा	गि	गी	गु	गू	गृ	गे	गै	गो	गौ	गं	गः
ಗ	ಗಾ	ಗಿ	ಗೀ	ಗು	ಗೂ	ಗೃ	ಗೆ	ಗೈ	ಗೊ	ಗೌ	ಗಂ	ಗಃ
घ	घा	घि	घी	घू	घू	धृ	घे	घै	घो	घौ	घं	घः
ಘ	ಘಾ	ಘಿ	ಘೀ	ಘು	ಘೂ	ಘೃ	ಘೆ	ಘೈ	ಘೊ	ಘೌ	ಘಂ	ಘಃ
च	चा	चि	ची	चु	चू	चृ	चे	चै	चो	चौ	चं	चः
ಚ	ಚಾ	ಚಿ	ಚೀ	ಚು	ಚೂ	ಚೃ	ಚೇ	ಚೈ	ಚೊ	ಚೌ	ಚಂ	ಚಃ
छ	छा	छि	छी	छु	छू	छृ	छे	छै	छो	छौ	छं	छः
ಛ	ಛಾ	ಛಿ	ಛೀ	ಛು	ಛೂ	ಛೃ	ಛೆ	ಛೀ	ಛೊ	ಛೌ	ಛಂ	ಛಃ
ज	जा	जि	जी	जु	जू	जृ	जे	जै	जो	जौ	जं	जः
ಜ	ಜಾ	ಜಿ	ಜೀ	ಜು	ಜೂ	ಜೃ	ಜೆ	ಜೈ	ಜೊ	ಜೌ	ಜಂ	ಜಃ
झ	झा	झि	झी	झु	झू	झृ	झे	झै	झो	झौ	झं	झः
ಝ	ಝಾ	ಝಿ	ಝೀ	ಝು	ಝೂ	ಝೃ	ಝೆ	ಝೈ	ಝೊ	ಝೌ	ಝಂ	ಝಃ
ट	टा	टि	टी	टु	टू	टृ	टे	टै	टो	टौ	टं	टः
ಟ	ಟಾ	ಟಿ	ಟೀ	ಟು	ಟೂ	ಟೃ	ಟೆ	ಟೈ	ಟೊ	ಟೌ	ಟಂ	ಟಃ
ठ	ठा	ठि	ठी	ठु	ठू	ठृ	ठे	ठै	ठो	ठौ	ठं	ठः
ಠ	ಠಾ	ಠಿ	ಠೀ	ಠು	ಠೂ	ಠೃ	ಠೆ	ಠೈ	ಠೊ	ಠೌ	ಠಂ	ಠಃ
ड	डा	डि	डी	डु	डू	डृ	डे	डै	डो	डौ	डं	डः
ಡ	ಡಾ	ಡಿ	ಡೀ	ಡು	ಡೂ	ಡೃ	ಡೆ	ಡೈ	ಡೊ	ಡೌ	ಡಂ	ಡಃ
ढ	ढा	ढि	ढी	ढु	ढू	ढृ	ढे	ढै	ढो	ढौ	ढं	ढः
ಢ	ಢಾ	ಢಿ	ಢೀ	ಢು	ಢೂ	ಢೃ	ಢೆ	ಢೈ	ಢೊ	ಢೌ	ಢಂ	ಢಃ
ण	णा	णि	णी	णु	णू	णृ	णे	णै	णो	णौ	णं	णः
ಣ	ಣಾ	ಣಿ	ಣೀ	ಣು	ಣೂ	ಣೃ	ಣೆ	ಣೈ	ಣೊ	ಣೌ	ಣಂ	ಣಃ
त	ता	ति	ती	तु	तू	तृ	ते	तै	तो	तौ	तं	तः
ತ	ತಾ	ತಿ	ತೀ	ತು	ತೂ	ತೃ	ತೆ	ತೈ	ತೊ	ತೌ	ತಂ	ತಃ
थ	था	थि	थी	थु	थू	थृ	थे	थै	थो	थौ	थं	थः
ಥ	ಥಾ	ಥಿ	ಥೀ	ಥು	ಥೂ	ಥೃ	ಥೆ	ಥೈ	ಥೊ	ತೌ	ತಂ	ತಃ
द	दा	दि	दी	दु	दू	दृ	दे	दै	दो	दौ	दं	दः
ದ	ದಾ	ದಿ	ದೀ	ದು	ದೂ	ದೃ	ದೆ	ದೈ	ದೊ	ದೌ	ದಂ	ದಃ

ध	धा	धि	धी	धु	धू	धृ	धे	धै	धो	धौ	धं	धः
ಧ	ಧಾ	ಧಿ	ಧೀ	ಧು	ಧೂ	ಧೃ	ಧೆ	ಧೈ	ಧೊ	ಧೋ	ಧಂ	ಧಃ
न	ना	नि	नी	नु	नू	नृ	ने	नै	नो	नौ	नं	नः
ನ	ನಾ	ನಿ	ನೀ	ನು	ನೂ	ನೃ	ನೆ	ನೈ	ನೊ	ನೋ	ನಂ	ನಃ
प	पा	पि	पी	पु	पू	पृ	पे	पै	पो	पौ	पं	पः
ಪ	ಪಾ	ಪಿ	ಪೀ	ಪು	ಪೂ	ಪೃ	ಪೆ	ಪೈ	ಪೊ	ಪೋ	ಪಂ	ಪಃ
फ	फा	फि	फी	फु	फू	फृ	फे	फै	फो	फौ	फं	फः
ಫ	ಫಾ	ಫಿ	ಫೀ	ಫು	ಫೂ	ಫೃ	ಫೆ	ಫೈ	ಫೊ	ಫೋ	ಫಂ	ಫಃ
ब	बा	बि	बी	बु	बू	बृ	बे	बै	बो	बौ	बं	बः
ಬ	ಬಾ	ಬಿ	ಬೀ	ಬು	ಬೂ	ಬೃ	ಬೆ	ಬೈ	ಬೊ	ಬೋ	ಬಂ	ಬಃ
भ	भा	भि	भी	भु	भू	भृ	भे	भै	भो	भौ	भं	भः
ಭ	ಭಾ	ಭಿ	ಭೀ	ಭು	ಭೂ	ಭೃ	ಭೆ	ಭೈ	ಭೊ	ಭೋ	ಭಂ	ಭಃ
म	मा	मि	मी	मु	मू	मृ	मे	मै	मो	मौ	मं	मः
ಮ	ಮಾ	ಮಿ	ಮೀ	ಮು	ಮೂ	ಮೃ	ಮೆ	ಮೈ	ಮೊ	ಮೋ	ಮಂ	ಮಃ
य	या	यि	यी	यु	यू	यृ	ये	यै	यो	यौ	यं	यः
ಯ	ಯಾ	ಯಿ	ಯೀ	ಯು	ಯೂ	ಯೃ	ಯೆ	ಯೈ	ಯೊ	ಯೋ	ಯಂ	ಯಃ
र	रा	रि	री	रु	रू	रृ	रे	रै	रो	रौ	रं	रः
ರ	ರಾ	ರಿ	ರೀ	ರು	ರೂ	ರೃ	ರೆ	ರೈ	ರೊ	ರೋ	ರಂ	ರಃ
ल	ला	लि	ली	लु	लू	लृ	ले	लै	लो	लौ	लं	लः
ಲ	ಲಾ	ಲಿ	ಲೀ	ಲು	ಲೂ	ಲೃ	ಲೆ	ಲೈ	ಲೊ	ಲೋ	ಲಂ	ಲಃ
व	वा	वि	वी	वु	वू	वृ	वे	वै	वो	वौ	वं	वः
ವ	ವಾ	ವಿ	ವೀ	ವು	ವೂ	ವೃ	ವೆ	ವೈ	ವೊ	ವೋ	ವಂ	ವಃ
श	शा	शि	शी	शु	शू	शृ	शे	शै	शो	शौ	शं	शः
ಶ	ಶಾ	ಶಿ	ಶೀ	ಶು	ಶೂ	ಶೃ	ಶೆ	ಶೈ	ಶೊ	ಶೋ	ಶಂ	ಶಃ
ष	षा	षि	षी	षु	षू	षृ	षे	षै	षो	षौ	षं	षः
ಷ	ಷಾ	ಷಿ	ಷೀ	ಷು	ಷೂ	ಷೃ	ಷೆ	ಷೈ	ಷೊ	ಷೋ	ಷಂ	ಷಃ
स	सा	सि	सी	सु	सू	सृ	से	सै	सो	सौ	सं	सः
ಸ	ಸಾ	ಸಿ	ಸೀ	ಸು	ಸೂ	ಸೃ	ಸೆ	ಸೈ	ಸೊ	ಸೋ	ಸಂ	ಸಃ
ह	हा	हि	ही	हु	हू	हृ	हे	है	हो	हौ	हं	हः
ಹ	ಹಾ	ಹಿ	ಹೀ	ಹು	ಹೂ	ಹೃ	ಹೆ	ಹೈ	ಹೊ	ಹೋ	ಹಂ	ಹಃ
क्ष	क्षा	क्षि	क्षी	क्षु	क्षू	क्षृ	क्षे	क्षै	क्षो	क्षौ	क्षं	क्षः
ಕ್ಷ	ಕ್ಷಾ	ಕ್ಷಿ	ಕ್ಷೀ	ಕ್ಷು	ಕ್ಷೂ	ಕ್ಷೃ	ಕ್ಷೆ	ಕ್ಷೈ	ಕ್ಷೊ	ಕ್ಷೋ	ಕ್ಷಂ	ಕ್ಷಃ
त्र	त्रा	त्रि	त्री	त्रु	त्रू	त्रृ	त्रे	त्रै	त्रो	त्रौ	त्रं	त्रः
ತ್ರ	ತ್ರಾ	ತ್ರಿ	ತ್ರೀ	ತ್ರು	ತ್ರೂ	ತೃ	ತ್ರೆ	ತ್ರೈ	ತ್ರೊ	ತ್ರೋ	ತ್ರಂ	ತ್ರಃ

3 द्वित्वाक्षर - संयुक्ताक्षर

ದ್ವಿತಾಕ್ಷರ – ಸಂಯುಕ್ತಾಕ್ಷರ

ದ್ವಿತಾಕ್ಷರ / द्वित्वाक्षर (Double Letters)

एक अक्षर (व्यंजन) के नीचे उसी अक्षर (व्यंजन) का चिह्न आया तो उसको द्वित्वाक्षर कहते है ।

ಒಂದು ವ್ಯಂಜನದ ಅಡಿಯಲ್ಲಿ ಅದೇ ಅಕ್ಷರದ ಚಿನ್ಹೆ ಬಂದರೆ ಅದನ್ನು ದ್ವಿತಾಕ್ಷರ ಎನ್ನಲಾಗುತ್ತದೆ.

क्क	**ग्ग**	**च्च**	**ज्ज**	**ट्ट**	**त्त**	**न्न**	**प्प**	**ल्ल**	**य्य**
ಕ್ಕ	ಗ್ಗ	ಚ್ಚ	ಜ್ಜ	ಟ್ಟ	ತ್ತ	ನ್ನ	ಪ್ಪ	ಲ್ಲ	ಯ್ಯ

उदा :	सुब्बय्या	ಸುಬ್ಬಯ್ಯ	बच्चा	ಬಚ್ಚಾ	ಮಗು
	एल्लय्या	ಎಲ್ಲಯ್ಯ	कच्चा	ಕಚ್ಚಾ	ಕಾಯಿ
	पुल्लय्या	ಪುಲ್ಲಯ್ಯ	कद्दू	ಕದ್ದೂ	ಸೋರೆಕಾಯಿ
	अप्पाराव	ಅಪ್ಪಾರಾವ್	उल्लू	ಉಲ್ಲೂ	ಗೂಬೆ

संयुक्ताक्षर ಸಂಯುಕ್ತಾಕ್ಷರ (Compound Letters)

एक अक्षर की नीचे दूसरे अक्षर की आये तो उसको संयुक्ताक्षर कहते है ।

ಒಂದು ಅಕ್ಷರದ ಕೆಳಗೆ ಇನ್ನೊಂದು ಅಕ್ಷರದ ಚಿನ್ಹೆ ಬಂದಲ್ಲಿ ಅದನ್ನು ಸಂಯುಕ್ತಾಕ್ಷರ ಎನ್ನಲಾಗುತ್ತದೆ.

क्व	**त्स**	**ण्म**	**प्र**	**न्य**	**क्ल**	**ब्म**	**ह्य**	**व्य**	**द्व**
ಕ್ವ	ತ್ಸ	ಣ್ಮ	ಪ್ರ	ನ್ಯ	ಕ್ಲ	ಬ್ಮ	ಹ್ಯ	ವ್ಯ	ದ್ವ

उदा :	ताम्र	....	रागि	....	ರಾಗಿ
	पुत्र	....	मग	....	ಮಗ
	क्या	....	एनु	....	ಏನು
	व्यापार	....	व्यापार	....	ವ್ಯಾಪಾರ
	अच्छा	....	वोळ्ळेयदु	....	ಒಳ್ಳೆಯದು

ग्यारह	....	हन्नोंदु	....	ಹನ್ನೊಂದು
अष्ट	....	एन्टु	....	ಎಂಟು
उल्लू	....	गूबे	....	ಗೂಬೆ
ज्वर	....	ज्वर	....	ಜ್ವರ
द्वार	....	बागिलु	....	ಬಾಗಿಲು
व्यवस्था	....	व्यवस्ते	....	ವ್ಯವಸ್ಥೆ
न्याय	....	न्याय	....	ನ್ಯಾಯ
कर्ण	....	किवि	....	ಕಿವಿ
ध्यान	....	ध्यान	....	ಧ್ಯಾನ
प्रार्थना	....	प्रार्थने	....	ಪ್ರಾರ್ಥನೆ
सुवर्ण	....	बंगार	....	ಬಂಗಾರ

सुंयक्ताक्षर लिखने की तरीका - संयुक्ताक्षर बरेयुव पद्धती – ಸಂಯುಕ್ತಾಕ್ಷರ ಬರೆಯುವ ಪದ್ಧತಿ

हिन्दी अक्षर दो तरह है । 1. पाई वाले अक्षर और   2. बेपाई वाले अक्षर

ಹಿಂದಿಯಲ್ಲಿ 2 ರೀತಿಯ ಅಕ್ಷರಗಳಿವೆ. 1. ಪಾಯಿ 2.ಬೆಪಾಯಿ.

पाई वाले अक्षर - ಪಾಯಿ ಅಕ್ಷರಗಳು

क	ख	ग	घ	च	छ	ज	झ	ञ
त	थ	ध	न	प	फ	ब	भ	म
य	व	श	ष	स				

बेपाई वाले अक्षर - ಬೇಪಾಯಿ ಅಕ್ಷರಗಳು

ट	ठ	ड	ढ	द	र	ल	ळ	ह

याद रखिए : पाई वाले व्यंजन के बाजू में दूसरा व्यंजन आया तो पहलेवाले व्यंजन में पाई निकाल के दूसरा व्यंजन को मिलाना पडता है ।

ನೆನಪಿಡಿ : ಪಾಯಿ ವ್ಯಂಜನದ ಪಕ್ಕ ಇನ್ನೊಂದು ವ್ಯಂಜನ ಬಂದಾಗ ಮೊದಲಿನ ವ್ಯಂಜನಕ್ಕೆ 'ವೈ' ತೆಗೆದು 2ನೇ ವ್ಯಂಜನಕ್ಕೆ ಸೇರ್ಪಡೆಗೊಳಿಸಬೇಕು.

उदा :	क्यों	....	एके ?	....	ಏಕೆ ?
	क्या	....	एनु ?	....	ಏನು ?
	गोश्त	....	मांस	....	ಮಾಂಸ
	बिस्तर	....	हासिगे	....	ಹಾಸಿಗೆ

बेपाई वाले अक्षर के ऊपर दूसरा व्यंजन आया जब पहले अक्षर के नीचे दूसरा अक्षर लिखना । वैसा नहीं करें तो वह अक्षर आधा लिखकर बाजू में दूसरा अक्षर लिखना चाहिये ।

ಬೇಪಾಯಿ ಅಕ್ಷರಗಳ ಮೇಲೆ ವ್ಯಂಜನ ಬಂದರೆ ಕೆಳಗೆ ಇನ್ನೊಂದು ಅಕ್ಷರವನ್ನು ಬರೆಯಬೇಕು. ಇಲ್ಲವಾದಲ್ಲಿ ಅರ್ಧ ಅಕ್ಷರ ಬರೆದು ಪಕ್ಕದಲ್ಲಿ 2ನೇ ಅಕ್ಷರ ಬರೆಯಬೇಕು.

उदा :	उल्लू	....	गूबे	....	ಗೂಬೆ
	टिड्डी	....	मिडते	....	ಮಿಡತೆ
	बिल्ली	....	बेक्कु	....	ಬೆಕ್ಕು
	मट्ठा	....	मज्जिगे	....	ಮಜ್ಜಿಗೆ

हिन्दी शब्दों के उच्चारण - हिन्दी पदगळ उच्चारण

ಹಿಂದಿ ಪದಗಳ ಉಚ್ಚಾರಣೆ (Pronounciation of Hindi Words)

हिन्दी भाषा में उच्चारण मुख्य है । इसके लिए कुछ नियम है । इसका सावधानी पूर्वक अध्ययन करें । नियम : हिन्दी शब्द में दो या तीन अक्षर है । तो आखरी व्यंजन को आधा ही उच्चारण करना चाहिए ।

ಹಿಂದಿ ಭಾಷೆಯಲ್ಲಿ ಉಚ್ಚಾರಣೆ ಮುಖ್ಯವಾದುದು. ಅದಕ್ಕೆ ಕೆಲವು ನಿಯಮಗಳಿದ್ದು, ಅವನ್ನು ಪಾಲಿಸಬೇಕು. ಪದದಲ್ಲಿ 2 ಅಥವಾ 3 ಅಕ್ಷರ ಇದ್ದರೆ, ಕೊನೆಯ ವ್ಯಂಜನವನ್ನು ಅರ್ಧ ಮಾತ್ರ ಉಚ್ಚರಿಸಬೇಕು.

उदा :	दस हत्तु (ಹತ್ತು)	घर मने (ಮನೆ)	कलम लेखनि (ಲೇಖನಿ)
	किताब पुस्तक (ಪುಸ್ತಕ)	हाथ, हस्त (ಕೈ, ಹಸ್ತ)	सिर तले (ತಲೆ)

उच्चारण के अनुसार वर्णों का वर्गीकरण

उच्चारणेगे अनुगुणवागी अक्षरगळ वर्गीकरण - ಉಚ್ಚಾರಣೆಗೆ ಅನುಗುಣವಾಗಿ ಅಕ್ಷರಗಳ ವರ್ಗೀಕರಣ

(Classification of Letters according to the Pronounciation)

कन्नड अक्षर के उच्चारण में दो मुख्यांश है । - १. ह्रस्व (बिना दीर्घ); २. दीर्घ. यहाँ नीचे दिए तालिका का अध्ययन करें तो कौन सा अक्षर किस तरह उच्चारण करना है, यह मालूम हो जाएगा ।

ಹ್ರಸ್ವ ಮತ್ತು ದೀರ್ಘ ಸ್ವರಗಳಿದ್ದು ಅವನ್ನು ಬೇರೆಯದೇ ರೀತಿ ಉಚ್ಚರಿಸಬೇಕಾಗುತ್ತದೆ.

स्वर के उच्चारण / स्वरद उच्चारणे / ಸ್ವರದ ಉಚ್ಚಾರಣೆ

वर्ण ಅಕ್ಷರ	कण्ठ ಕಂಠ	तालू ತಾಲೂ	ओठ ವೋಟ್	मूर्ध ಮೂರ್ದ್	दान्तों ದಾಂತೊ	कण्ठतालू ಕಂಠ್‌ತಾಲೂ	कण्ठ ओष्ठ ಕಂಠ್‌ವೋಟ್
ह्रस्व ಹ್ರಸ್ವ	अ ಅ	इ ಇ	उ ಉ	ऋ ಋ	लु* ಌ	ए ಎ	ओ ಒ
दीर्घ ದೀರ್ಘ	आ ಆ	ई ಈ	ऊ ಊ	ॠ* ೠ	लु* ೡ	ए ಏ ऐ ಐ	ओ ಓ औ ಔ

* ये अक्षर अब कन्नड और हिन्दी में भी प्रयोग नहीं होते है । *ಈ ಅಕ್ಷರಗಳು ಬಳಕೆಯಲಿಲ್ಲ.

व्यंजन के उच्चारण / व्यंजनद उच्चारणे / ವ್ಯಂಜನದ ಉಚ್ಚಾರಣೆ

वर्ण ಅಕ್ಷರ	कण्ठ ಕಂಠ್	तालू ತಾಲೂ	मूर्ध ಮೂರ್ದ್	दान्तों ದಾಂತೋ	ओठ ವೋಟ್	नाशिकों ಅನುನಾಸಿಕ
	क ಕ ग ಗ ख ಖ घ ಘ	च ಚ ज ಜ छ ಛ झ ಝ	ट ಟ ड ಡ ठ ಠ ढ ಢ ण ಣ	त ತ द ದ थ ಥ ध ಧ न ನ	प ಪ ब ಬ फ ಫ भ ಭ म ಮ	ङ ಙ ञ ಞ
		य ಯ व ವ	र ರ ष ಷ	ल ಲ		
	ह ಹ	श ಶ	ळ ಳ			

नियम (2) : चार अक्षर के शब्दों में 2रा, 4वां अक्षर आधा ही उच्चारण करना ।

ನಾಲ್ಕು ಅಕ್ಷರದ ಶಬ್ದದಲ್ಲಿ 2, 4ನೇ ಅಕ್ಷರಗಳನ್ನು ಅರ್ಧ ಮಾತ್ರವೇ ಉಚ್ಚರಿಸಬೇಕು.

उदा : चुपकर ಚುಪ್‌ಕರ್ रसमन ರಸ್‌ಮನ್

नियम (3) : पाँच अक्षर के शब्दों में 3रा, 5वां अक्षर आधा ही उच्चारण करना ।

5 ಅಕ್ಷರವಿರುವ ಪದದ 3, 5ನೇ ಅಕ್ಷರ ಅರ್ಧ ಮಾತ್ರ ಉಚ್ಚರಿಸಬೇಕು.

उदा :	उमरभर	जीवितविडि	(ಜೀವಿತವಿಡಿ)
	पीतांबर	पीतांबर	(ಪೀತಾಂಬರ)

नियम (4) : तीन अक्षर के शब्दों में अंत का अक्षर दीर्घ है तो 2 रा अक्षर आधा ही उच्चारण करना ।

ಮೂರು ಅಕ್ಷರದ ಪದದಲ್ಲಿ ಮೂರನೇ ಅಕ್ಷರ ದೀರ್ಘವಾಗಿದ್ದಲ್ಲಿ 2ನೇ ಅಕ್ಷರ ಅರ್ಧ ಮಾತ್ರವೇ ಉಚ್ಚರಿಸಬೇಕು.

उदा : खतरा अपाय ಅಪಾಯ खुशबू सुवासने ಸುವಾಸನೆ

नियम (5) : चार अक्षर के शब्दों में 1 ला, 2रा का अक्षर संयुक्ताक्षर है तो 2रा अक्षर पूरा ही उच्चारण करना ।

4 ಅಕ್ಷರದ ಪದದಲ್ಲಿ ಮೊದಲಿನ, 2ನೆಯ ಅಕ್ಷರ ಸಂಯುಕ್ತಾಕ್ಷರ ಆಗಿದ್ದಲ್ಲಿ 2ನೇ ಅಕ್ಷರವನ್ನು ಸಂಪೂರ್ಣ ಉಚ್ಚರಿಸಬೇಕು.

उदा :	स्वयंसेवक	स्वयंसेवक	ಸ್ವಯಂಸೇವಕ
	चित्रकार	कलाविद	ಕಲಾವಿದ

नियम (6) : अरबी, पारसी, उर्दू शब्द हिन्दी में लिखते समय इस अक्षर के नीचे बिंदू डाला जाता है । इन शब्दों के उच्चारण उसकी मात्रा के अनुसार किया जाता है ।

ಅರಬಿ, ಪಾರ್ಸಿ, ಉರ್ದು ಪದಗಳನ್ನು ಬರೆಯುವಾಗ, ಅಕ್ಷರದ ಕೆಳಗೆ ಚುಕ್ಕೆ ಇಡಬೇಕು. ಅವುಗಳ ಉಚ್ಚಾರಣೆ ಮಾತ್ರೆಗಳಿಗೆ ಅನುಸಾರ ಮಾಡಬೇಕು.

उदा :	फ़कीर	सन्यासी	ಸನ್ಯಾಸಿ
	फ़ूल	हूवु	ಹೂವು
	वालिदैन	तंदे तायी	ತಂದೆತಾಯಿ
	मशहल	कायीसु	ಕಾಯಿಸು

हिन्दी उच्चारण में अनुस्वार को याद रखने के नियम इसके दो भेद है ।

उदा :	मैं	नानु	ನಾನು
	अंत	अन्त्य, कोने	ಅಂತ್ಯ /ಕೊನೆ
	आँख	कण्णु	ಕಣ್ಣು
	हूँ	इदे	ಇದೆ

4

भाषा भाग ಭಾಷಾಭಾಗ (Parts of Speech)

किसी भी भाषा को सीखने के लिये हमें उस भाषा का व्याकरण अच्छी तरह सीख लेना चाहिये । हमे अच्छा सीख लेना है । भाषा भाग आठ तरह के है :

ಭಾಷೆ ಯಾವುದೇ ಇರಲಿ, ಅದನ್ನು ಸೂಕ್ತವಾಗಿ ಕಲಿಯಲು ವ್ಯಾಕರಣದ ಜ್ಞಾನ ಅಗತ್ಯವಿರುತ್ತದೆ. ವ್ಯಾಕರಣವನ್ನು ಚೆನ್ನಾಗಿ ಕಲಿಯಬೇಕು. 8 ಭಾಷಾ ಭಾಗಗಳೆಂದರೆ,

1.	**संज्ञा**	ನಾಮವಾಚಕ/ನಾಮಪದ	(Noun)
2.	**सर्वनाम**	ಸರ್ವನಾಮ	(Pronoun)
3.	**विशेषण**	ವಿಶೇಷಣ	(Adjective)
4.	**क्रिया**	ಕ್ರಿಯಾಪದ	(Verb)
5.	**क्रिया विशेषण**	ಕ್ರಿಯಾವಿಶೇಷಣ	(Adverb)
6.	**सम्बन्ध सूचक**	ಸಂಬಂಧ ಸೂಚಕ	(Preposition)
7.	**समुच्छय बोधक**	ಸಮುಚ್ಚಯ ಬೋಧಕ	(conjunction)
8.	**विस्मयादि बोधक**	ವಿಸ್ಮಯ ಬೋಧಕ	(Interjection)

• • • • • • • • • • • • • • • • • •

1. संज्ञा नामपद ನಾಮಪದ (Noun) : किसी वस्तु, व व्यक्ति, स्थान या भाव के नाम को संज्ञा कहते हैं। ವಸ್ತು, ವ್ಯಕ್ತಿ, ಸ್ಥಳ, ಭಾವಗಳನ್ನು ನಾಮಪದ ಎನ್ನುತ್ತಾರೆ.

जैसे : आम मावु (ಮಾವು) खेत भूमि (ಭೂಮಿ) दुनिया प्रपंच (ಪ್ರಪಂಚ)
माता तायी (ತಾಯಿ) पिता तंदे (ತಂದೆ) सूरज सूर्य (ಸೂರ್ಯ)

संज्ञाएँ तीन प्रकार की है । लेकिन जातिवाचक सज्ञा में दो तरह उपभेद है ।

ನಾಮವಾಚಕದಲ್ಲಿ 3 ವಿಧ. ಆದರೆ, ಜಾತಿವಾಚಕದಲ್ಲಿ 2 ವಿಧ.

1. **व्यक्ति वाचक / ವ್ಯಕ್ತಿವಾಚಕ (Proper Noun) :** यह व्यक्तियों के नाम बताने वाली है । ವ್ಯಕ್ತಿಯ ಹೆಸರನ್ನು ತಿಳಿಸುತ್ತದೆ.

जैसे : (श्याम) (राम) (कृष्ण) (राधा)
ಶ್ಯಾಂ ರಾಮ್ ಕೃಷ್ಣ ರಾಧಾ

2. **जाति वाचक / ಜಾತಿ ವಾಚಕ (Common Noun) :** एक ही वर्ग या जाति के वस्तुओं के नाम बताने वाली है । ಒಂದು ವರ್ಗ ಇಲ್ಲವೇ ಜಾತಿಯ ವಸ್ತುವಿನ ಹೆಸರನ್ನು ತಿಳಿಸುತ್ತದೆ.

जैसे : लडका बालक / ಬಾಲಕ नदी नदी / ನದಿ

3. **भाव वाचक / ಭಾವ ವಾಚಕ (Abstract Noun) :** विविध तरह भाव, दशा, गुणों का नाम बताने वाली है । ವಿವಿಧ ಭಾವ, ಗುಣದ ಬಗ್ಗೆ ತಿಳಿಸುತ್ತದೆ.

जैसे : संतोष / संतोष ಸಂತೋಷ क्रोध / कोप ಕೋಪ

जाति वाचक में दो उपभेद है : ಜಾತಿವಾಚಕದಲ್ಲಿ ಎರಡು ಉಪವಿಭಾಗವಿದೆ.

1. **समूह वाचक संज्ञा / ಸಮೂಹ ವಾಚಕ :** एक समूह को बतानेवाली

ಸಮೂಹವಾಚಕವು ಸಮೂಹವೊಂದನ್ನು ತಿಳಿಸುವ ಹೆಸರು.

उदा : दल ದಳ सेना सैन्य ಸೈನ್ಯ

2. **द्रव्य वाचक संज्ञा / ದ್ರವ್ಯ ವಾಚಕ :** एक द्रव और चीजों के नाम बतानेवाली

ದ್ರವ್ಯವಾಚಕವು ದ್ರವ ಇಲ್ಲವೇ ಪದಾರ್ಥವೊಂದನ್ನು ತಿಳಿಸುವಂತದ್ದು.

उदा : दही मोसरु ಮೊಸರು घी तुप्प ತುಪ್ಪ पानी नीरु ನೀರು

यहाँ नीचे दिए गए कुछ संज्ञा वाचक शब्द को सावधानी से पढिए । याद रखिए ।

ಕೆಳಗಿನ ಸಂಜ್ಞಾವಾಚಕಗಳನ್ನು ಓದಿ, ನೆನಪಿಟ್ಟುಕೊಳ್ಳಿ.

1.	नृप	......	राज	......	ರಾಜ
2.	औरत	......	स्त्री - महीले	......	ಸ್ತ್ರೀ-ಮಹಿಳೆ
3.	चौकीदार	......	कावलुगार	......	ಕಾವಲುಗಾರ
4.	सेव	......	सेबु	......	ಸೇಬು
5.	आम	......	मावु	......	ಮಾವು
6.	गुड़िया	......	गोंबे	......	ಗೊಂಬೆ
7.	गुलाब	......	गुलाबि हूवु	......	ಗುಲಾಬಿ ಹೂ
8.	सूरज	......	सूर्य	......	ಸೂರ್ಯ
9.	चिड़िया	......	पक्षि	......	ಪಕ್ಷಿ
10.	चाकू	......	कत्ती	......	ಕತ್ತಿ
11.	घोड़ा	......	कुदुरे	......	ಕುದುರೆ
12.	अंगूठी	......	उंगुर	......	ಉಂಗುರ
13.	अंडा	......	मोट्टे	......	ಮೊಟ್ಟೆ
14.	पतंग	......	गाळिपट	......	ಗಾಳಿಪಟ

15.	आसमान	......	आकाश	......	ಆಕಾಶ
16.	बैल	......	एत्तु	......	ಎತ್ತು
17.	नौका, नाव	......	दोणि	......	ದೋಣಿ
18.	अंगूर	......	द्राक्षी	......	ದ್ರಾಕ್ಷಿ
19.	नदियाँ	......	नदि	......	ನದಿ
20.	सागर	......	समुद्र	......	ಸಮುದ್ರ
21.	अध्यापक	......	उपाध्याय	......	ಉಪಾಧ್ಯಾಯ
22.	खेत	......	भूमि	......	ಭೂಮಿ
23.	जग	......	प्रपंच	......	ಪ್ರಪಂಚ
24.	माँ	......	तायी	......	ತಾಯಿ

(अ) लिंग / लिग / ಲಿಂಗ (Gender)

भाषा के शुद्ध प्रयोग के लिए संज्ञा शब्दों के तंत्रज्ञान का होना अत्यावश्यक है। संज्ञा के जिस रूप से उसकी पुरूष जाति या स्त्री जाति के बारे में पता चलता है, उसे लिंग कहते हैं।

ಭಾಷೆಯ ಶುದ್ಧ ಪ್ರಯೋಗಕ್ಕಾಗಿ ಶಬ್ದದ ಬಳಕೆಯ ಅರಿವು ಅಗತ್ಯ. ಸಂಜ್ಞೆ ಅಥವಾ ನಾಮಪದವು ಪುರುಷ ಇಲ್ಲವೇ ಸ್ತ್ರೀ ಜಾತಿಯವಾಗಿರಬಹುದು.

1. पुंलिंग ಪುಲ್ಲಿಂಗ (Masculine Gender) : पुरूष जाति से सम्बन्ध बताने वाले शब्दों को पुल्लिंग कहते हैं।

उदा : साल, महीने, हफ्ते, वृक्ष, पहाड जैसे चीजें। ಉದಾ. ತಿಂಗಳು, ವಾರ, ಮರ ಇತ್ಯಾದಿ

वैशाख ವೈಶಾಖ .... सोमवार ಸೋಮವಾರ .... पर्वत ಪರ್ವತ

वटवृक्ष ವಟವೃಕ್ಷ

अ (ಅ) या आ (ಆ) से अंत होनेवाले शब्द पुलिंग शब्द है।

'ಅ' ಮತ್ತು 'ಆ'ನಲ್ಲಿ ಕೊನೆಗೊಳ್ಳುವ ಪದಗಳು ಪುಲ್ಲಿಂಗ ಆಗಿರಲಿವೆ.

उदा :	बच्चा	....	मक्कळु	....	ಮಕ್ಕಳು
	लड़का	....	बालक	....	ಬಾಲಕ
	दादा	....	ताता	....	ತಾತ

2. स्त्रीलिंग ಸ್ತ್ರೀಲಿಂಗ (Feminine Gender) : औरत जाति से सम्बन्ध बतानेवाले शब्दों को स्त्रीलिंग कहते हैं । ಸ್ತ್ರೀ ಜಾತಿ ಜತೆ ಸಂಬಂಧವಿರುವ ಪದಗಳು 'ಸ್ತ್ರೀಲಿಂಗ'.

उदा : नदियाँ और भाषा के संबंध को बताने वाली । ಉದಾ : ನದಿ, ಭಾಷೆಗೆ ಸಂಬಂಧವಿರುವಂಥವು

तेलुगु ತೆಲುಗು .... तमिळु ತಮಿಳು .... गोदावरी ಗೋದಾವರಿ

गंगा ಗಂಗಾ .... मंजीरा ಮಂಜಿರಾ

इ (ಇ) या ई (ಈ) से अंत होने वाले शब्द स्त्रीलिंग शब्द है ।

'ಇ' ಮತ್ತು 'ಈ' ಇಂದ ಕೊನೆಗೊಳ್ಳುವ ಪದಗಳು 'ಸ್ತ್ರೀಲಿಂಗ'

जैसे : लड़की बालकि ಬಾಲಕಿ........ बच्ची मगु ಮಗು .... देवी देवता ದೇವತಾ

3. अन्य पुरुष लिंग / ಅನ್ಯಪುರುಷಲಿಂಗ (First Person) : शब्दों में पुलिंग या स्त्री लिंग से असम्बन्धित शब्द को हिन्दी में अन्य पुरूष लिंग कहते है ।

ಪುಲ್ಲಿಂಗ ಇಲ್ಲವೇ ಸ್ತ್ರೀಲಿಂಗವಲ್ಲದ ಪದಗಳು 'ಅನ್ಯ ಪುರುಷ ಲಿಂಗ' ಪದಗಳು. ಹಿಂದಿಯಲ್ಲಿ ನಪುಂಸಕ ಲಿಂಗವಿದೆ. ಮರ, ಶಾಲೆ, ರಸ್ತೆ, ಕಲ್ಲು, ನೀರು ಮನೆ-ಇವೆಲ್ಲ ನಪುಂಸಕಲಿಂಗ.

सूचना : कुछ पुल्लिंग शब्द के अंत में इन (ಇನ್) आयी तो वह स्त्रीलिंग शब्द जैसा बदल जायेगा ।

ಕೆಲ ಪುಲ್ಲಿಂಗಕ್ಕೆ 'ಇನ್' ಸೇರ್ಪಡೆಯಾದರೆ ಅದು 'ಸ್ತ್ರೀ'ಲಿಂಗ ಆಗುತ್ತದೆ.

जैसे : धोबी / अगस / ಅಗಸ .... धोबिन / अगसगित्ती / ಅಗಸಗಿತ್ತಿ

दुल्हा / मदुवे गंडु / ಮದುವೆ ಗಂಡು .... दुल्हन / मदुवणगित्ती / ಮದುವಣಗಿತ್ತಿ

पड़ोस / नेरेमनेयव / ನೆರೆಮನೆಯವ .... पड़ोसिन / नेरेमनेयाके / ನೆರೆಮನೆಯಾಕೆ

मालीक / यजमान / ಯಜಮಾನ .... मालकीन / यजमानि / ಯಜಮಾನಿ

भिखारी / सन्यासी / ಸನ್ಯಾಸಿ .... भिखारिन / सन्यासिनि / ಸನ್ಯಾಸಿನಿ

लुहार / आचारि / ಆಚಾರಿ .... लुहारिन / आभरणगित्ति / ಆಭರಣಗಿತ್ತಿ

4. कुछ पुल्लिंग शब्द के अंत में 'नी' (ನಿ) आयी तो वह स्त्रीलिंग जैसा बदल जायेगी ।

ಕೆಲ ಪುಲ್ಲಿಂಗ ಪದಗಳಿಗೆ 'ನಿ' ಸೇರ್ಪಡೆಯಾದರೆ ಅದು ಸ್ತ್ರೀಲಿಂಗ ಆಗಲಿದೆ.

जैसे : मोर / गंडु नविलु / ಗಂಡು ನವಿಲು .... मोरनी / हेण्णु नविलु / ಹೆಣ್ಣು ನವಿಲು

सेठ / यजमान / ಯಜಮಾನ .... सेठानी / यजमानि / ಯಜಮಾನಿ

ऊँठ / गंडु ओंटे / ಗಂಡು ಒಂಟೆ .... ऊँठनी / हेण्णु ओंटे / ಹೆಣ್ಣು ಒಂಟೆ

देवर / मैदुन / ಮೈದುನ .... देवरानी / नादिनि / ನಾದಿನಿ

5. कुछ पुल्लिंग शब्द के अंत में 'इत्री (ಇತ್ರಿ) आयी तो वह स्त्रीलिंग जैसा बदल जायेगी।
ಕೆಲವು ಪುಲ್ಲಿಂಗ ಪದಗಳಿಗೆ 'ಇತ್ರಿ' ಸೇರ್ಪಡೆಗೊಂಡರೆ, ಸ್ತ್ರೀಲಿಂಗ ಆಗಲಿದೆ.

जैसे : कवि / कवि / ಕವಿ .... कवियत्री / कवयित्रि / ಕವಯಿತ್ರಿ

लेखक / लेखक / ಲೇಖಕ .... लेखिका / लेखकि / ಲೇಖಕಿ

अप्राणि वाचक वस्तुएँ - प्राणरहित वस्तुगळु ಪ್ರಾಣರಹಿತ ವಸ್ತುಗಳು (Lifeless Articles)

पुल्लिंग /ಪುಲ್ಲಿಂಗ

ग्रंथ	......	ग्रंथ	......	ಗ್ರಂಥ
शहर	......	पट्टण	......	ಪಟ್ಟಣ
केला	......	तेंगु	......	ತೆಂಗು
फूल	......	हूवु	......	ಹೂವು
घर	......	मने	......	ಮನೆ
कपड़ा	......	बट्टे	......	ಬಟ್ಟೆ
आम	......	मावु	......	ಮಾವು
फल	......	हण्णु	......	ಹಣ್ಣು
हाथ	......	संते	......	ಸಂತೆ
पहाड़	......	बेट्ट, पर्वत	......	ಬೆಟ್ಟ/ ಪರ್ವತ

स्त्रीलिंग / ಸ್ತ್ರೀಲಿಂಗ

लता	......	बल्लि	......	ಬಳ್ಳಿ
किताब	......	पुस्तक	......	ಪುಸ್ತಕ
गाड़ी	......	बंडि	......	ಬಂಡಿ
रोटी	......	रोट्टि	......	ರೊಟ್ಟಿ
बेकारी	......	लिरुद्योग	......	ನಿರುದ್ಯೋಗ
घड़ी	......	गडियार	......	ಗಡಿಯಾರ
कुर्सी	......	कुर्ची	......	ಕುರ್ಚಿ
कलम	......	लेखनि	......	ಲೇಖನಿ
चीज	......	वस्तु	......	ವಸ್ತು

कुछ स्त्रीलिंग और पुंल्लिग शब्द को देखेंगे । ಕೆಲ ಸ್ತ್ರೀಲಿಂಗ–ಪುಲ್ಲಿಂಗ ಪದಗಳು

पुल्लिंग	ಪುಲ್ಲಿಂಗ		**स्त्रीलिंग**	ಸ್ತ್ರೀಲಿಂಗ	**पुल्लिंग**	ಪುಲ್ಲಿಂಗ		**स्त्रीलिंग**	ಸ್ತ್ರೀಲಿಂಗ
छात्र	ಯುವಕ	x	छात्रा	ಯುವತಿ	मियाँ	ಗಂಡ	x	बीबी	ಹೆಂಡತಿ
सेठ	ಯಜಮಾನ	x	सेठानि	ಯಜಮಾನಿ	सर्प	ಹಾವು	x	सर्पिणि	ಹೆಣ್ಣುಹಾವು
अभिनेत्रा	ನಟ	x	अभिनेत्री	ನಟಿ	मित्र	ಸ್ನೇಹಿತ	x	सहेली	ಸ್ನೇಹಿತೆ
विद्वान्	ವಿದ್ವಾನ್	x	विदुषि	ವಿದುಷಿ	प्रेमि	ಪ್ರೇಮಿ	x	प्रेमि	ಪ್ರೇಮಿ
चौधरी	ಚೌದರಿ	x	चौधरानी	ಚೌದರಾಣಿ	युवक	ಯುವಕ	x	युवति	ಯುವತಿ
दास	ದಾಸ	x	दासि	ದಾಸಿ	पादशह	ಮಹಾರಾಜ	x	बेगम	ಮಹಾರಾಣಿ
मृर्गा	ಕೋಳಿ	x	मुर्गी	ಹೆಣ್ಣುಕೋಳಿ	ठाकुर	ಠಾಕೂರ್	x	ठाकूरिणि	ಠಾಕೂರಿಣಿ
अधिकारि	ಅಧಿಕಾರಿ	x	अधिकारिणि	ಅಧಿಕಾರಿಣಿ	लेखक	ಲೇಖಕ	x	लेखकि	ಲೇಖಕಿ
शिष्य	ಶಿಷ್ಯ	x	शिष्ये	ಶಿಷ್ಯೆ	श्रीमान	ಶ್ರೀಮಾನ್	x	श्रीमति	ಶ್ರೀಮತಿ
बच्चा	ಮಗ	x	बच्ची	ಮಗಳು	पुरुष	ಪುರುಷ	x	स्त्री	ಸ್ತ್ರೀ
सखा	ಸಖ	x	सखी	ಸಖಿ	साहेब	ಸಾಹೇಬ್	x	साहिबा	ಸಾಹಿಬಾ
राजपूत	ರಾಜಪೂತ್	x	राजपूतानी	ರಜಪೂತಾನಿ	पिता	ತಂದೆ	x	माता	ತಾಯಿ
दुल्हा	ಮದುಮಗ	x	दुल्हन	ಮದುಮಗಳು	मोर	ನವಿಲು	x	मोरनी	ಹೆಣ್ಣುನವಿಲು
बकरा	ಟಗರು	x	बकरी	ಕುರಿ	दादा	ದಾದಾ	x	दादी	ದಾದಿ
अदमी	ಗಂಡು	x	औरत	ಹೆಣ್ಣು	घोड़ा	ಕುದುರೆ	x	घोड़ी	ಹೆಣ್ಣುಕುದುರೆ
सिंह	ಸಿಂಹ	x	सिंहिणि	ಸಿಂಹಿಣಿ	पूजारि	ಪೂಜಾರಿ	x	पूजारिणि	ಪೂಜಾರಿಣಿ
मामा	ಮಾಮ	x	मामि	ಮಾಮಿ	दोबी	ಅಗಸ	x	दोबिन	ಅಗಸಗಿತ್ತಿ
बेटा	ಮಗ	x	बेटी	ಮಗಳು	पंडित	ಪಂಡಿತ	x	पंडिते	ಪಂಡಿತೆ

हुड्ग	ಹುಡುಗ	x	हुड्गि	ಹುಡುಗಿ	युवराज	ಯುವರಾಜ	x	युवराणि	ಯುವರಾಣಿ
भैंसा	ಎತ್ತು	x	भैंस	ಹಸು	राजा	ರಾಜ	x	राणि	ರಾಣಿ
अध्यायपक	ಅಧ್ಯಾಪಕ	x	अध्यापकि	ಅಧ್ಯಾಪಕಿ	बाप	ತಂದೆ	x	माँ	ತಾಯಿ
पडोसी	ಪಕ್ಕದಮನೆಯವ	x	पडोसन	ನೆರೆಮನೆಯಾಕೆ	ऊँठ	ಒಂಟೆ	x	ऊँठनी	ಹೆಣ್ಣುಒಂಟೆ
बालक	ಬಾಲಕ	x	बालकि	ಬಾಲಕಿ	सोदर	ಸೋದರ	x	सोदरि	ಸೋದರಿ
युवक	ಯುವಕ	x	युवती	ಯುವತಿ	शेर	ಹುಲಿ	x	शेरनी	ಹೆಣ್ಣುಹುಲಿ
इन्द्र	ಇಂದ್ರ	x	इन्द्राणी	ಇಂದ್ರಾಣಿ	हाथी	ಆನೆ	x	हाथिनी	ಹೆಣ್ಣು ಆನೆ
कबूतर	ಪಾರಿವಾಳ	x	कबूतरी	ಹೆಣ್ಣುಪಾರಿವಾಳ	साम्राट	ಸಾಮ್ರಾಟ	x	साम्राज्ञी	ಸಾಮ್ರಾಜ್ಞಿ
नाना	ನಾನಾ	x	नानी	ನಾನಿ	विद्यार्थी	ವಿದ್ಯಾರ್ಥಿ	x	विद्यार्थिनी	ವಿದ್ಯಾರ್ಥಿನಿ
मालि	ಮಾಲಿ	x	मालिन	ಸ್ತ್ರೀಮಾಲಿ	पुत्र	ಪುತ್ರ	x	पुत्री	ಪುತ್ರಿ
कुत्ता	ನಾಯಿ	x	कुतिया	ಹೆಣ್ಣುನಾಯಿ	ससुर	ಸೊಸೆ	x	सास	ಅಳಿಯ
नौकर	ನೌಕರ	x	नौकराणि	ನೌಕರಾಣಿ	कवि	ಕವಿ	x	कवयत्री	ಕವಯಿತ್ರಿ
वर	ವರ	x	वधु	ವಧು	सेवक	ಸೇವಕ	x	सेवकि	ಸೇವಕಿ
प्रिय	ಪ್ರಿಯ	x	प्रिये	ಪ್ರಿಯೆ	बैल	ಹೋರಿ	x	गाय	ಹಸು

(आ) वचन - वचनगलु ವಚನಗಳು (Numbers)

संज्ञा या सर्वनाम द्वारा वस्तु या व्यक्तियों के संख्या बताने वाली शब्द को वचन (वचनगलु ವಚನಗಳು Numbers) कहते हैं । उसको एक की संख्या में बताये तो उसे तो एक वचन (एक वचन ಏಕವಚನ Singular) कहते है । यदि एक से अधिक रहो तो बहुवचन (बहु वचन ಬಹುವಚನ Plural) कहते है । लेकिन लिंग बदल ने के कुछ नियम है ।

ನಾಮವಾಚಕ ಇಲ್ಲವೇ ಸರ್ವನಾಮದ ಮೂಲಕ ವ್ಯಕ್ತಿಗಳ ಸಂಖ್ಯೆಯನ್ನು ತಿಳಿಸುವ ಶಬ್ದವೇ ವಚನ. ಒಂದೇ ಸಂಖ್ಯೆಯ ಮೂಲಕ ತಿಳಿಸಬಹುದಾದರೆ, ಅದು ಏಕವಚನ(Singular). ಒಂದಕ್ಕಿಂತ ಹೆಚ್ಚು ಸಂಖ್ಯೆಯಾದಲ್ಲಿ ಅದು ಬಹುವಚನ (Plural). ಆದರೆ, ಲಿಂಗ ಬದಲಾವಣೆಗೆ ಸಂಬಂಧಿಸಿದಂತೆ ಕೆಲವು ನಿಯಮಗಳಿವೆ.

1. **व्यंजन** ವ್ಯಂಜನ (Consonant) अक्षर से अंत हो जाने वाले पुल्लिंग शब्द बहुवचन में भी उसी रूप में रहते है ।

ವ್ಯಂಜನಾಕ್ಷರದ ಅಂತ್ಯದಲ್ಲಿ ಬರುವ ಪುಲ್ಲಿಂಗವು ಬಹುವಚನದಲ್ಲಿ ಅದೇ ರೂಪದಲ್ಲಿ ಇರುತ್ತದೆ.

जैसे : पाठक - पाठक – ಪಾಠಕ್ ‌ ‌ ‌ ‌ घर - मने - ಮನೆ ‌ ‌ ‌ ‌ पेड़ - मर - ಮರ

2. अ (ಅ) कारांत पुलिंग शब्द बहुवचन में ए (ಎ) जैसा बदल जायेंगे ।

'ಅ'ಕಾರಾಂತ ಪುಲ್ಲಿಂಗ ಪದಗಳು ಬಹುವಚನದಲ್ಲಿ 'ಎ' ಆಗಿ ಬದಲಾಗುತ್ತವೆ.

ಉದಾ : घोड़ा (कुदुरे) ಕುದುರೆ घोड़े कुदुरेगलु – ಕುದುರೆಗಳು

3. इ (ಇ) कारांत स्त्रीलिंग शब्द बहुवचन में इयाँ (ಇಯಾ) जैसे में बदल जायेंगे ।

'ಇ'ಕಾರಾಂತ ಸ್ತ್ರೀಲಿಂಗ ಶಬ್ದ ಬಹುವಚನದಲ್ಲಿ 'ಇಯಾ' ಆಗಲಿದೆ.

जैसे : लड़की (बलिका) ಬಾಲಿಕಾ – लड़कियाँ बालकियरु ಬಾಲಕಿಯರು

4. आ (ಆ) कारांत स्त्रीलिंग शब्द बहुवचन में ए (ಎ) जैसे बदल जायेंगे ।

'ಆ'ಕಾರಾಂತ ಸ್ತ್ರೀಲಿಂಗ ಶಬ್ದಗಳು ಬಹುವಚನದಲ್ಲಿ 'ಎ' ಆಗಿ ಬದಲಾಗುತ್ತವೆ

चिड़ियाँ पक्षि ಪಕ್ಷಿ – चिडियाँए / पक्षिगळु ಪಕ್ಷಿಗಳು

माता ತಾಯಿ माताएँ / तायंदिरु ತಾಯಂದಿರು

5. आधा उच्चारणवाले स्त्रीलिंग शब्द बहुवचन में ये (ಯೆ) जैसे बदल जायेंगे ।

ಅರ್ಧ ಉಚ್ಚರಿಸಲ್ಪಡುವ ಸ್ತ್ರೀಲಿಂಗ ಪದಗಳು ಬಹುವಚನದಲ್ಲಿ ಬದಲಾಗುತ್ತವೆ.

ಉದಾ : किताब पुस्तक ಪುಸ್ತಕ किताबें पुस्तकगलु ಪುಸ್ತಕಗಳು

6. इ (ಇ), ई (ಈ) बिना दूसरा स्वरांत शब्द बहुवचन में याँ (ಯಾ) या यें (ಯೆಂ) जैसे बदल जायेंगे ।

ಇ, ಈ ಹೊರತುಪಡಿಸಿ ಉಳಿದ ಸ್ವರಾಂತ ಶಬ್ದಗಳು ಬಹುವಚನದಲ್ಲಿ ಯಾ, ಯೆ ಎಂದು ಬದಲಾಗುತ್ತವೆ.

उदा :	मेज	मेजु ಮೇಜು	-	मेजें	मेजुगलु ಮೇಜುಗಳು
	लता	बल्लि ಬಳ್ಳಿ	-	लतायें	बल्लिगलु ಬಳ್ಳಿಗಳು

एकवचन	ಏಕವಚನ		बहुवचन	ಬಹುವಚನ	एकवचन	ಏಕವಚನ		बहुवचन	ಬಹುವಚನ
छात्रा	ಯುವಜನ	-	छात्रायें	ಯುವಜನರು	नदि	ನದಿ	-	नदियाँ	ನದಿಗಳು
घोड़ा	ಕುದುರೆ	-	घोड़े	ಕುದುರೆಗಳು	कुर्सी	ಕುರ್ಚಿ	-	कुर्सियाँ	ಕುರ್ಚಿಗಳು
घडि	ಗಡಿಯಾರ	-	घडियाँ	ಗಡಿಯಾರಗಳು	आँख	ಕಣ್ಣು	-	आँखें	ಕಣ್ಣುಗಳು
देवि	ದೇವಿ	-	देवियाँ	ದೇವಿಯರು	युवराणी	ಯುವರಾಣಿ	-	युवराणीयाँ	ಯುವರಾಣಿಯರು
स्त्री	ಸ್ತ್ರೀ	-	स्त्रीयाँ	ಸ್ತ್ರೀಯರು	अलमारी	ಅಲ್ಮೇರಾ	-	अलमारियाँ	ಅಲ್ಮೇರಾಗಳು
घंटा	ಗಂಟೆ	-	घंटे	ಗಂಟೆಗಳು	दरवाजा	ಬಾಗಿಲು	-	दरवाजे	ಬಾಗಿಲುಗಳು
औरत	ಮಹಿಳೆ	-	औरतें	ಮಹಿಳೆಯರು	बच्चा	ಮಗು	-	बच्चे	ಮಕ್ಕಳು
माता	ತಾಯಿ	-	मातायें	ತಾಯಂದಿರು	मेज	ಮೇಜು	-	मेजें	ಮೇಜುಗಳು
लता	ಬಳ್ಳಿ	-	लतायें	ಬಳ್ಳಿಗಳು	तारिका	ದಿನಾಂಕ	-	तारिकायें	ದಿನಾಂಕಗಳು
सफलता	ಯಶಸ್ಸು	-	सफलतायें	ಯಶಸ್ಸುಗಳು	वुड़िया	ವೃದ್ಧೆ	-	वुड़ियाँ	ವೃದ್ಧೆಯರು
नौका	ಹಡಗು	-	नौकायें	ಹಡಗುಗಳು	केल	ತೆಂಗು	-	केलायें	ತೆಂಗುಗಳು
किरण	ಕಿರಣ	-	किरणें	ಕಿರಣಗಳು	युक्ति	ಯುಕ್ತಿ	-	युक्तियाँ	ಯುಕ್ತಿಗಳು
नौका	ನೌಕೆ	-	नौकायें	ನೌಕೆಗಳು	तरंग	ತರಂಗ	-	तरंगें	ತರಂಗಗಳು
कुमारि	ಕುಮಾರಿ	-	कुमारियाँ	ಕುಮಾರಿಯರು	दवा	ಔಷಧ	-	दवायें	ಔಷಧಗಳು
आशा	ಆಸೆ	-	आशायें	ಆಸೆಗಳು	चीज	ವಸ್ತು	-	चीजें	ವಸ್ತುಗಳು
कलम	ಲೇಖನಿ	-	कलमें	ಲೇಖನಿಗಳು	वनिता	ವನಿತೆ	-	वनितायें	ವನಿತೆಯರು
कविता	ಕವಿತೆ	-	कवितायें	ಕವಿತೆಗಳು	लड़का	ಬಾಲಕರು	-	लड़के	ಬಾಲಕರು
तोता	ಗಿಣಿ	-	तोते	ಗಿಣಿಗಳು	कपड़ा	ಬಟ್ಟೆ	-	कपड़े	ಬಟ್ಟೆಗಳು
संस्था	ಸಂಸ್ಥೆ	-	संस्थायें	ಸಂಸ್ಥೆಗಳು	तारा	ನಕ್ಷತ್ರ	-	तारे	ನಕ್ಷತ್ರಗಳು
वस्तु	ವಸ್ತು	-	वस्तुएँ	ವಸ್ತುಗಳು	लोग	ಜನ	-	लोगों	ಜನರು

एकवचन	ಏಕವಚನ		**बहुवचन**	ಬಹುವಚನ	**एकवचन**	ಏಕವಚನ		**बहुवचन**	ಬಹುವಚನ
राजा	ರಾಜ	-	राजाओं	ರಾಜರು	पत्नी	ಪತ್ನಿ	-	पत्नियाँ	ಪತ್ನಿಯರು
गाड़ी	ವಾಹನ	-	गाड़ीयाँ	ವಾಹನಗಳು	बात	ವಿಷಯ	-	बातें	ವಿಷಯಗಳು
रात	ರಾತ್ರಿ	-	रातें	ರಾತ್ರಿಗಳು	पुस्तक	ಪುಸ್ತಕ	-	पुस्तकें	ಪುಸ್ತಕಗಳು
नाव	ನಾವೆ	-	नावें	ನಾವೆಗಳು	पत्ता	ಎಲೆ	-	पत्ते	ಎಲೆಗಳು
गाय	ಹಸು	-	गायें	ಹಸುಗಳು	पंडित	ಪಂಡಿತ	-	पंडितों	ಪಂಡಿತರು
घटा	ಮಡಕೆ	-	घटायें	ಮಡಕೆಗಳು	पाठशाला	ಪಾಠಶಾಲೆ	-	पाठशालायें	ಪಾಠಶಾಲೆಗಳು
ऋतु	ಋತು	-	ऋतुयें	ಋತುಗಳು	अंगूठी	ಬೆರಳು	-	अंगूठियाँ	ಬೆರಳುಗಳು
नौकरनी	ಕೆಲಸದಾಕೆ	-	नौकरानियाँ	ಕೆಲಸದಾಕೆಯರು	मुखंड	ಮುಖಂಡ	-	मुखंडरु	ಮುಖಂಡರು
कवयित्रि	ಕವಯಿತ್ರಿ-		कवयित्रियरु-	ಕವಯತ್ರಿಯರು	लड़की	ಹುಡುಗಿ	-	लड़कियाँ	ಹುಡುಗಿಯರು
नारी	ನಾರಿ	-	नारियाँ	ನಾರಿಯರು	बेटी	ಮಗಳು	-	बेटियाँ	ಮಗಳು

बहुवचन मे भी नहीं बदलनेवाले शब्द बहुवचनंलो कूडा मारनि पदमुलु
ಬಹುವಚನದಲ್ಲೂ ಬದಲಾಗದ ಶಬ್ದಗಳು

नारियल	ಎಳನೀರು	विद्वान्	ವಿದ್ವಾನ್	पिता	ತಂದೆ	घर	ಮನೆ	भाई	ಸಹೋದರ
मंदिर	ದೇವಾಲಯ	पेड़	ಮರ	हृदय	ಹೃದಯ	कमल	ಕಮಲ	नगर	ನಗರ
माम	ಮಾಮ	काका	ಕಾಕಾ	जंगल	ಅರಣ್ಯ	महात्मा	ಮಹಾತ್ಮ	पंडित	ಪಂಡಿತ
हाथ	ಹಸ್ತ	आम	ಮಾವು	नन्दन	ನಂದನ	साम्राट	ಸಾಮ್ರಾಟ	दही	ಮೊಸರು
उल्लू	ಗೂಬೆ	फूल	ಹೂವು	नेत्र	ಕಣ್ಣು	समुद्र	ಸಮುದ್ರ	बाल	ಕೇಶ
कान	ಕಿವಿ	वचन	ವಚನ	दांत	ಹಲ್ಲು	धन	ಹಣ	पर्वत	ಪರ್ವತ
देव	ದೇವ	काम	ಕೆಲಸ	नाम	ಹೆಸರು	नक्षत्र	ನಕ್ಷತ್ರ	आदमी	ಮನುಷ್ಯ
घी	ತುಪ್ಪ	पानी	ನೀರು	राजा	ರಾಜ	चाचा	ಚಾಚಾ	दादा	ದಾದಾ
कवि	ಕವಿ	पुत्र	ಮಗ						

(इ) **कारक - विभक्ति** ವಿಭಕ್ತಿ (Case Endings)

कोई भाषा अच्छी तरह सीखनी है, तो उस भाषा के शब्दों का बहुत ज्ञान होना तथा भाषा को प्रयोग में लाना जरूरी है ।

ಯಾವ ಭಾಷೆಯನ್ನಾದರೂ ಉತ್ತಮವಾಗಿ ಕಲಿಯಬೇಕೆಂದಿದ್ದಲ್ಲಿ ಆ ಭಾಷೆಯ ಶಬ್ದಗಳ ಬಗ್ಗೆ ಜ್ಞಾನವಿರಬೇಕು.
कारक के आठ भेद है वे : ವಿಭಕ್ತಿಯಲ್ಲಿ 8 ವಿಧ.

1. **(कर्ता कारक)** ಕರ್ತೃ ಕಾರಕ Nominative Case – ने (ನೇ)
   (कर्ता सम्बधि) प्रथमा विभक्ति ಪ್ರಥಮಾ ವಿಭಕ್ತಿ

2. **(कर्म कारक)** ಕರ್ಮ ಕಾರಕ Objective Case – को (ಕೋ)
   (काम से सम्बन्धित) द्वितीया विभक्ति ದ್ವಿತೀಯಾ ವಿಭಕ್ತಿ

3. **(कारण कारक)** ಕಾರಣ ಕಾರಕ Instrumental Case– से (ಸೆ)
   (कारण से सम्बन्धित) तृतिया विभक्ति ತೃತೀಯಾ ವಿಭಕ್ತಿ

4. **(संप्रदान कारक)** ಸಂಪ್ರದಾನ ಕಾರಕ Dative Case – के लिए (ಕೆ ಲಿಯೆ)
   (प्रयोजन सम्बन्धित) चतुर्थ विभक्ति ಚತುರ್ಥಿ ವಿಭಕ್ತಿ

5. **अपादान कारक** ಅಪಾದಾನ ಕಾರಕ Ablative Case – से (ಸೆ)
   किया गया चीज संबंधि पंचमी विभक्ति ಪಂಚಮಿ ವಿಭಕ್ತಿ

6. **संबंध कारक** ಸಂಬಂಧ ಕಾರಕ Possesive Case – का, के, की (ಕಾ, ಕೆ, ಕಿ)

   संबंध बताने वाली षष्ठी विभक्ति ಷಷ್ಠಿ ವಿಭಕ್ತಿ

7. **अधिकरण कारक** ಅಧಿಕರಣ ಕಾರಕ Locative Case – में (ಮೇ) - पर (ಪರ್)
   समाचार के संबंध वाली सप्तमी विभक्ति ಸಪ್ತಮಿ ವಿಭಕ್ತಿ

8. **सम्बोधन कारक** ಸಂಭೋದನ ಕಾರಕ Vocative Case – हे (ಹೆ) - अरे (ಅರೇ)
   संबोधन के संबंधवाली अष्टमी विभक्ति ಅಷ್ಟಮಿ ವಿಭಕ್ತಿ

1. कर्ता कारक प्रथमा विभक्ति (Nominative Case)

यह कर्ता के बारे में बताती है ।

ಏಕವಚನದಲ್ಲಿ 'ಉ', ಬಹುವಚನದಲ್ಲಿ 'ದು' 'ವು' ಪ್ರತ್ಯಯ ಬರುತ್ತದೆ. ಪ್ರಥಮಾ ವಿಭಕ್ತಿಯು ಕರ್ತೃಕಾರಕದಿಂದಾಗಿ ಬರುತ್ತದೆ.

उदा : गौरी ने आम खायी हैं ।

गौरी मावीन हण्णु तीन्नुतीद्दाले.

ಗೌರಿ ಮಾವಿನ ಹಣ್ಣು ತಿನ್ನುತ್ತಿದ್ದಾಳೆ.

2. कर्म कारक, द्वितीया विभक्ति (Objective Case)

यह वाक्य में वक्ता के द्वारा किए गये काम के बारे में बताती है ।

ಕರ್ಮಪದವನ್ನು ಸೂಚಿಸುವ ವಿಭಕ್ತಿಗಳು (ದ್ವಿತೀಯಾವಿಭಕ್ತಿ) ಹಿಂದಿಯಲ್ಲಿ 'ಕೊ' ಮತ್ತು ಕನ್ನಡದಲ್ಲಿ 'ಅನ್ನು' 'ರನ್ನು' 'ಗಳನ್ನು' ಸೂಚಿಸುತ್ತದೆ.

उदा : सेठ ने नौकर को बुलाया ।

मालीकनु नौकरनन्नु करेदनु ।

ಮಾಲೀಕನು ನೌಕರನನ್ನು ಕರೆದನು.

3. तृतीया विभक्ति, कारण कारक (Instrumental Case)

यह क्रिया के साधन या माध्यम के बारे में बताती है ।

ಕಾರ್ಯವನ್ನು ಮಾಡಲು ಉಪಯೋಗಿಸುವ ಸಾಧನೆಯೇ ಕರಣ. ಇದು ತೃತೀಯಾ ವಿಭಕ್ತಿ. ಹಿಂದಿಯಲ್ಲಿ 'ಸೆ' ಪ್ರತ್ಯಯ ಬರುತ್ತದೆ.

उदा : राम ने बाण से रावण को मारा ।

रामनु बाणदींद रावणनन्नु कौंदनु ।

ರಾಮನು ಬಾಣದಿಂದ ರಾವಣನನ್ನು ಕೊಂದನು.

4. चतुर्थ विभक्ति, सम्प्रदान कारक (Dative Case)

यह जिसके लिये या जिस उद्देश्य के लिये की जाती है उसके बारे में बतांती हैं ।

ಯಾರಿಗಾದರೂ ಏನನ್ನಾದರೂ ಕೊಡುವುದಿದ್ದಾಗ ಸಂಪ್ರದಾನ ಕಾರಕದಿಂದಾಗಿ ಚತುರ್ಥ ವಿಭಕ್ತಿ ಬರುತ್ತದೆ. ಕೊ, ಕೆ, ಲಿಯೆ, ಕೆ ವಾಸ್ತೆ , ಕೆ ನಿಮಿತ್ ಬಳಕೆ ಆಗುತ್ತದೆ.

उदा : हम योग स्वास्थ के लिए करते है ।

नावु आरोग्यक्कागी योग माडुत्तेवे ।

ನಾವು ಆರೋಗ್ಯಕ್ಕಾಗಿ ಯೋಗ ಮಾಡುತ್ತೇವೆ

5. अपादान कारक ಅಪಾದಾನ ಕಾರಕ (Ablative Case)

इस वाक्य में जिस स्थान या वस्तु से किसी व्यक्ति या वस्तु की पृथकता अथवा तुलना के बारे में बताती है ।

ಹಿಂದಿಯಲ್ಲಿ ಸೆ, ಏಕವಚನದಲ್ಲಿ 'ಇಂದ', ಬಹುವಚನದಲ್ಲಿ 'ರಿಂದ'ಗಳಿಂದ ಬಳಕೆ ಆಗುತ್ತದೆ. ಕೊಡುವ ವಸ್ತುವಿಗೆ ಸಂಬಂಧಿಸಿದೆ. ಪಂಚಮಿ ವಿಭಕ್ತಿ.

उदा : फल पेड़ से अलग हो गया ।

मारदींद हण्णु बीद्दु होयीतु ।

ಮರದಿಂದ ಹಣ್ಣು ಬಿದ್ದು ಹೋಯಿತು.

6. सम्बन्ध कारक ಸಂಬಂಧ ಕಾರಕ (Possesive Case)

इस वाक्य में कर्ता या संज्ञा का दूसरा व्यक्ति से या वस्तु से संबंध के बारे में बताती है ।

ಸಂಬಂಧವನ್ನು ಸೂಚಿಸುವಂಥದ್ದು. ಪುಲ್ಲಿಂಗ ಏಕವಚನದಲ್ಲಿ 'ಕಾ', ಸ್ತ್ರೀಲಿಂಗ ಏಕವಚನದಲ್ಲಿ 'ಕೀ', ಪುಲ್ಲಿಂಗ ಬಹುವಚನದಲ್ಲಿ 'ಕೆ' ಮತ್ತು ಸ್ತ್ರೀಲಿಂಗ ಬಹುವಚನದಲ್ಲಿ 'ಕೀ' ಬಳಕೆಯಾಗುತ್ತದೆ. ಇದು ಷಷ್ಠಿವಿಭಕ್ತಿ.

उदा : तुम्हारी बहन का नाम क्या है ?

नीन्न सोदरीय हेसरेनु ?

ನಿನ್ನ ಸೋದರಿಯ ಹೆಸರೇನು ?

7. अधिकरण कारक ಅಧಿಕರಣ ಕಾರಕ (Locative Case)

इस वाक्य में क्रिया का आधार, आश्रय या शर्त के बारे में बताती है ।

'ಮೆ' 'ಪರ್', ಕನ್ನಡದಲ್ಲಿ 'ಅಲ್ಲಿ', 'ರಲ್ಲಿ', 'ಗಳಲ್ಲಿ' ಬಳಸಲ್ಪಡುತ್ತದೆ. ಇದು ಸಪ್ತಮೀ ವಿಭಕ್ತಿ.

ಉದಾ : शिवा सिनेमा शूटिंग में है ।

शीव सीनेमा शूटींग्नल्ली इद्दाने ।

ಶಿವ ಸಿನೆಮಾ ಶೂಟಿಂಗ್‌ನಲ್ಲಿ ಇದ್ದಾನೆ.

8. सम्बोधन कारक ಸಂಬೋಧನ ಕಾರಕ (Vocative Case)

इस वाक्य में कर्ता की मनोभाव को या किसी को बुलाने या सम्बोधित करने के विषय में बताती है ।

ಇನ್ನೊಬ್ಬರನ್ನು ಕರೆಯಲು ಬಳಕೆಯಾಗುತ್ತದೆ. 'ಹೇ', 'ಜೀ', 'ಏ', 'ಅರೇ'. ಕನ್ನಡದಲ್ಲಿ 'ಏ' 'ಅಹಾ' 'ಅರೆ' ಅಷ್ಟಮಿ ವಿಭಕ್ತಿ.

ಉದಾ : हे भगवान ! कृपा करो ।

हे देवने, दये तोरु ।

ಹೇ ದೇವನೇ, ದಯೆ ತೋರು

सूचना : कारक प्रयोग करने के समय में सब कुछ नियम के अनुसार करना है । हिन्दी में भी कारक संज्ञा और सर्वनाम के बाद आती है । सावधानी से देखना पडता है ।

ಸೂಚನೆ : ಕಾರಕಗಳನ್ನು ಬಳಸುವಾಗ ಕೆಲವು ನಿಯಮಗಳನ್ನು ಪಾಲಿಸಬೇಕಾಗುತ್ತದೆ. ಕಾರಕಗಳು ಸಂಜ್ಞೆಮತ್ತು ಸರ್ವನಾಮದ ನಂತರ ಬರುತ್ತವೆ.

को (ಕೋ) - यह सिर्फ प्राणि वाचक शब्दों को उपयोग होती है । का, के की (ಕಾ, ಕೆ, ಕೀ) जैसे संबंध कारक षष्ठी विभक्ति प्रत्यय 'का' (ಕಾ) के बाद, आयी संज्ञा के बाद कोई विभक्ति आयी तो वह एक वचन है तो भी वे 'के' (ಕೆ) जैसे बदल जायेंगे । मतलब अकारांत संज्ञा एकारांत संज्ञा जैसे बदल जायेगी लेकिन स्त्रीलिंग में कोई भेद नहीं आता है ।

'ಕೋ' ಅನ್ನು ಪ್ರಾಣಿವಾಚಕ ಶಬ್ದಗಳಿಗೆ ಮಾತ್ರ ಬಳಸಬೇಕು. ಕಾ, ಕೆ, ಕೀ ಎಂಬ ಸಂಬಂಧ ಕಾರಕಗಳನ್ನು ಷಷ್ಠಿವಿಭಕ್ತಿಯ ಮೊದಲ 'ಕಾ' ಬಳಿಕ, ಆಯಿ ಸಂಜ್ಞೆ ಬಳಿಕ ಯಾವುದೇ ವಿಭಕ್ತಿ ಬಂದರೆ, ಅದು ವಚನ ಆಗಲಿದೆ. ಅದು 'ಕೆ' ಆಗಿ ಬದಲಾಗಲಿದೆ. 'ಅ'ಕಾರಾಂತ ಸಂಜ್ಞೆಯು 'ಎ' ಕಾರಾಂತ ಸಂಜ್ಞೆಯಾಗಿ ಬದಲಾದರೆ, ಸ್ತ್ರೀಲಿಂಗದಲ್ಲಿ ವ್ಯತ್ಯಾಸ ಆಗುವುದಿಲ್ಲ.

उदा : माताजी की किताब में

माताजी पुस्तकदल्लि

ಮಾತಾಜಿಯ ಪುಸ್ತಕದಲ್ಲಿ

इस वाक्य में संज्ञा के बाद विभक्ति मे (ಮೆ) आयी तो भी की (ಕೀ) नहीं बदल गयी है ।

ಮೇಲಿನ ವಾಕ್ಯದಲ್ಲಿ ಸರ್ವನಾಮದ ಬಳಿಕ ವಿಭಕ್ತಿ 'ಮೆ' ಬಂದಿದ್ದರೂ 'ಕೀ' ಬದಲಾಗಿಲ್ಲ.

कलाशाला के विद्यार्थियों से

कला शालेय विद्यार्थिगल्लि

ಕಲಾ ಶಾಲೆಯ ವಿದ್ಯಾರ್ಥಿಗಳಲ್ಲಿ

या इस वाक्य में कलाशाला के बाद 'का' (ಕಾ) आना । लेकिन विद्यार्थियों (ಸರ್ವನಾಮ) के बाद विभक्ति से (ಸೆ) आयी है । उसलिए 'का' कारक 'के' (ಕೆ) जैसा बदल गयी है ।

ಇಲ್ಲಿ ಕಲಾಶಾಲೆಯ ಬಳಿಕ 'ಕಾ' ಬರಬೇಕಿತ್ತು. ಆದರೆ, ವಿದ್ಯಾರ್ಥಿಗಳ (ಸರ್ವನಾಮ) ಬಳಿಕ ವಿಭಕ್ತಿ 'ಸೆ' ಬಂದಿದೆ. ಹೀಗಾಗಿ 'ಕಾ'ಕಾರಕವು 'ಕೆ' ಆಗಿ ಬದಲಾಗಿದೆ.

सूचना :

पुल्लिंग एक वचन	ಪುಲ್ಲಿಂಗ ಏಕವಚನ	: का (ಕಾ)
पुल्लिंग बहु वचन	ಪುಲ್ಲಿಂಗ ಬಹುವಚನ	: के (ಕೆ)
स्त्रीलिंग एक वचन	ಸ್ತ್ರೀಲಿಂಗ ಏಕವಚನ	: की (ಕೀ)
स्त्रीलिंग बहु वचनु	ಸ್ತ್ರೀಲಿಂಗ ಬಹುವಚನ	: की (ಕೀ)

स्त्रीलिंग में भेद नहीं रहती है । (ಸ್ತ್ರೀಲಿಂಗದಲ್ಲಿ ಯಾವುದೇ ಬದಲಾವಣೆ ಆಗಿಲ್ಲ)

लेकिन पुल्लिंग एक वचन 'का' (ಕಾ) संज्ञा के बाद किसी कारक आया तो वह 'के' (ಕೆ) में बदल जाता है ।
ಆದರೆ, ಪುಲ್ಲಿಂಗ ಏಕವಚನ (ಕಾ) ಸಂಜ್ಞೆಯ ನಂತರ ಯಾವುದೇ ಕಾರಕ ಬಂದಲ್ಲಿ 'ಕೆ' ಆಗಿ ಬದಲಾಗುತ್ತದೆ.

• • • • • • • • • • • • • •

2. सर्वनाम ಸರ್ವನಾಮ (Pronoun) : संज्ञा के बदले प्रयुक्त होने वाले शब्दों को सर्वनाम कहते हैं । ನಾಮಪದದ ಬದಲು ಬರುವ ವಿಕಾರಿ ಶಬ್ದವನ್ನು ಸರ್ವನಾಮ ಎನ್ನುತ್ತಾರೆ.

उदा : हम नावु (ನಾವು), तुम नीवु (ನೀವು), वह अवनु (ಅವನು)
मैं नानु (ನಾನು), आप तावु (ತಾವು)

सूचना : मैं (ಮೈ) वाक्य कहते समय वाक्यांत में 'हूँ' (ಹೂ) आता हैं वैसे ही 'हम' (ಹಮ್), 'वह' (ವಹಾ), 'आप' (ಆಪ್), 'वे' (ವೇ), और 'ये' (ಯೆ) से वाक्य बनाते के समय 'हैं' (ಹೈ) का प्रयोग करते हैं । लेकिन 'तुम' (ತುಮ್) वाक्य के वाक्यांत में हो (ಹೋ) आता है ।

'ಮೈ' ಬಳಸಿದಾಗ ವಾಕ್ಯಾಂತ್ಯದಲ್ಲಿ 'ಹೂ' ಬರಬೇಕು, 'ಹಮ್' ಬಳಸಿದಾಗ ಕೂಡಾ. 'ವಹಾ', 'ಆಪ್', 'ವೆ' ಮತ್ತು 'ಯೆ' ಬಳಸಿ ವಾಕ್ಯ ರಚಿಸಿದಲ್ಲಿ 'ಹೈ' ಬಳಸಬೇಕು. ಆದರೆ 'ತುಮ್' ಬಳಸಿದಾಗ 'ಹೋ' ಅಂತ್ಯದಲ್ಲಿ ಬರಬೇಕು.

उदा :	मैं खाना खाता हूँ	नानु ऊट माडुत्तिद्देने ।	ನಾನು ಊಟ ಮಾಡುತ್ತಿದ್ದೇನೆ.
	तुम कहाँ हो ?	नीवु एल्लिद्दीरि ?	ನೀವು ಎಲ್ಲಿದ್ದೀರಿ ?
	आप कब आते हैं ?	नीवु यावाग बरुत्तीरि ?	ನೀವು ಯಾವಾಗ ಬರುತ್ತೀರಿ ?

सर्वनाम विभाजन ಸರ್ವನಾಮ ವಿಭಜನೆ **Division of Pronoun** सर्वनाम छः प्रकार के होते है ।

1. पुरुष वाचक सर्वनाम ಪುರುಷ ವಾಚಕ ಸರ್ವನಾಮ **(Personal Pronoun)**

यह सुनने वाले या बोलने वाला या उस विषय से सम्बन्ध होने वालों के बारे में बताती है । उसको पुरुष वाचक सर्वनाम कहते है ।

ಕೇಳುವವ, ಹೇಳುವವ ಮತ್ತು ವಿಷಯದೊಡನೆ ಸಂಬಂಧವಿರುವವರ ಬಗ್ಗೆ ಹೇಳುವ ವಾಚಕವೇ ಪುರುಷ ವಾಚಕ ಸರ್ವನಾಮ. ಹೇಳುವವ (ಉತ್ತಮ ಪುರುಷ), ಕೇಳುವವ(ಮಧ್ಯಮ ಪುರುಷ) ಹಾಗೂ ಅನ್ಯವಸ್ತು-ವ್ಯಕ್ತಿ (ಅನ್ಯಪುರುಷ).

उदा :	मैं	....	नानु	....	ನಾನು
	हम	....	नावु	....	ನಾವು
	तुम	....	नीनु	....	ನೀನು

तु	....	नीवु	....	ನೀವು
आप	....	तावु	....	ತಾವು
यह	....	इवनु	....	ಇವನು
वह	....	आतनु	....	ಆತನು
ये	....	इवरु	....	ಇವರು
वे	....	अवरु	....	ಅವರು

2. **निजवाचक सर्वनाम** ನಿಜವಾಚಕ ಸರ್ವನಾಮ (Reflexive Pronoun)

जिस सर्वनाम का प्रयोगकर्ता कारक स्वयं के लिये करता है उसे निजवाचक सर्वनाम कहते हैं । इसमें कर्ता की बाजू में 'ही' (ಹಿ) का प्रयोग होता है ।

ಯಾವ ಸರ್ವನಾಮದಿಂದ ಸ್ವತಃ ಅರ್ಥ ಬೋಧನೆ ಆಗುವುದೋ ಅದು ನಿಜವಾಚಕ ಸರ್ವನಾಮ. ಇದರಲ್ಲಿ ಕರ್ತೃವಿನ ಬಳಿಯೇ 'ಹಿ' ಬಳಕೆ ಆಗುತ್ತದೆ.

उदा :	आप ही	....	तावे	....	ತಾವೇ
	हम ही	....	नावे	....	ನಾವೇ
	तुम ही	....	नीवे	....	ನೀವೇ
	यह ही	....	अवने	....	ಅವನೇ

3. **निश्चयवाचक सर्वनाम** ನಿಶ್ಚಯವಾಚಕ ಸರ್ವನಾಮ (Demonstrative Pronoun)

यह व्यक्ति या वस्तु के बारे में निश्चित तौर पर बताती है ।

ಇದರಲ್ಲಿ ವ್ಯಕ್ತಿ ಅಥವಾ ವಸ್ತುವಿನ ಬಗ್ಗೆ ನಿಶ್ಚಿತವಾಗಿ ಹೇಳಲಾಗುತ್ತದೆ.

उदा :	यह	....	इवनु / इवळु	....	ಇವನು / ಇವಳು
	वह	....	अवनु / अवळु	....	ಅವನು / ಅವಳು
	ये	....	इवु	....	ಇವು
	वे	....	अवु	....	ಅವು

4. **अनिश्चय वाचक सर्वनाम** ಅನಿಶ್ಚಯವಾಚಕ ಸರ್ವನಾಮ (Indefinite Pronoun)

यह एक व्यक्ति के बारे में या एक वस्तु के बारे में निश्चित तौर पर नहीं बताती है ।

ಒಂದು ವ್ಯಕ್ತಿ ಇಲ್ಲವೇ ವಸ್ತುವಿನ ಬಗ್ಗೆ ನಿಶ್ಚಿತವಾಗಿ ಹೇಳುವುದಿಲ್ಲ.

उदा :	कोई	....	यारो	....	ಯಾರೋ
	कुछ	....	केलवु	....	ಕೆಲವು
	सब	....	एल्लरू	....	ಎಲ್ಲರೂ

5. सम्बन्ध वाचक सर्वनाम ಸಂಬಂಧವಾಚಕ ಸರ್ವನಾಮ (Relative Pronoun)

यह एक शब्द या वाक्य से दूसरे शब्द या वाक्य के परस्पर सम्बन्ध के बारे में बताती है ।

उदा :	वह	....	यावुदो अदु	ಯಾವುದೋ ಅದು
	जिससे उससे	....	यावनो अवनु	ಯಾವನೋ ಅವನು
	जिसकि उसकि	....	यवनदो अवनदु	ಯಾವನದೋ ಅವನದು
	जिसमे उसमे	....	यावुदरल्लो अदरल्लि	ಯಾವುದರಲ್ಲೋ ಅದರಲ್ಲಿ

जो काम करता है वो फल पाता है ।

यारु केलस माडुत्तारो अवरींगे फल सिगुत्तदे ।

ಯಾರು ಕೆಲಸ ಮಾಡುತ್ತಾರೋ ಅವರಿಗೆ ಫಲ ಸಿಗುತ್ತದೆ.

जो (ಜೋ) एक संबंध वाचक सर्वनाम है । इसको हमे समझ आने के लिए उसको हम 'ऐनादरू' (ಏನಾದರೂ) अर्थ में लेना पडता है ।

'ಜೋ ಎಂಬುದು ಸಂಬಂಧವಾಚಕ ಸರ್ವನಾಮ. 'ಏನಾದರೂ' ಎನ್ನುವ ಅರ್ಥದಲ್ಲಿ ತೆಗೆದುಕೊಳ್ಳಬೇಕು.

1. हिन्दी में जो शब्द आया तो (उसी) वाक्य में वह शब्द आता है । 'जो' शब्द आया तो उसी वाक्य में अवळु (ಅವಳು), अवरु (ಅವರು) शब्द आते हैं ।

   'ಜೋ' ಪದ ಬಂದರೆ, ಅದೇ ವಾಕ್ಯದಲ್ಲಿ ಈ ಶಬ್ದ ಬರುತ್ತದೆ.

2. 'जो' (ಜೋ) शब्द संज्ञा से सम्बन्ध या सर्वनाम से अधिक संबंध रहती है ।

   'ಜೋ' ಶಬ್ದವು ನಾಮಪದ ಇಲ್ಲವೇ ಸರ್ವನಾಮದ ಜತೆ ಹೆಚ್ಚು ಸಂಬಂಧ ಹೊಂದಿರುತ್ತದೆ.

3. 'जो' (ಜೋ) शब्द कभी-कभी वाक्य के पहले और कभी वाक्य के बीच में आता है ।

   'ಜೋ' ಪದವು ವಾಕ್ಯದ ಮೊದಲು ಹಾಗೂ ಕೆಲವೊಮ್ಮೆ ವಾಕ್ಯದ ಮಧ್ಯದಲ್ಲಿ ಬರುತ್ತದೆ.

उदा : जो अच्छा पढ़ता हैं वह पास होता हैं ।

यारु चेन्नागि ओदुत्तारो अवरु तेगडि हौंदुत्तारे ।

ಯಾರು ಚೆನ್ನಾಗಿ ಓದುತ್ತಾರೋ ಅವರು ತೇರ್ಗಡೆ ಹೊಂದುತ್ತಾರೆ.

वे महापुरुष होते है जो देश के लिए कष्ट सहन करते है ।

यारु महापुरुषरो अवरु देशक्कागि कष्टवन्नु अनुभविसिरुत्तारे ।

ಯಾರು ಮಹಾಪುರುಷರೋ ಅವರು ದೇಶಕ್ಕಾಗಿ ಕಷ್ಟವನ್ನು ಅನುಭವಿಸಿರುತ್ತಾರೆ.

4. विभक्तियाँ ने 'ನೆ', को 'ಕೋ', से 'ಸೆ', पर 'ಪರ್' आयेतो 'जो' 'ಜೋ' की रूप बदल जाती है ।

ವಿಭಕ್ತಿಗಳಾದ 'ನೆ' 'ಕೋ' 'ಸೆ' 'ಪರ್'ಗಳು ಬಂದಾಗ 'ಜೋ' ರೂಪ ಬದಲಾಗುತ್ತದೆ.

उदा :	**एक वचन** ಏಕವಚನ	**बहु वचन** ಬಹುವಚನ
जो + ने	जिसने	जिन्होने
जो + को	जिसको / जिसे	जिनको/जिन्हे
जो + से	जिससे	जिनसे
जो + पर	जिस पर	जिन पर

5. 'जो' 'ಜೋ' शब्द विशेषण के जैसा भी उपयोग होता है । संज्ञा के बाद विभक्ति आयी तो एक वचन जैसा बदल जाता है ।

'ಜೋ' ಶಬ್ದವು ವಿಶೇಷಣವಾಗಿಯೂ ಬಳಸಲ್ಪಡುತ್ತದೆ. ನಾಮಪದದ ಬಳಿಕ ವಿಭಕ್ತಿ ಬಂದರೆ, ಏಕವಚನವು ಬಹುವಚನವಾಗಿ ಬದಲಾಗುತ್ತದೆ.

जिस देश मे गंगा बहती है उस देश में हम रहते हैं ।

याव देशदल्लि गंगेयु हरियुत्ताळो अदे देशदल्लि नावु इद्देवे ।

ಯಾವ ದೇಶದಲ್ಲಿ ಗಂಗೆಯು ಹರಿಯುತ್ತಾಳೋ ಅದೇ ದೇಶದಲ್ಲಿ ನಾವು ಇದ್ದೇವೆ.

उदा - जिसदपारमे आप काम करने है वह कहाँ है ।

नीवु केलस माडुत्तिरुव कचेरि एल्लिदे ? (एकवचन)

ನೀವು ಕೆಲಸ ಮಾಡುತ್ತಿರುವ ಕಚೇರಿ ಎಲ್ಲಿದೆ ? (ಏಕವಚನ)

जिन बच्चों को तुम चाहते हो वे यहाँ नहीं है ।

निवु याव मक्कळन्नु केळुत्तिरुविरो आ मक्कळु इल्लि इल्ल. (बहुवचन)

ನೀವು ಯಾವ ಮಕ್ಕಳನ್ನು ಕೇಳುತ್ತಿರುವಿರೋ ಆ ಮಕ್ಕಳು ಇಲ್ಲಿ ಇಲ್ಲ. (ಬಹುವಚನ)

6. **प्रश्नवाचक सर्वनाम ಪ್ರಶ್ನಾವಾಚಕ ಸರ್ವನಾಮ (Interrogative Pronoun)**

किसी व्यक्ति के बारे में, या किसी चीज के बारे में प्रश्न करनेवाली सर्वनाम है ।

ವ್ಯಕ್ತಿಯ ಬಗ್ಗೆ ಇಲ್ಲವೇ ವಸ್ತುವಿನ ಬಗ್ಗೆ ಪ್ರಶ್ನೆ ಮಾಡಲು ಬಳಕೆಯಾದ ಸರ್ವನಾಮವೇ ಪ್ರಶ್ನಾವಾಚಕ.

उदा :				
	क्या	....	ऐनु?	ಏನು ?
	कौन	....	यारु ?	ಯಾರು ?
	किसका	....	यारदु ?	ಯಾರದು ?

■ कौनसा यावुदु ಯಾವುದು (which)

यह शब्द हिन्दी भाषा जाननेवाले सबको मालूम है ।

उदा : वह कौनसा नम्बर है ?
अदु याव संख्ये ?
ಅದು ಯಾವ ಸಂಖ್ಯೆ ?

उदा : वह कौनसी गाड़ी हैं ?
अदु यार वाहन ?
ಅದು ಯಾರ ವಾಹನ ?

■ इन्होने-ईमे / ईत- इवनु ಈತ / ಇವನು (This Person)

इवनु (ಇವನು) / इवु (ಇವು) का अर्थ इवळु (ಇವಳು), अवनु (ಅವನು), अवळु (ಅವಳು), इवु (ಇವು) यह सर्वनाम है । इन शब्दों को रोजाना व्यवहार मे प्रयोग करते हैं ।

ಇವನು/ಇವಳು, ಇವು ಎಲ್ಲೆಡೆ ಬಳಕೆಯಾಗುವ ಪದಗಳು. ಇವನು/ಇವಳು ಸರ್ವನಾಮ. ಅವನು/ ಅವಳು ಕೂಡಾ ಮಾಮೂಲಿ ಬಳಕೆಯ ಪದಗಳು. ದೈನಂದಿನ ವ್ಯವಹಾರದಲ್ಲಿ ಬಳಸಲ್ಪಡುತ್ತವೆ.

उदा : ये वहाँ नही थे ।
अवरु अल्लि इल्ल
ಅವರು ಅಲ್ಲಿ ಇಲ್ಲ.

इन्होंने रोटी खायी ।
इवरु रोट्टि तिंदरु ।
ಇವರು ರೊಟ್ಟಿ ತಿಂದರು.

■ वह-उन्होने / अवनु - आत / ಅವನು– ಆತ (That Person)

अवनु/अवळु ಅವನು/ ಅವಳು का अर्थ अवु (ಅವು), आतनु (ಆತನು), अवरु (ಅವರು) सर्वनाम है । इन शब्दों को हम रोजाना व्यवहार में प्रयोग करते है ।

ಅವನು/ಅವಳು, ಅವು-ಇವು ಸರ್ವನಾಮಗಳು. ವ್ಯಾವಹಾರಿಕ ಬಳಕೆಯಲ್ಲಿವೆ.

उदा : वह यहाँ आयेंगे ।
अवनु इल्लिगे बरुत्ताने ।
ಅವನು ಇಲ್ಲಿಗೆ ಬರುತ್ತಾನೆ.

उन्होने कहा कि कल यहाँ बड़ा उत्सव होगा ।
नाळे इल्लि उत्सव इदे एंदु आत हेळिद ।
ನಾಳೆ ಇಲ್ಲಿ ಉತ್ಸವ ಇದೆ ಎಂದು ಆತ ಹೇಳಿದ.

(अ) सर्वनाम का रूपान्तर / सर्वनामद रूपांतर ಸರ್ವನಾಮದ ರೂಪಾಂತರ

विभक्ति से सर्वनाम के रूप बदलता है ।

ವಿಭಕ್ತಿಯಿಂದಾಗಿ ಸರ್ವನಾಮವು ರೂಪಾಂತರಗೊಳ್ಳುವುದಿದೆ.

01.	कौन + का = किसका	यारदु	ಯಾರದು	(whose)
02.	कौन + का = किनका	यारदु	ಯಾರದು	(whose)
03.	कौन + ने = किन्होने	यारु	ಯಾರು	(who)
04.	तुम + का = तुम्हारा	निन्नदु	ನಿನ್ನದು	(your)
05.	मैं + का = मेरा	नन्नदु	ನನ್ನದು	(my)
06.	आप + का = आपका	तम्मदु	ತಮ್ಮದು	(yours)
07.	कौन + से = किससे	यारिंद	ಯಾರಿಂದ	(by whom)
08.	कौन + को = किनको	यारिगे	ಯಾರಿಗೆ	(to whom)
09.	मैं + से = मुझसे	नन्निंद	ನನ್ನಿಂದ	(by me)
10.	तुम + से = तुमसे	निन्निंद	ನಿನ್ನಿಂದ	(by you)
11.	आप + से = आपसे	निम्मिंद	ನಿಮ್ಮಿಂದ	(by you)
12.	मैं + ने = मैंने	नानु	ನಾನು	(I)
13.	तुम + ने = तुमने	नीवु	ನೀವು	(you)
14.	यह + ने = इसने	अवनु	ಅವನು	(he)
15.	हम + का = हमारा	नम्मदु	ನಮ್ಮದು	(our/ours)
16.	वह + ने = उसने	अदु	ಅದು	(that)
17.	यह + का = इसका	इदरिंद	ಇದರಿಂದ	(of this)
18.	वे + का = उनको	अदरिंद	ಅದರಿಂದ	(of that)

19.	ये + ने = इन्होने	इवु	ಇವು	(these)
20.	वह + का = उसका	अवनिंद	ಅವನಿಂದ	(of him)
21.	ये + का = इनका	इवुगळिंद	ಇವುಗಳಿಂದ	(of these)
22.	आप + ने = आपने	नीनु	ನೀನು	(you)
23.	मैं + को = मुझे	ननगे	ನನಗೆ	(to me)
24.	तुम + को = तुमको	निनगे	ನಿನಗೆ	(to you)
25.	यह + को = इसको	इदक्के	ಇದಕ್ಕೆ	(to this)
26.	वह + को = उसको	अदक्के	ಅದಕ್ಕೆ	(to that)
27.	वे + से = उनसे	अवरिंद	ಅವರಿಂದ	(by them)
28.	वह + से = उससे	अवरिंद	ಅವರಿಂದ	(by them)
29.	ये + से = इससे	अवरिंद	ಅವರಿಂದ	(by them)
30.	तुम + से = तुमसे	निन्निंद	ನಿನ್ನಿಂದ	(by you)
31.	हम + से = हमसे	नम्मिंद	ನಮ್ಮಿಂದ	(by us)
32.	आप + को = आपको	निनगागि	ನಿನಗಾಗಿ	(to you)
33.	यह + से = इससे	इदरिंद/इवरिंद	ಇದರಿಂದ	(by this / From this)

(आ) पुरुष / पुरुष / ಪುರುಷ (Persons)

हिन्दी व्याकरण में तीन पुरुष शब्द है । वे : ಹಿಂದಿಯಲ್ಲಿ ಮೂರು ಪುರುಷಗಳಿವೆ. ಅವೆಂದರೆ,

1. उत्तम पुरुष ಉತ್ತಮ ಪುರುಷ (First Person) : बात करनेवाला या लिखनेवाला अपने बारे में प्रयोग करे सो सर्वनाम को उत्तम पुरूष कहते है ।

ಮಾತನಾಡುವವ ಇಲ್ಲವೇ ಬರೆಯುವವ ತನ್ನ ಬಗ್ಗೆ ಪ್ರಯೋಗಿಸಿಕೊಳ್ಳುವ ಸರ್ವನಾಮವೇ ಉತ್ತಮ ಪುರುಷ.

उदा : मैं - नानु ನಾನು, हम - नावु ನಾವು

2. मध्यम पुरुष ಮಧ್ಯಮ ಪುರುಷ (Second Person) : सुननेवाले या सामने से बात करने वाले सर्वनाम को मध्यम पुरुष कहते है ।

ಕೇಳುವವ ಇಲ್ಲವೇ ಎದುರಿನವನೊಡನೆ ಮಾತನಾಡುವವ ಬಳಸುವ ಸರ್ವನಾಮವೇ ಮಧ್ಯಮ ಪುರುಷ.

उदा : तू नीनु ನೀನು तुम नीवु ನೀವು आप तावु ತಾವು

3. अन्य पुरुष ಅನ್ಯ ಪುರುಷ (Third Person) : जिसके बारे में बता रहें है या लिख रहे है, उसको अन्य पुरूष या प्रथम पुरुष कहते है ।

ಯಾರ ಬಗ್ಗೆ ಹೇಳುತ್ತಿದ್ದಾರೋ ಇಲ್ಲವೇ ಬರೆಯುತ್ತಿದ್ದಾರೋ, ಅವರನ್ನು ಅನ್ಯ ಇಲ್ಲವೇ ಪ್ರಥಮ ಪುರುಷ ಎನ್ನಲಾಗುತ್ತದೆ.

उदा : वे अवरु ಅವರು ये ई / इवनु ಈ / ಇವನು

वह अवनु / अदु ಅವನು/ ಅದು यह इ / इवनु ಇ / ಇವನು

सूचना : अंग्रेजी की तरह हिन्दी में अन्य पुरुष को तृतीय पुरुष नहीं कहते है ।

• • • • • • • • • • • • • •

3. विशेषण ವಿಶೇಷಣ (Adjective) : संज्ञा का या सर्वनाम का गुण बतानेवाला है ।

ನಾಮಪದ ಇಲ್ಲವೇ ಸರ್ವನಾಮದ ವರ್ಣನೆ ಮಾಡುವ ಶಬ್ದವೇ ವಿಶೇಷಣ.

उदा : वीरू अच्छा हैं । वीरू चेन्नागिद्दाने । ವೀರೂ ಚೆನ್ನಾಗಿದ್ದಾನೆ.

वह छोटा है । आत कुळ्ळगिद्दाने । ಆತ ಕುಳ್ಳಗಿದ್ದಾನೆ.

यह मीठा हैं । इदु सिहियागिदे । ಇದು ಸಿಹಿಯಾಗಿದೆ.

विशेषण / विशेषणगळु / ವಿಶೇಷಣಗಳು (Adjectives)

बुरा	केट्टदु	ಕೆಟ್ಟದು	ताजा	ताजा	ತಾಜಾ
अच्छा	ओळ्ळेयदु	ಒಳ್ಳೆಯದು	सीदा	नेर	ನೇರ
बड़ा	दौड्डदु	ದೊಡ್ಡದು	पापी	पापि	ಪಾಪಿ
छोटा	सण्णदु	ಸಣ್ಣದು	पवित्र	पवित्र	ಪವಿತ್ರ
लम्बा	उद्दगिन / एत्तर	ಉದ್ದಗಿನ/ಎತ್ತರದ	मोटा	कुळ्ळगिन	ಕುಳ್ಳಗಿನ
सफेद	बिळि	ಬಿಳಿ	काला	कप्पु	ಕಪ್ಪು
समतल	समतळद	ಸಮತಳದ	मीठा	सिहियाद	ಸಿಹಿಯಾದ

लाल	केंपु	ಕೆಂಪು	साफ	शुभ्रवाद	ಶುಭ್ರವಾದ
गंदा	दुर्वासिनेय	ದುರ್ವಾಸನೆಯ	ऊँचा	उच्च / एत्तरद	ಉಚ್ಚ / ಎತ್ತರದ
वीर	शूर	ಶೂರ	नीचा	नीच / केळगिन	ನೀಚ/ಕೆಳಗಿನ
सुन्दर	सुंदर	ಸುಂದರ	मूर्ख	मूर्ख	ಮೂರ್ಖ
भद्दा	विकृत	ವಿಕೃತ	ठंडा	तण्णगिन	ತಣ್ಣಗಿನ
गरम	बिसि	ಬಿಸಿ			

• • • • • • • • • • • • • • • •

4. क्रियापद ಕ್ರಿಯಾಪದ (Verb) : यह काम के बारे में बताती है । ಕ್ರಿಯೆಯನ್ನು ತಿಳಿಸುವ ಪದ.

उदा :	कुत्ता भौंकता है	नायि बोगळुत्तदे ।	ನಾಯಿ ಬೊಗಳುತ್ತದೆ.
	पक्षी उडते हैं	हक्कि हारुत्तदे ।	ಹಕ್ಕಿ ಹಾರುತ್ತದೆ.
	घोड़ा दौडता है	कुदुरे ओडुत्तदे ।	ಕುದುರೆ ಓಡುತ್ತದೆ.
	हम देखते हैं	नावु नोडुत्तेवे ।	ನಾವು ನೋಡುತ್ತೇವೆ.

किसी भाषा में बात करने लिखने और उसे समझने के लिए हमें उस भाषा की क्रियाओं की अच्छी तरह जानकारी होनी चाहिये, तभी हम उस भाषा को भली प्रकार सीख सकते हैं । दुसरों से अच्छी तरह बात कर सकते हैं । उस भाषा को समझ सकते हैं ।

ಯಾವ ಭಾಷೆಯಲ್ಲಿ ಮಾತನ್ನಾಡಲು, ಬರೆಯಲು ಇಚ್ಚಿಸುತ್ತೇವೋ ಆ ಭಾಷೆಯ ಕ್ರಿಯಾಪದಗಳ ಬಗ್ಗೆ ಅರಿವು ಇದ್ದಲ್ಲಿ ನಾವು ಆ ಭಾಷೆಯನ್ನು ಚೆನ್ನಾಗಿ ಕಲಿಯಬಹುದು. ಬೇರೆಯವರ ಜತೆ ಚೆನ್ನಾಗಿ ಮಾತನಾಡಬಹುದು. ಚೆನ್ನಾಗಿ ಅರ್ಥ ಮಾಡಿಕೊಳ್ಳಬಹುದು.

इनमे दो भेद है । वे : ಕ್ರಿಯಾಪದಗಳಲ್ಲಿ ಎರಡು ವಿಧ. ಅವೆಂದರೆ,

1. **सकर्मक क्रियापद ಸಕರ್ಮಕ ಕ್ರಿಯಾಪದ** (Transitive Verb)
2. **अकर्मक क्रियापद ಅಕರ್ಮಕ ಕ್ರಿಯಾಪದ** (Intransitive verb)

1. **सकर्मक क्रिया :** एक वाक्य में कर्ता, कर्म, क्रिया होते है । कर्म की सहायता से पूरा अर्थ देनेवाली क्रिया को सकर्मक क्रिया कहते है ।

ವಾಕ್ಯವೊಂದರಲ್ಲಿ ಕರ್ತೃ, ಕರ್ಮ, ಕ್ರಿಯೆ ಮೂರೂ ಇರುತ್ತದೆ. ಕರ್ಮದ ಸಹಾಯದಿಂದ ಪೂರ್ಣ ಅರ್ಥ ನೀಡುವ ಪದವೇ ಸಕರ್ಮ ಕ್ರಿಯಾಪದ.

उदा : कृष्णा पाठ पढ़ रहा है ।

कृष्ण पाठवन्नु ओदुत्तिद्दाने ।

ಕೃಷ್ಣ ಪಾಠವನ್ನು ಓದುತ್ತಿದ್ದಾನೆ.

कर्ता (कृष्णा), कर्म (पाठ), क्रिया (पढ़ रहा है)

ಕರ್ತ (ಕೃಷ್ಣ), ಕರ್ಮ (ಪಾಠ), ಕ್ರಿಯೆ (ಓದು)

2. **अकर्मक क्रिया :** एक वाक्य में कर्म नहीं है तो भी पूरा अर्थ देनेवाले कर्म को अकर्मक क्रिया कहते है ।

ಬರಿ 'ಕರ್ಮ' ಮಾತ್ರವೇ ಇದ್ದರೂ, ಸಂಪೂರ್ಣ ಅರ್ಥವನ್ನು ನೀಡಿದಲ್ಲಿ ಅದು ಅಕರ್ಮಕ ಕ್ರಿಯಾಪದ.

उदा :	हम बैठे	नावु कुळितेवु ।	ನಾವು ಕುಳಿತೆವು.
	कर्ता - हम, ಕರ್ತೃ ನಾವು	क्रिया - बैठे	ಕ್ರಿಯೆ (ಕುಳಿತೆವು.)
	राजू सोया	राजु मलगिद्दाने ।	ರಾಜು ಮಲಗಿದ್ದಾನೆ.
	कर्ता - राजु, ಕರ್ತೃ-ರಾಜು	क्रिया - सोया	ಕ್ರಿಯೆ (ಮಲಗಿದ್ದಾನೆ.)

क्रियापदगळु / ಕ್ರಿಯಾಪದಗಳು

1.	लिखना	बरेयुवुदु	ಬರೆಯುವುದು	14.	सीखना	कलिसुवुदु	ಕಲಿಸುವುದು
2.	खोलना	तेरेयुवुदु	ತೆರೆಯುವುದು	15.	चढ़ना	हत्तुवुदु	ಹತ್ತುವುದು
3.	पढना	ओदुवुदु	ಓದುವುದು	16.	पीना	कुडियुवुदु	ಕುಡಿಯುವುದು
4.	खाना	तिन्नुवुदु	ತಿನ್ನುವುದು	17.	आना	बरुवुदु	ಬರುವುದು
5.	जाना	होगुवुदु	ಹೋಗುವುದು	18.	सुनना	केळुवुदु	ಕೇಳುವುದು
6.	देखना	नोडुवुदु	ನೋಡುವುದು	19.	कतरना	कत्तरिसुवुदु	ಕತ್ತರಿಸುವುದು
7.	काटना	कत्तरिसुवुदु	ಕತ್ತರಿಸುವುದು	20.	चलना	चलिसुवुदु	ಚಲಿಸುವುದು
8.	डरना	भयपडुवुदु	ಭಯಪಡುವುದು	21.	दौड़ना	ओडुवुदु	ಓಡುವುದು
9.	करना	माडुवुदु	ಮಾಡುವುದು	22.	खेलना	आटवाडुवुदु	ಆಟವಾಡುವುದು
10.	रोना	अळुवुदु	ಅಳುವುದು	23.	हँसना	नगुवुदु	ನಗುವುದು
11.	बैठना	कुळितुकोळ्ळुवुदु	ಕುಳಿತುಕೊಳ್ಳುವುದು	24.	उठना	एळुवुदु	ಏಳುವುದು
12.	कूदना	धुमुकुवुदु	ಧುಮುಕುವುದು	25.	डूबना	मुळुगुवुदु	ಮುಳುಗುವುದು

13.	लेना	तेगेदुकोळ्ळुवुदु	ತೆಗೆದುಕೊಳ್ಳುವುದು	26.	चलाना	नडेयुवुदु	ನಡೆಯುವುದು
27.	देना	कोडुवुदु	ಕೊಡುವುದು	36.	बन्द करना	निल्लिसुवुदु	ನಿಲ್ಲಿಸುವುದು
28.	उड़ना	हारुवुदु	ಹಾರುವುದು	37.	फिसलना	जारुवुदु	ಜಾರುವುದು
29.	डालना	हाकुवुदु	ಹಾಕುವುದು	38.	निकालना	तेगेयुवुदु	ತೆಗೆಯುವುದು
30.	चिल्लाना	किरुचुवुदु	ಕಿರುಚುವುದು	39.	जीतना	गेल्लुवुदु	ಗೆಲ್ಲುವುದು
31.	पहनना	धरिसुवुदु	ಧರಿಸುವುದು	40.	सोना	निद्रिसुवुदु	ನಿದ್ರಿಸುವುದು
32.	जागना	एच्चरगोळ्ळुवुदु	ಎಚ್ಚರಗೊಳ್ಳುವುದು	41.	बोलना	हेळुवुदु	ಹೇಳುವುದು
33.	मारना	होडेयुवुदु	ಹೊಡೆಯುವುದು	42.	झगडना	जगळवाडुवुदु	ಜಗಳವಾಡುವುದು
34.	मरना	मृतपडुवुदु	ಮೃತಪಡುವುದು	43.	रोकना	तडेयुवुदु	ತಡೆಯುವುದು
35.	पाना	गळिसुवुदु	ಗಳಿಸುವುದು	44.	रचना	रचिसुवुदु	ರಚಿಸುವುದು

क्रियार्थक संज्ञा - क्रियात्मक नामवाचक ಕ್ರಿಯಾತ್ಮಕ ನಾಮವಾಚಕ (Gerund)

क्रिया कुछ संदर्भो में संज्ञा जैसे प्रयोग होते है । इसे क्रियार्थक संज्ञा कहते है । क्रिया शब्द की अंत में 'ना' (ನಾ) आयी तो वह क्रियार्थक संज्ञा होता है ।

क्रियामूलपद ಕ್ರಿಯಾಮೂಲಪದ				क्रियात्मक नामपद ಕ್ರಿಯಾತ್ಮಕ ನಾಮಪದ		
पढ़	ओदु	ಓದು	.....	पढ़ना	ओदुवुदु	ಓದುವುದು
लिख	बरे	ಬರೆ	.....	लिखना	बरेयुवुदु	ಬರೆಯುವುದು
सीख	कलिसु	ಕಲಿಸು	.....	सीखना	कलिसुवुदु	ಕಲಿಸುವುದು
खेल	आडु	ಆಡು	.....	खेलना	आडुवुदु	ಆಡುವುದು
चढ़	ऐरु	ಏರು	.....	चढ़ना	एरुवुदु	ಏರುವುದು
खा	सेविसु	ಸೇವಿಸು	.....	खाना	सेविसुवुदु	ಸೇವಿಸುವುದು

पी	कुडि	ಕುಡಿ	.....	पीना	कुडियुवुदु	ಕುಡಿಯುವುದು
आ	बा	ಬಾ	.....	आना	बरुवुदु	ಬರುವುದು
जा	होगु	ಹೋಗು	.....	जाना	होगुवुदु	ಹೋಗುವುದು
देख	नोडु	ನೋಡು	.....	देखना	नोडुवुदु	ನೋಡುವುದು
सुन	केळु	ಕೇಳು	.....	सुनना	केळुवुदु	ಕೇಳುವುದು
काट	कत्तरिसु	ಕತ್ತರಿಸು	.....	काटना	कत्तरिसुवुदु	ಕತ್ತರಿಸುವುದು
कर	माडु	ಮಾಡು	.....	करना	माडुवुदु	ಮಾಡುವುದು
हँस	नगु	ನಗು	.....	हँसना	नगुवुदु	ನಗುವುದು
दौड़	ओडु	ಓಡು	.....	दौड़ाना	औडुवुदु	ಓಡುವುದು
खेल	आट	ಆಟ	.....	खेलना	आडुवुदु	ಆಡುವುದು
सो	निद्रिसु	ನಿದ್ರಿಸು	.....	सोना	निद्रिसुवुदु	ನಿದ್ರಿಸುವುದು
डर	हेदरु	ಹೆದರು	.....	डरना	हेदरुवुदु	ಹೆದರುವುದು
चल	नडे	ನಡೆ	.....	चलाना	नडेयुवुदु	ನಡೆಯುವುದು
बैठ	कुळितुको	ಕುಳಿತುಕೊ	.....	बैठना	कुळितुकोळ्ळुवुदु	ಕುಳಿತುಕೊಳ್ಳುವುದು
उठ	एळु	ಏಳು	.....	उठना	ऐळुवुदु	ಏಳುವುದು
कूद	धुमुकु	ಧುಮುಕು	.....	कूदना	धुमुकुवुदु	ಧುಮುಕುವುದು
डूब	मुळुगु	ಮುಳುಗು	.....	डूबना	मुळुगुवुदु	ಮುಳುಗುವುದು
ले	तेगेदुकौ	ತೆಗೆದುಕೋ	.....	लेना	तेगेदुकोळ्ळुवुदु	ತೆಗೆದುಕೊಳ್ಳುವುದು
चला	चलिसु	ಚಲಿಸು	.....	चलना	चलिसुवुदु	ಚಲಿಸುವುದು
दे	कोडु	ಕೊಡು	.....	देना	कोडुवुदु	ಕೊಡುವುದು
उड़	हारु	ಹಾರು	.....	उड़ना	हारुवुदु	ಹಾರುವುದು

घूम	तिरुगु	ತಿರುಗು	.....	घूमना	तिरुगुवुदु	ತಿರುಗುವುದು
निकाल	तेगे	ತೆಗೆ	.....	निकालना	तेगेयुवुदु	ತೆಗೆಯುವುದು
चिल्ला	किरुचु	ಕಿರುಚು	.....	चिल्लाना	किरुचुवुदु	ಕಿರುಚುವುದು
जी	जीविसु	ಜೀವಿಸು	.....	जीना	जीविसुवुदु	ಜೀವಿಸುವುದು
पहन	धरिसु	ಧರಿಸು	.....	पहनना	धरिसुवुदु	ಧರಿಸುವುದು
जाग	एच्चरागु	ಎಚ್ಚರಾಗು	.....	जागना	एच्चरवागुवुदु	ಎಚ್ಚರಾಗುವುದು
मार	होडे	ಹೊಡೆ	.....	मारना	होडेयुवुदु	ಹೊಡೆಯುವುದು
झगड़ा	जगळ	ಜಗಳ	.....	झगड़ना	जगळाडुवुदु	ಜಗಳಾಡುವುದು
मर	सायु	ಸಾಯು	.....	मरना	सायुवुदु	ಸಾಯುವುದು
उगल	वांति	ವಾಂತಿ	.....	उगलना	वांति माडुवुदु	ವಾಂತಿ ಮಾಡುವುದು
रोक	तडे	ತಡೆ	.....	रोकना	तडेयुवुदु	ತಡೆಯುವುದು
पा	गळिसु	ಗಳಿಸು	.....	पाना	गळिसुवुदु	ಗಳಿಸುವುದು
रच	रचिसु	ರಚಿಸು	.....	रचना	रचिसुवुदु	ರಚಿಸುವುದು
फिसल	जारु	ಜಾರು	.....	फिसलना	जारुवुदु	ಜಾರುವುದು
चर	मेवु	ಮೇಯು	.....	चरना	मेयुवुदु	ಮೇಯುವುದು

(अ) काल - ಕಾಲ (Tenses)

किसी भाषा को सीखने के लिए या बात करने के लिए हमे दूसरे लोगों की बात जो बोल रहे है वह अच्छी तरह समझना चाहिए या सामनेवाले लोगों को हमे जो कहना है वह सही ढंग से समझाना चाहिए । इसके लिए हमें उस भाषा के व्याकरण की अच्छी जानकारी होना चाहिए ।

ಯಾವುದೇ ಭಾಷೆಯನ್ನು ಕಲಿಯಲು ಇಲ್ಲವೇ ಮಾತನ್ನಾಡಲು, ಇನ್ನೊಬ್ಬ ವ್ಯಕ್ತಿ ಜತೆ ಸಂಭಾಷಣೆ ನಡೆಸಲು ವ್ಯಾಕರಣ ಸರಿಯಾಗಿ ಗೊತ್ತಿರಬೇಕು.

काल (ಕಾಲ) को हमे अच्छी तरह सीख लेना चाहिए जिससे हमें उस भाषा पर अच्छी पकड़ बन जायेगी ।

ಕಾಲ ವಿಭಜನೆಯನ್ನು ನಾವು ಸರಿಯಾಗಿ ಕಲಿಯಬೇಕಿದೆ. ಇದರಿಂದ ಭಾಷೆ ಮೇಲೆ ಹಿಡಿತ ಸಿಗಲಿದೆ.

कार्य होने के बाद वह किस समय पर हुआ, या कार्य होने के समय वे किस समय में होने जा रहें हैं या कार्य हो जाने के समय में वह कब होगा इसकी जानकारी बताने को हम 'काल' (ಕಾಲ) कहते है ।

ಕೆಲಸ ಆದ ಬಳಿಕ ಯಾವಾಗ ಆಯಿತು, ಯಾವಾಗ ಆಗಲಿದೆ ಹಾಗೂ ಕಾರ್ಯ ಆಗಿದ್ದರೆ, ಯಾವಾಗ ಆಗಿತ್ತು ಎನ್ನುವುದನ್ನು ತಿಳಿಸುವುದೇ 'ಕಾಲ'.

काल का किसी भाषा में तीन तरह विभाजन करते है ।

ಇದರಲ್ಲಿ ಮೂರು ವಿಧ.

I.	वर्तमान काल	वर्तमान काल	ವರ್ತಮಾನ ಕಾಲ	(Present tense).
II.	भूत काल	भूतकाल	ಭೂತಕಾಲ	(Past tense).
III.	भविष्यत काल	भविष्यत् काल	ಭವಿಷ್ಯತ್‌ಕಾಲ	(Future tense).

I. **वर्तमान काल ವರ್ತಮಾನ ಕಾಲ** : यह कार्य होने के समय के बारे में बताता है ।
ಕೆಲಸ ಯಾವಾಗ ಆಯಿತು ಎಂಬುದನ್ನು ತಿಳಿಸುತ್ತದೆ.

उदा : किसान बैलगाड़ी चलाता है ।
रैत एत्तिन गाडियन्नु ओडिसुत्तिद्दाने ।
ರೈತ ಎತ್ತಿನ ಗಾಡಿಯನ್ನು ಓಡಿಸುತ್ತಿದ್ದಾನೆ.

पिताजी कपड़े सी रहे है ।
तंदे बट्टेयन्नु धरिसुत्तिद्दारे ।
ತಂದೆ ಬಟ್ಟೆಯನ್ನು ಧರಿಸುತ್ತಿದ್ದಾರೆ.

वर्तमान काल के तीन भेद है । वे : ವರ್ತಮಾನ ಕಾಲದಲ್ಲಿ ಮೂರು ವಿಧ.

1. **सामान्य वर्तमान काल ಸಾಮಾನ್ಯ ವರ್ತಮಾನ ಕಾಲ (Simple Present Tense)** :
यह साधारणतया आदत के बारे में बताता है ।
ವರ್ತಮಾನ ಕಾಲದಲ್ಲಿ ಕ್ರಿಯೆಯು ನಡೆಯುವ ರೂಪವನ್ನು ಸಾಮಾನ್ಯ ವರ್ತಮಾನ ಕಾಲ ಎನ್ನುತ್ತಾರೆ.

उदा : वह अंग्रेजी में बात करता है ।
अवनु इंग्लिष्नल्लि मातन्नाडुत्तिद्दाने ।
ಅವನು ಇಂಗ್ಲಿಷ್‌ನಲ್ಲಿ ಮಾತನ್ನಾಡುತ್ತಿದ್ದಾನೆ.

सीता कपड़े धोती है ।
सीते बट्टे आय्के माडुत्तिद्दाळे ।
ಸೀತೆ ಬಟ್ಟೆ ಆಯ್ಕೆ ಮಾಡುತ್ತಿದ್ದಾಳೆ.

सूरज पूरब में चमकता है ।
सूर्यनु पूर्व दिक्किनल्लि उदयिसुत्तिद्दाने ।
ಸೂರ್ಯನು ಪೂರ್ವದಿಕ್ಕಿನಲ್ಲಿ ಉದಯಿಸುತ್ತಿದ್ದಾನೆ.

पक्षी उड़ते है ।
हक्कि हाराडुत्तिदे ।
ಹಕ್ಕಿ ಹಾರಾಡುತ್ತಿದೆ.

2. **तत्कालिक वर्तमान काल ತಾತ್ಕಾಲಿಕ ವರ್ತಮಾನಕಾಲ (Present Continuous Tense)**
यह उस क्षण में हो रहे काम के बारे में बताता है
ಇದು ಆ ಕ್ಷಣದಲ್ಲಿ ನಡೆಯುತ್ತಿರುವ ಕೆಲಸದ ಕುರಿತು ತಿಳಿಸುತ್ತದೆ.

उदा : घोडे दौड रहे है ।
कुदुरगळु औडुत्तिवे ।
ಕುದುರೆಗಳು ಓಡುತ್ತಿವೆ.

वह आदमी किताब पढ़ रहा है ।
आत पुस्तक औदुत्तिद्दाने ।
ಆತ ಪುಸ್ತಕ ಓದುತ್ತಿದ್ದಾನೆ.

सूचना : इस में क्रिया के अन्त में रह (ರಹ) के रूप आते है । मतलब रहा (ರಹಾ), रहे (ರಹೇ), रहीं (ರಹೀ).
ಇದರಲ್ಲಿ ಕ್ರಿಯೆಯ ಅಂತ್ಯದಲ್ಲಿ 'ರಹ' ಬರುತ್ತದೆ. 'ರಹಾ' 'ರಹೆ' 'ರಹೀ' ಪ್ರತ್ಯಯ ಬರುತ್ತದೆ.

■ हुए / अदे होत्तु / ಅದೇ ಹೊತ್ತು (While)

किसी एक विषय के बारे में दूसरा लोगों को बोलने के समय एक संघटन कैसा हुआ, वह होते जब और एक संघटन कैसा हुआ वगैरह बोलते रहते है । वैसा संदर्भ में यह शब्द को प्रयोग करते है ।

ವಿಷಯವೊಂದರ ಬಗ್ಗೆ ಇನ್ನೊಬ್ಬ ವ್ಯಕ್ತಿಗೆ ಘಟನೆ ಹೇಗೆ ಸಂಭವಿಸಿತು ಎಂದು ಹೇಳುತ್ತಿರುವಾಗ ಈ ಶಬ್ದ ಬಳಕೆ ಮಾಡಲಾಗುತ್ತದೆ.

उदा : उसने जाते हुए मुझ से बात की ।

आत हौगुत्तिरुवागले नन्न जते मातन्नाडिद ।

ಆತ ಹೋಗುತ್ತಿರುವಾಗಲೇ ನನ್ನ ಜತೆ ಮಾತನ್ನಾಡಿದ.

बच्चे ने रोते हुए खाना खाया ।

मक्कळु अळुत्तले ऊट माडिदरु ।

ಮಕ್ಕಳು ಅಳುತ್ತಲೇ ಊಟ ಮಾಡಿದರು.

3. संदिग्ध वर्तमान काल ಸಂದಿಗ್ಧ ವರ್ತಮಾನ ಕಾಲ (Doubtful Present Tense)

यह कार्य के संदेह स्थिति के बारे में बताती है

ಇದು ಕಾರ್ಯ/ಕ್ರಿಯೆ ನಡೆಯುವ ಸಂದೇಹ ಸ್ಥಿತಿ ಬಗ್ಗೆ ಹೇಳುತ್ತದೆ.

उदा : मैं खाता हूँगा । तुम पढ़ते होगे ।

नानु तिन्नुत्तिरबहुदु । नीनु औदुत्तिरबहुदु ।

ನಾನು ತಿನ್ನುತ್ತಿರಬಹುದು. ನೀನು ಓದುತ್ತಿರಬಹುದು.

सूचना : इसमे क्रिया के अन्त में होंगा (ಹೋಂಗಾ), होंगी (ಹೋಂಗಿ), होंगे (ಹೋಂಗೆ) शब्द आते है ।
ಇದರಲ್ಲಿ ಕ್ರಿಯೆಯ ಕೊನೆಯಲ್ಲಿ 'ಹೋಂಗಾ', 'ಹೋಂಗಿ', 'ಹೋಂಗೆ' ಶಬ್ದ ಬರುತ್ತದೆ.

II. भूतकाल ಭೂತಕಾಲ (Past Tense) : यह बीते समय के बारे में बताती है ।

ಇದು ಕಳೆದುಹೋದ / ನಡೆದು ಹೋದ ಕಾಲದ ಬಗ್ಗೆ ತಿಳಿಸುತ್ತದೆ.

उदा : मैंने लिखा । नानु बरेदे ನಾನು ಬರೆದೆ.

तुमने गाया । नीनु हौदे ನೀನು ಹೋದೆ

इसमें छः भेद हैं वे : ಇದರಲ್ಲಿ ಆರು ವಿಧ.

1.	सामान्य भूतकाल	ಸಾಮಾನ್ಯ ಭೂತಕಾಲ	Simple Past Tense
2.	असन्न भूतकाल	ಅಸನ್ನ ಭೂತಕಾಲ	Present Perfect Tense
3.	पूर्ण भूतकाल	ಪೂರ್ಣ ಭೂತಕಾಲ	Past Perfect Tense
4.	अपूर्ण भूतकाल	ಅಪೂರ್ಣ ಭೂತಕಾಲ	Imperfect Past Tense
5.	संदिग्ध भूतकाल	ಸಂದಿಗ್ಧ ಭೂತಕಾಲ	Doubtful Past Tense
6.	निर्बंधित भूतकाल	ನಿರ್ಬಂಧಿತ ಭೂತಕಾಲ	Conditional Past Tense

1. **सामान्य भूतकाल ಸಾಮಾನ್ಯ ಭೂತಕಾಲ:** यह हो गया काम का सामान्य बोध करनेवाली क्रिया रूप है । ಆಗಿಹೋದ ಕೆಲಸದ ಬಗ್ಗೆ ತಿಳಿಸುವ ಕ್ರಿಯಾರೂಪ.

उदा : माताजी आयी है । वह गया ।

तायि बंदिद्दारे । अवनु हौदनु ।

ತಾಯಿ ಬಂದಿದ್ದಾರೆ. ಅವನು ಹೋದನು.

2. **असन्न भूत काल ಅಸನ್ನ ಭೂತಕಾಲ:** यह अभी समाप्त हुए काम का बोध करनेवाली क्रिया रूप है । ಈಗ ತಾನೇ ಮುಗಿದ ಕೆಲಸದ ಬಗ್ಗೆ ತಿಳಿಸುವ ಕ್ರಿಯಾರೂಪ.

उदा : रामकृष्ण अभी आया है ।

रामकृष्ण ईगताने बंदिद्दाने ।

ರಾಮಕೃಷ್ಣ ಈಗತಾನೇ ಬಂದಿದ್ದಾನೆ.

3. **पूर्ण भूतकाल ಪೂರ್ಣಭೂತಕಾಲ:** यह काम बहुत समय पहले पूरा हो गया है, इसके बारे में बताती है। ಬಹಳ ಹಿಂದೆಯೇ ಆಗಿಹೋದ ಕೆಲಸದ ಬಗ್ಗೆ ತಿಳಿಸುತ್ತದೆ.

उदा : भगत सिंग ने देश के लिए प्राणार्पण किया । वह जब ही आया ।

भगत्सिंग् देशक्कागि प्राणार्पणे माडिदरु । आतनु आगले बंदनु ।

ಭಗತ್‌ಸಿಂಗ್ ದೇಶಕ್ಕಾಗಿ ಪ್ರಾಣಾರ್ಪಣೆ ಮಾಡಿದರು. ಆತನು ಆಗಲೇ ಬಂದನು.

4. **अपूर्ण भूतकाल ಅಪೂರ್ಣ ಭೂತಕಾಲ :** यह भूतकाल मे होने वाले एक काम की अपूर्णता या होने विषय के बारे में बताती है ।

ಇಲ್ಲಿ ಕ್ರಿಯೆ ನಡೆಯುತ್ತಿದೆ, ಆದರೆ ಅಂತ್ಯ ತಿಳಿದಿರುವುದಿಲ್ಲ.

उदा :	गौरी रोटी खाती थी ।	गौरि रोट्टि तिन्नुत्तिद्दळु ।	ಗೌರಿ ರೊಟ್ಟಿ ತಿನ್ನುತ್ತಿದ್ದಳು.
	श्याम आता था ।	श्याम बरुत्तिद्दनु ।	ಶ್ಯಾಮ ಬರುತ್ತಿದ್ದನು.
	मैं सड़क पर जा रहा था ।	नानु रस्तेयल्लि होगुत्तिद्दे ।	ನಾನು ರಸ್ತೆಯಲ್ಲಿ ಹೋಗುತ್ತಿದ್ದೆ.

5. **संदिग्ध भूतकाल ಸಂದಿಗ್ಧ ಭೂತಕಾಲ :** यह बीते समय में हो गये काम के संदेहात्मक स्थिति के बारे में बतातीवाली है ।

ಕಾರ್ಯ ಪೂರ್ಣಗೊಂಡಿದೆಯೋ, ಇಲ್ಲವೋ ಎಂದು ಖಚಿತವಾಗಿ ಗೊತ್ತಿಲ್ಲದಿರುವುದು. ಯಾ, ಯೆ, ಯಿ, ಹೂಂಗಾ, ಹೋಗಾ, ಹೋಂಗೆ ಬಳಕೆಯಾಗುತ್ತದೆ.

उदा : मणिभूषणराव आया होगा ।
मणीभूषणराव् बंदिरबहुदु ।
ಮಣಿಭೂಷಣರಾವ್ ಬಂದಿರಬಹುದು.

शिवा पाठ पढ़ा होगा ।
शिव पाठ ओदिरबहुदु ।
ಶಿವ ಪಾಠ ಓದಿರಬಹುದು.

6. **निर्बंधित भूतकाल ನಿರ್ಬಂಧಿತ ಭೂತಕಾಲ :** यह बीते समय में होने वाले एक काम किसी एक कारणवश पूरा नहीं हो गया उसके विषय में बताने वाली क्रिया रूप है ।

ಒಂದು ಕೆಲಸವು ಮತ್ಯಾವುದೋ ಕಾರಣದಿಂದ ಆಗದೆ ಇದ್ದಲ್ಲಿ, ಅದನ್ನು ಹೇಳುವ ಕ್ರಿಯಾರೂಪ.

उदा : सुरेश खूब पढ़ा होता तो जरूर पास हो गया होता ।
सुरेशनु चेन्नागि ओदिनल्लि सुलभवागि तेगडि आगबहुदु ।
ಸುರೇಶನು ಚೆನ್ನಾಗಿ ಓದಿದಲ್ಲಿ ಸುಲಭವಾಗಿ ತೇರ್ಗಡೆ ಆಗಬಹುದು.

मणिकण्ठ ने दवा खाया होता तो स्वस्थ हो गया होता ।
मणिकंठनु औषध सेविसिदल्लि आत गुणमुख आगबहुदु ।
ಮಣಿಕಂಠನು ಔಷಧ ಸೇವಿಸಿದಲ್ಲಿ ಆತ ಗುಣಮುಖ ಆಗಬಹುದು.

आपको उसी समय पूछना था । नीवु आगले केळबहुदित्तु । ನೀವು ಆಗಲೇ ಕೇಳಬಹುದಿತ್ತು.

आपको तभी आना था । नीवु आगले बरबेकित्तु । ನೀವು ಆಗಲೇ ಬರಬೇಕಿತ್ತು.

सूचना : यह सर्वसाधारण से हर एक व्यक्ति बात करने का तरीखा है । इसमें क्रिया की बाजू में था (ಥಾ) आता है ।

ಇದು ಸಾಧಾರಣವಾಗಿ ಬಳಕೆಯಾಗುವಂತದ್ದು. ಇದರಲ್ಲಿ ಕ್ರಿಯೆಯ ಪಕ್ಕದಲ್ಲಿ 'ಥಾ' ಬರುತ್ತದೆ.

क्रिया + ना/ता + था (पड + ना/ता + था) पडनाथा, पडताथा

ಕ್ರಿಯೆ + ನಾ/ತಾ + ಥಾ (ಪಡ್ + ನಾ/ತಾ + ಥಾ), ಪಡ್ನಾ ಥಾ, ಪಡಾಥಾ

■ **था ಥಾ / ಇರು, ಆಗಿರು, ಆಗು – was**

हिन्दी में वर्तमान काल 'है', इसका भूतकाल क्रिया शब्द था, थे, थी । ऐसा अंग्रेजी में ईज (is) को भूतकाल क्रिया शब्द वाज (was).

ಹಿಂದಿಯಲ್ಲಿ ವರ್ತಮಾನಕಾಲ 'ಹೈ'. ಇದರ ಭೂತಕಾಲ ಕ್ರಿಯಾಪದ 'ಯಾ' 'ಯೇ' 'ಯೀ'. ಇಂಗ್ಲಿಷ್‌ನ 'ಈಸ್'ನ ಭೂತಕಾಲ ಪದ 'ವಾಸ್', ಕನ್ನಡದಲ್ಲಿ ವರ್ತಮಾನ ಕಾಲದಲ್ಲಿ 'ಇರು' ಹಾಗೂ ಭೂತಕಾಲದಲ್ಲಿ 'ಇದ್ದರು' ಎಂದು ಬಳಸಲಾಗುತ್ತದೆ.

सूचना 1 : कर्ता के अनुसार बदलती है ।

ಕರ್ತೃವಿಗೆ ಅನುಸಾರವಾಗಿ ಪದ ಬದಲಾಗುತ್ತದೆ.

उदा : आप कहाँ थे ? तावु एल्लि इद्दिरि ? ತಾವು ಎಲ್ಲಿ ಇದ್ದಿರಿ ?

लक्ष्मी कर रही थी । लक्ष्मि माडुत्तिद्दळु । ಲಕ್ಷ್ಮಿ ಮಾಡುತ್ತಿದ್ದಳು.

सूचना 2 : किसी वाक्य में भी क्रिया शब्द 'ता' (ತಾ) तो वह - एक काम बीते समय में अक्सर या एक आदत का प्रयोग हो - जैसा अर्थ होता है ।

ವಾಕ್ಯದಲ್ಲಿ ಕ್ರಿಯಾಶಬ್ದ 'ಥಾ' ಬಂದಿದ್ದಲ್ಲಿ, ನಿರ್ದಿಷ್ಟ ಅರ್ಥ ಬರುತ್ತದೆ.

उदा : मैं वैसा करता था । नानू अदन्ने माडुत्तिद्दे । ನಾನೂ ಅದನ್ನೇ ಮಾಡುತ್ತಿದ್ದೆ.

आप ऐसा देखते थे । तावु इत्तकडे नोडुत्तिद्दिरि । ತಾವು ಇತ್ತಕಡೆ ನೋಡುತ್ತಿದ್ದಿರಿ.

सूचना 3 : एक वाक्य के बारे में बताने के समय में, उसी समय में यह वैसा नहीं हुआ तो 'यह ऐसा नहीं होता था' - जैसा बोलने में यह उपयोग होता है ।

ಒಂದು ವಾಕ್ಯದ ಬಗ್ಗೆ ಹೇಳುವಾಗ, ಕ್ರಿಯೆ ಹಾಗೆ ಆಗದಿದ್ದಲ್ಲಿ 'ಇದು ಆ ರೀತಿ ಆಗುತ್ತಿರಲಿಲ್ಲ' ಎಂದು ಬಳಕೆಯಾಗುತ್ತದೆ.

उदा : अगर महात्मा गांधी जिन्दा रहते तो ऐसा नहीं होता था ।

महात्मा गांधि ईग बदुकिद्दरे, ई रीति आगुत्तिरलिल्ल ।

ಮಹಾತ್ಮ ಗಾಂಧಿ ಈಗ ಬದುಕಿದ್ದರೆ, ಈ ರೀತಿ ಆಗುತ್ತಿರಲಿಲ್ಲ.

सूचना 4 : बीते समय मे या इसके पहले करने वाले कुछ काम, किसी कारण से नहीं किया होगा उस समय में इस शब्द से भाव प्रकट कर सकते है । उस समय क्रिया शब्द के अन्त में ना (ನಾ) जोड़ना होता है । ಯಾವುದೋ ಕಾರಣದಿಂದ ಕೆಲಸವೊಂದು ಆಗದೇ ಹೋದಾಗ 'ಥಾ' ಬಳಸುವ ಮೂಲಕ ಭಾವವನ್ನು ಪ್ರಕಟಿಸಬಹುದು. ಅಂಥ ಸಮಯದಲ್ಲಿ ಕ್ರಿಯಾಶಬ್ದದ ಅಂತ್ಯದಲ್ಲಿ 'ನಾ' ಜೋಡಣೆಯಾಗುತ್ತದೆ.

उदा : तुम्हे वहाँ देखना था ।

नीवु आकडे नोडुत्तिद्दिरि ।

ನೀವು ಆಕಡೆ ನೋಡುತ್ತಿದ್ದಿರಿ.

मुझे यह काम उसी समय करना था ।

नानु आ केलसवन्नु आगले माडबेकित्तु ।

ನಾನು ಆ ಕೆಲಸವನ್ನು ಆಗಲೇ ಮಾಡಬೇಕಿತ್ತು.

सूचना 5 : किसी वाक्य के अंत में बेकित्तु (ಬೇಕಿತ್ತು), त्तिद्दिरि (ತ್ತಿದ್ದಿರಿ), द्दरे (ದ್ದರೆ) आये तो वह भूतकाल क्रिया है ।

ವಾಕ್ಯದ ಅಂತ್ಯದಲ್ಲಿ 'ಬೇಕಿತ್ತು' 'ತ್ತಿದ್ದಿರಿ' 'ದ್ದರೆ' ಬಂದಿದ್ದಲ್ಲಿ ಅದು ಭೂತಕಾಲ ಕ್ರಿಯೆ ಆಗಲಿದೆ.

III. भविष्यत काल ಭವಿಷ್ಯತ್‌ಕಾಲ (Future Tense) आनेवाले समय में होनेवाले काम के बारे में बताने वाली क्रिया का रूप ही भविष्यत काल हैं. इसके दो भेद हैं ।

ಮುಂದೆ ಬರಬಹುದಾದ ಸಮಯದಲ್ಲಿ ಆಗಬಹುದಾದ ಕೆಲಸವನ್ನು ಭವಿಷ್ಯತ್‌ಕಾಲ ತಿಳಿಯಪಡಿಸುತ್ತದೆ. ಇದರಲ್ಲಿ 2 ವಿಧ.

1. **सामान्य भविष्यत काल** ಸಾಮಾನ್ಯ ಭವಿಷ್ಯತ್‌ಕಾಲ (Simple Future Tense)
2. **सम्भाव्य भविष्यत काल** ಸಂಭಾವ್ಯ ಭವಿಷ್ಯತ್‌ಕಾಲ (Future Indefinite Tense)

1. **सामान्य भविष्यत काल ಸಾಮಾನ್ಯ ಭವಿಷ್ಯತ್‌ಕಾಲ:** यह आनेवाली समय में होनेवाले काम का सामान्य रूप बताता है ।

श्रीनु किताब लायेगा ।

शीनु पुस्तक तरुत्ताने ।

ಶೀನು ಪುಸ್ತಕ ತರುತ್ತಾನೆ.

शरत कल से हिन्दी सीखेगा ।

शरत् नाळेयिंद हिंदि कलियुत्ताने ।

ಶರತ್ ನಾಳೆಯಿಂದ ಹಿಂದಿ ಕಲಿಯುತ್ತಾನೆ.

2. **सम्भाव्य भविष्य काल** ಸಂಭಾವ್ಯ ಭವಿಷ್ಯತ್‌ಕಾಲ: यह आने वाले समय में होने वाले काम की संभावना बताती है ।

ಮುಂದೆ ಆಗಬಹುದಾದ, ಸಂಭವಿಸಬಹುದಾದ ಕೆಲಸದ ಬಗ್ಗೆ ಹೇಳುತ್ತದೆ. ಕನ್ನಡದ 'ಏಯಾ' 'ಏರಾ' ಹಿಂದಿಯಲ್ಲಿ ಊ, ಯೇ, ಔ ಬಳಕೆಯಾಗುತ್ತದೆ.

अगर वह खूब पढ़ेगी तो पास होंगी ।
अवनु चेन्नागि ओदिदरे उत्तीर्णनागुत्ताने ।
ಅವನು ಚೆನ್ನಾಗಿ ಓದಿದರೆ ಉತ್ತೀರ್ಣನಾಗುತ್ತಾನೆ.

अगर कोटेश्वर राव पूजा करे तो अच्छा होगा ।
कोटेश्वरराव् पूजे माडिदरे ओळ्ळेयदागुत्तदे ।
ಕೋಟೇಶ್ವರ್‌ರಾವ್ ಪೂಜೆ ಮಾಡಿದರೆ ಒಳ್ಳೆಯದಾಗುತ್ತದೆ.

सूचना 1 : 'मैं कर्ता है' जब क्रिया का रुप यहाँ नीचे दिये जैसे बदलते हैं ।

'ಮೈ ಕರ್ತಾ ಹೈ' ಎಂಬುದು ಕೆಳಗಿನ ವಾಕ್ಯದಲ್ಲಿ ಬದಲಾಗಿದೆ.

कर ಮಾಡು	मैं करूँगा / करूँगी	नानु माडुत्तेने	ನಾನು ಮಾಡುತ್ತೇನೆ
जा ಹೋಗು	मैं जाउँगा / जाउँगी	नानु होगुत्तेने	ನಾನು ಹೋಗುತ್ತೇನೆ
ले ತೆಗೆದುಕೊ	मैं लूँगा / लूँगी	नानु तेगेदुकोळ्ळुत्तेने	ನಾನು ತೆಗೆದುಕೊಳ್ಳುತ್ತೇನೆ.
पी ಕುಡಿ	मैं पीऊँगा / पीऊँगी	नानु कुडियुत्तेने	ನಾನು ಕುಡಿಯುತ್ತೇನೆ
दे ಕೊಡು	मैं दूँगा / दूँगी	नानु कोडुत्तेने	ನಾನು ಕೊಡುತ್ತೇನೆ.
हो ಆಗು	मै हूँगा / हूँगी	नानु आगुत्तेने	ನಾನು ಆಗುತ್ತೇನೆ.

2. 'तुम कर्ता है' जब क्रिया का रूप यहाँ नीचे दिये जैसे बदलते हैं ।

'ನೀನು ಮಾಡುತ್ತಿರುವೆ' ಕೆಳಕಂಡಂತೆ ಬದಲಾಗುತ್ತದೆ.

पी ಕುಡಿ	तुम पीओगे / पीओगी	नीनु कुडियुवे	ನೀನು ಕುಡಿಯುವೆ
पढ ಓದು	तुम पढोगे / पढोगी	नीनु ओदुवे	ನೀನು ಓದುವೆ.
ले ಕೊಡು	तुम लोगे / लोगी	नीनु तेगेदुकोळ्ळुवे	ನೀನು ತೆಗೆದುಕೊಳ್ಳುವೆ

3. अकारांत और आकारांत धातू के अंत में एगा (ಏಗಾ) जमा हुए तो, भविष्यत काल क्रिया बनती है ।

ಅಕಾರಾಂತ ಮತ್ತು ಆಕಾರಾಂತ ಧಾತುಗಳ ಅಂತ್ಯದಲ್ಲಿ 'ಏಗಾ' ಬಂದಲ್ಲಿ ಭವಿಷ್ಯತ್‌ಕಾಲವು ಕ್ರಿಯೆಯಾಗಿ ಬದಲಾಗುತ್ತದೆ.

गा ಗಾ - राजा गायेगा / रानी गायेगी / राज हाडुत्ताने / राणि हाडुत्ताळे

ರಾಜ ಹಾಡುತ್ತಾನೆ/ ರಾಣಿ ಹಾಡುತ್ತಾಳೆ.

ला ಲಾ - वह लायेगा / लायेगी अवनु तरुत्ताने / तरुत्ताळे ಅವನು ತರುತ್ತಾನೆ / ತರುತ್ತಾಳೆ.

चल ನಡೆ - यह चलेगा / चलेगी अवनु नडेयुत्ताने / नडेयुत्ताळे । ಅವನು ನಡೆಯುತ್ತಾನೆ / ನಡೆಯುತ್ತಾಳೆ.

4. नै / नहीं वगैरा भाव प्रकट को क्रिया के पहले नहीं / नै / न जमा हो जायेगी ।

'ಇಲ್ಲ' ಎಂಬ ಭಾವ ಪ್ರಕಟಗೊಳ್ಳುವ ಮುನ್ನ ನಕಾರಾತ್ಮಕ ಸೂಚನೆಗಳು ಬರುತ್ತವೆ.

उदा : मैं नही लिखूँगा / लिखूँगी नानु बरेयुवुदिल्ल । ನಾನು ಬರೆಯುವುದಿಲ್ಲ.

तुम न करे । नीनु माडबेड । ನೀನು ಮಾಡಬೇಡ.

■ गा / आगु / ಆಗು (will)

अंग्रेजी में सहायक क्रिया विल (will –'ವಿಲ್') भविष्यत सूचना करती है । हिन्दी में कर्ता के आधार पर गा (ಗಾ), गी (ಗಿ), गे (ಗೆ) आते हैं ।

ಇಂಗ್ಲಿಷ್‌ನ 'ವಿಲ್' ಭವಿಷ್ಯತ್‌ನ್ನು ಸೂಚಿಸುತ್ತದೆ. ಹಿಂದಿಯಲ್ಲಿ ಕರ್ತೃವನ್ನು ಆಧರಿಸಿ ಗಾ, ಗಿ, ಗೆ ಬರುತ್ತವೆ. 'ತ್ತೇನೆ', 'ತ್ತಿದೆ' ಇತ್ಯಾದಿ ಕನ್ನಡದಲ್ಲಿ ಬರುತ್ತದೆ.

उदा : मैं कल आऊँगा । नानु नाळे बरुत्तेने । ನಾನು ನಾಳೆ ಬರುತ್ತೇನೆ.

सूचना 1 : आने वाले समय के सूचने वाले वाक्य में गा (ಗಾ) आये जब क्रिया शब्द ऊ (ಊ) था ए (ಎ) कर पाता है ।

ಸಂಭವಿಸಬಹುದಾದ ಕ್ರಿಯೆಯನ್ನು ಸೂಚಿಸುವ ವಾಕ್ಯದಲ್ಲಿ 'ಗಾ' ಬಂದರೆ, ಕ್ರಿಯಾಶಬ್ದ 'ಊ' 'ಏ' ಬರುತ್ತದೆ.

उदा : मैं करूँगा । नानु माडुत्तेने । ನಾನು ಮಾಡುತ್ತೇನೆ.

हम देंगे । नावु कोडुत्तेवे । ನಾವು ಕೊಡುತ್ತೇವೆ.

सूचना 2 : वाक्य में क्रिया शब्द के बाद में गा (ಗಾ) आये तो उसे भविष्यत काल समझ लीजिए ।

ವಾಕ್ಯದಲ್ಲಿ ಕ್ರಿಯಾಶಬ್ದದ ಬಳಿಕ 'ಗಾ' ಬಂದಲ್ಲಿ, ಅದನ್ನು ಭವಿಷ್ಯತ್‌ಕಾಲ ಎಂದು ಪರಿಗಣಿಸಬೇಕು.

सूचना 3 : वाक्य में कर्ता स्त्रीलिंग है तो क्रिया शब्द के अन्त में गी (ಗೀ) आती है ।

ಕರ್ತೃ ಸ್ತ್ರೀಲಿಂಗವಾಗಿದ್ದರೆ, ಕ್ರಿಯಾಶಬ್ದದ ಕೊನೆಯಲ್ಲಿ 'ಗೀ' ಬರುತ್ತದೆ.

उदा : लता करेगी । लता माडुत्ताळे । ಲತಾ ಮಾಡುತ್ತಾಳೆ.

(आ) कृदन्तं ಕೃದಂತಗಳು (Participles)

क्रिया कौन सा काल है जानकारी बताने के लिए क्रिया शब्द की अंत में आनेवाली शब्द को कृदतं कहते है ।कृदतं को तीन भेद है वे : 1. वर्तमान कालिक कृदंत, 2. भूतकालिक कृदंत, 3. पूर्व कालिक कृदंत. जैसा अंग्रेजी में इंग (ing), एन (en), एड (ed) है ।

ಕ್ರಿಯೆ ಯಾವ ಕಾಲದಲ್ಲಿ ನಡೆಯಿತು ಎಂಬುದನ್ನು ತಿಳಿಸಲು ಕ್ರಿಯಾಶಬ್ದದ ಅಂತ್ಯದಲ್ಲಿ ಬರುವ ಶಬ್ದವೇ ಕೃದಂತ. ಕೃದಂತಗಳಲ್ಲಿ 3 ವಿಧ. ಇಂಗ್ಲಿಷ್‌ನಲ್ಲಿ ing, en, ed ಇಂಥ ಪದಗಳು.

1. वर्तमान कृदंत ವರ್ತಮಾನ ಕೃದಂತ (Present Participle)

एक काम करते हुए साथ में दूसरा काम करे तो, पहले वाली क्रिया को, वर्तमान कालिक कृदंत कहते है । क्रिया शब्द 'ता' (ತಾ) अथवा ता हुआँ (ತಾ ಹುವಾ) जोड़ता है । लेकिन यह कर्ता के लिंग और वचन के अनुसार बदलते हैं ।

ಒಂದು ಕೆಲಸದ ಜತೆಗೆ ಇನ್ನೊಂದು ಕೆಲಸವನ್ನು ಮಾಡುತ್ತಿದ್ದಲ್ಲಿ, ಮೊದಲನೆಯ ಕ್ರಿಯೆಗೆ ವರ್ತಮಾನ ಕೃದಂತ ಎನ್ನುತ್ತಾರೆ. 'ತಾ' ಇಲ್ಲವೇ 'ತಾ ಹುವಾ'ವನ್ನು ಜೋಡಿಸಲಾಗುತ್ತದೆ. ಇದು ಕರ್ತೃವಿನ ಲಿಂಗ ಮತ್ತು ವಚನಕ್ಕೆ ಅನುಗುಣವಾಗಿ ಬದಲಾಗುತ್ತದೆ.

उदा :	हँसते लड़के	नगुत्तिरुव बालक	ನಗುತ್ತಿರುವ ಬಾಲಕ.
	दौड़ते घोड़े	ओडुत्तिरुव कुदुरे	ಓಡುತ್ತಿರುವ ಕುದುರೆ.

कभी-कभी इसका विशेषण (Adjective) की तरह उपयोग होता है ।

ಕೆಲವೊಮ್ಮೆ ಇದು ವಿಶೇಷಣದಂತೆಯೂ ಬಳಕೆಯಾಗುತ್ತದೆ.

उदा :	उडती हुयी चिड़िया ।	हारुत्तिरुव हक्कि	ಹಾರುತ್ತಿರುವ ಹಕ್ಕಿ.
	हँसते (हुए) लड़के	नगुत्तिरुव बालककरु	ನಗುತ್ತಿರುವ ಬಾಲಕರು

सूचना : वर्तमान कालिक कृदतं के बाद समय आये तो संदर्भानुसार कृदंत की अंत में ता (ತಾ), ती (ತೀ), ते (ತೆ) आते हैं ।

ವರ್ತಮಾನ ಕಾಲಿಕ ಕೃದಂತದ ಬಳಿಕ ಸಮಯ (ಕಾಲ) ಬಂದರೆ, 'ತಾ', 'ತೀ', 'ತೇ' ಬರುತ್ತದೆ.

उदा :	स्कूल जाते (हुये) समय ।	शालेगे होगुव समय ।	ಶಾಲೆಗೆ ಹೋಗುವ ಸಮಯ
	शहर से लौटते (हुये) समय ।	शहरदल्लि तिरुगाड्व समय ।	ಶಹರದಲ್ಲಿ ತಿರುಗಾಡುವ ಸಮಯ

पढ़ते (हुये) समय नहीं बोलना चाहिए ।
ओदुवाग मातन्नु आडबारदु ।
ಓದುವಾಗ ಮಾತನ್ನು ಆಡಬಾರದು.

2. भूतकालिक कृदन्त ಭೂತಕಾಲಿಕ ಕೃದಂತ (Past participle)

सामान्य भूतकालिक क्रिया को हुआ (ಹುವಾ), हुए (ಹುಯೆ), हुई (ಹುಯಿೀ) जोडने से भूतकालिक कृदतं बनता है ।

ಸಾಮಾನ್ಯ ಭೂತಕಾಲಿಕ ಕ್ರಿಯೆಗೆ 'ಹುವಾ' 'ಹುಯೆ' 'ಹುಯೀ' ಸೇರಿದರೆ ಭೂತಕಾಲಿಕ ಕೃದಂತವಾಗುತ್ತದೆ.

उदा :	मरा मोर	मृतपट्ट नविलु	ಮೃತಪಟ್ಟ ನವಿಲು.
	सोयी गाय	मलगिरुव हसु	ಮಲಗಿರುವ ಹಸು.

यह कभी-कभी विशेषण की तरह उपयोग होता है ।

ಇದು ಕೂಡಾ ಕೆಲವೊಮ್ಮೆ ವಿಶೇಷಣದಂತೆ ಬಳಕೆಯಾಗುತ್ತದೆ.

पढ़ी लिखी हुई औरत	ओदु, बरेयुत्तिरुव महिळे	ಓದು, ಬರೆಯುತ್ತಿರುವ ಮಹಿಳೆ
लेटा हुआ शेर	ओरगिरुव हुलि	ಒರಗಿರುವ ಹುಲಿ

3. पूर्वकालिक कृदन्त ಪೂರ್ವಕಾಲಿಕ ಕೃದಂತ (Perfect participle)

क्रिया शब्द कर (ಕರ್) जोडने से पूर्वकालिक कृदतं बनती है । एक ही कर्ता की दो क्रियायें होने पर उनमें पहली क्रिया पूर्वकालिक कृदंत बनती है ।

ಕ್ರಿಯಾ ಶಬ್ದವಾದ 'ಕರ್' ಜೋಡಿಸಿದರೆ, ಪೂರ್ವಕಾಲಿಕ ಕೃದಂತ ಆಗಲಿದೆ. ಒಬ್ಬನೇ ಕರ್ತೃ ಎರಡು ಕ್ರಿಯೆಯಲ್ಲಿ ತೊಡಗಿಸಿಕೊಂಡಿದ್ದರೆ, ಮೊದಲಿನದು ಪೂರ್ವಕಾಲಿಕ ಕೃದಂತ ಆಗಲಿದೆ.

उदा : सोमनाथ रोटी खाकर स्कूल गया ।
सोमनाथनु रोट्टि तिंदु शालेगे होदनु ।
ಸೋಮನಾಥನು ರೊಟ್ಟಿ ತಿಂದು ಶಾಲೆಗೆ ಹೋದನು.

वीरेन्द्रनाथ दूध पीकर ऑफिस गया ।
वीरेंद्रनाथ हालु कुडिदु कचेरिगे होद ।
ವೀರೇಂದ್ರನಾಥ ಹಾಲು ಕುಡಿದು ಕಚೇರಿಗೆ ಹೋದ.

■ के / कर (ಕೆ, ಕರ್)

हिन्दी भाषा में अक्सर आने वाली बहुत छोटे शब्द के (ಕೆ), कर (ಕರ್) । यह देखने में बहुत छोटा है । लेकिन यह पंखी छोटा है ।

ಕೆ,ಕರ್ ಹಿಂದಿಯ ಅತಿ ಸಣ್ಣ ಪದಗಳು. ನೋಡಲು ಸಣ್ಣ ಇದ್ದರೂ, ಅವುಗಳ ಬಳಕೆ ವ್ಯಾಪಕವಾಗಿದೆ.

1. इसे प्रधान क्रिया के साथ जोड़ दें तो यह काम के हो जाने की सूचना देती है । उसको व्याकरण परिभाषा में पुर्वकालिक कृदंत (Perfect Participle) कहते है ।

ಇವನ್ನು ಪ್ರಧಾನ ಕ್ರಿಯೆಗೆ ಸೇರ್ಪಡೆಗೊಳಿಸಿದ್ದರೆ, ಕೆಲಸ ಮುಗಿದು ಹೋಗಿರುವ ಸೂಚನೆ ನೀಡುತ್ತವೆ. ಇವೇ ಪೂರ್ವಕಾಲಿಕ ಕೃದಂತ.

उदा : हम खाकर सिनेमा गये ।

नावु ऊट माडिकोंडु सिनेमाक्के होदेवु ।

ನಾವು ಊಟ ಮಾಡಿಕೊಂಡು ಸಿನೆಮಾಕ್ಕೆ ಹೋದೆವು.

मैं टीवी देखकर सो गया ।

नानु टि.वि. नोडुत्ता निद्रे होदे ।

ನಾನು ಟಿ.ವಿ.ನೋಡುತ್ತಾ ನಿದ್ರೆ ಹೋದೆ.

कर - करना क्रिया शब्द के बाद कर (ಕರ್) आये तो वह के (ಕೆ) होता है ।

'ಕರ್', 'ಕರ್‌ನಾ' ಕ್ರಿಯಾಶಬ್ದದ ಬಳಿಕ 'ಕರ್' ಬಂದರೆ ಅದು 'ಕೆ' ಆಗಲಿದೆ.

उदा : मेरे पिताजी स्नान करके पूजा करते है ।

नन्न तंदे स्नान माडिद बळिक पूजे माडुत्तारे ।

ನನ್ನ ತಂದೆ ಸ್ನಾನ ಮಾಡಿದ ಬಳಿಕ ಪೂಜೆ ಮಾಡುತ್ತಾರೆ.

सूचना 1 : कर (ಕರ್) धातु के बाद फिर कर (ಕರ್) आये तो दूसरा कर के (ಕೆ) जैसा बदलता है ।

'ಕರ್' ಮುಂದೆ ಮತ್ತೆ 'ಕರ್' ಬಂದರೆ 2ನೇ 'ಕರ್', 'ಕೆ' ಆಗಿ ಬದಲಾಗುತ್ತದೆ.

उदा : लक्ष्मी पाठ पढ़कर सो गयी ।

लक्ष्मी पाठवन्नु ओदि मलगिदळु ।

ಲಕ್ಷ್ಮಿ ಪಾಠವನ್ನು ಓದಿ ಮಲಗಿದಳು.

सुब्रह्मण्यम काम कर के चले गये ।

सुब्रह्मण्यम केलस मुगिसि होदरु ।

ಸುಬ್ರಹ್ಮಣ್ಯಂ ಕೆಲಸ ಮುಗಿಸಿ ಹೋದರು.

सूचना 2 : सकर्मक क्रियाओं के पूर्वकालिक कृदंत के बाद आना (ಆನಾ), जाना (ಜಾನಾ) जैसी क्रियायें आये तो अक्सर कर (ಕರ್) लोप होता है ।

ಪೂರ್ವಕಾಲಿಕ ಕೃದಂತದ ನಂತರ 'ಆನಾ' 'ಜಾನಾ' ಬಂದರೆ, 'ಕರ್' ಲೋಪವಾಗುತ್ತದೆ.

उदा :	देख जाता है ।	नोडुत्त होद ।	ನೋಡುತ್ತ ಹೋದ.
	सुनायी देता है ।	केळुत्त होदनु ।	ಕೇಳುತ್ತ ಹೋದನು.
	ले जाओ ।	तेगेदुकोंडु होगु ।	ತೆಗೆದುಕೊಂಡು ಹೋಗು.
	किया हुआ ।	माडलागिदे ।	ಮಾಡಲಾಗಿದೆ.

सूचना 3 : एक काम क्रम से या एक अभ्यास जैसा करने के संदर्भ में भी कर (ಕರ್) उपयोग किया जाता है। इसको नित्यत्व बोधक क्रिया (ಅನಿಶ್ಚಿತ ವರ್ತಮಾನಕಾಲ Indefinite Present Tense) कहते है। इस वाक्य में क्रिया भूतकाल में रहती है।

ಒಂದು ಕೆಲಸವನ್ನು ಕ್ರಮವಾಗಿ ಇಲ್ಲವೇ ಅಭ್ಯಾಸದಂತೆ ಮಾಡುವಾಗಲೂ 'ಕರ್'ನ್ನು ಬಳಸಲಾಗುತ್ತದೆ. ಅದನ್ನು ಅನಿಶ್ಚಿತ ವರ್ತಮಾನಕಾಲ ಎನ್ನುತ್ತಾರೆ. ಇದರಲ್ಲಿ ಕ್ರಿಯೆ ಭೂತಕಾಲದಲ್ಲಿ ಇರುತ್ತದೆ.

उदा : रात दस बजे तक पढ़ा कर।
रात्रि 10 गंटेवरेगे ओदिको।
ರಾತ್ರಿ 10 ಗಂಟೆವರೆಗೆ ಓದಿಕೋ.

माता और पिता पर प्रेम दिखाया कर।
तंदे-तायि मेले प्रीति तोरिसु।
ತಂದೆ-ತಾಯಿ ಮೇಲೆ ಪ್ರೀತಿ ತೋರಿಸು.

रोज सबेरे योगा किया कर।
प्रतिदिन बेळग्गे योगाभ्यास माडु।
ಪ್ರತಿದಿನ ಬೆಳಗ್ಗೆ ಯೋಗಾಭ್ಯಾಸ ಮಾಡು.

(इ) सहायक क्रियायें - सहायक क्रियापदगळु - ಸಹಾಯಕ ಕ್ರಿಯಾಪದಗಳು
(Auxiliary Verbs)

किसी भाषा में भी सहायक क्रियाओं के उपयोग बहुत ज्यादा रहता है। ये प्रधान क्रिया का रीति और विशेषता प्रकट करते है। इनके कारण से वाक्य में है सो लिंग, वचन, काल में बदले आते है। लेकिन प्रधान क्रिया मूल धातु स्थिर रहता है।

ಭಾಷೆ ಯಾವುದೇ ಇರಲಿ, ಅದಕ್ಕೆ ಸಹಾಯಕ ಕ್ರಿಯೆಗಳ ಅಗತ್ಯ ಹೆಚ್ಚಾಗಿ ಇರುತ್ತದೆ. ಇವು ಪ್ರಧಾನ ಕ್ರಿಯೆಯಂತೆ ಹಾಗೂ ವಿಶೇಷತೆಯನ್ನು ಪ್ರಕಟಿಸುತ್ತವೆ. ಇದರಿಂದ ವಾಕ್ಯದಲ್ಲಿನ ಲಿಂಗ, ಕಾಲ, ವಚನ ಬದಲಾಗುತ್ತದೆ. ಆದರೆ ಪ್ರಧಾನ ಕ್ರಿಯೆಯ ಮೂಲಧಾತು ಬದಲಾಗುವುದಿಲ್ಲ.

■ होना - बेकु ಬೇಕು (Want)

यह सहायक क्रिया है। व्यक्ति कुछ चाहने के संदर्भ में होना (ಬೇಕು) आता है।

ಇದೊಂದು ಸಹಾಯಕ ಕ್ರಿಯಾಪದ. ವ್ಯಕ್ತಿಯೊಬ್ಬ ಏನನ್ನೋ ಕೇಳುವಾಗ ಬಳಸುತ್ತಾನೆ.

उदा : मुझे चाय चाहिए ननगे चहा बेकु ನನಗೆ ಚಹಾ ಬೇಕು

■ लगा ಲಗಾ आरंभ बोधक (ಆರಂಭ ಬೋಧಕ) (To start)

यह एक काम आरंभ हुआ विषय की जानकारी बताता है । कभी-कभी जारी रहे काम के बारे में भी बताता है ।

ಇಗಿಡಿ ಒಂದು ಕೆಲಸ ಆರಂಭವಾದ ಬಗ್ಗೆ ಹೇಳುತ್ತದೆ. ಕೆಲವೊಮ್ಮೆ ನಡೆಯುತ್ತಿರುವ ಕೆಲಸದ ಬಗ್ಗೆಯೂ ಹೇಳುತ್ತದೆ.

उदा : भास्कर दो बजे से पढ़ने लगा ।
भास्कर एरडु गंटेगयिंद ओदुत्तिद्दाने ।
ಭಾಸ್ಕರ್ ಎರಡು ಗಂಟೆಯಿಂದ ಓದುತ್ತಿದ್ದಾನೆ.

कर्ता का लिंग और वचन के अनुसार सिर्फ लगा (ಲಗಾ) का रूप बदल जाता है । क्रिया शब्द के अंत में है तो ना (ನಾ) ने (ನಿ) जैसा बदलता है ।

ಕರ್ತೃವಿನ ಲಿಂಗ ಮತ್ತು ವಚನಕ್ಕೆ ಅನುಗುಣವಾಗಿ 'ಲಗಾ'ದ ರೂಪ ಬದಲಾಗುತ್ತದೆ. ಕ್ರಿಯಾಶಬ್ದದ ಅಂತ್ಯದಲ್ಲಿ ಇದ್ದರೆ, 'ನಾ' 'ನಿ' ಎಂದು ಬದಲಾಗುತ್ತದೆ.

उदा : सोमेश्वरी पढने लगी
सोमेश्वरि ओदलु आरंभिसिदळु
ಸೋಮೇಶ್ವರಿ ಓದಲು ಆರಂಭಿಸಿದಳು.

■ चुक - समाप्ति बोधक ಸಮಾಪ್ತಿ ಬೋಧಕ (To end)

यह सहायक क्रिया काम की समाप्ति बताती है । वाक्य में चुक आये जब क्रिया शब्द का सिर्फ धातु रूप (Base form) ही उपयोग किया जाता है । कर्ता का लिंग, वचन, विभक्ति के अनुसार चुक (ಚುಕ್) का रूप बदलता रहता है ।

ಈ ಸಹಾಯಕ ಕ್ರಿಯಾಪದ ಕೆಲಸದ ಅಂತ್ಯವನ್ನು ತಿಳಿಸುತ್ತದೆ. ವಾಕ್ಯದ ಅಂತ್ಯದಲ್ಲಿ ಕ್ರಿಯಾಶಬ್ದವು ಧಾತುರೂಪದಲ್ಲಿ ಬಳಕೆಯಾಗುತ್ತದೆ. ಕರ್ತೃವಿನ ಲಿಂಗ, ವಚನ ಹಾಗೂ ವಿಭಕ್ತಿಗೆ ಅನುಗುಣವಾಗಿ 'ಚುಕ್'ನ ರೂಪ ಬದಲಾಗುತ್ತದೆ.

तुम खा चुके हो	नीनु ऊट माडि मुगिसिदे	ನೀನು ಊಟ ಮಾಡಿ ಮುಗಿಸಿದೆ.
मै आ चुका हूँ	नानु बंदु तलुपिरुवे	ನಾನು ಬಂದು ತಲುಪಿರುವೆ.

■ सक - शक्ति बोधक ಶಕ್ತಿಭೋದಕ (Can)

यह एक काम करने की शक्ति प्रकट करने के लिए प्रयोग होता है । अनुमति माँगते समय, देने के समय और आसक्ति प्रकट करने के लिए भी यह आता है ।

ಇದು ಕೆಲಸವೊಂದನ್ನು ಮಾಡಿ ಮುಗಿಸುವ ಸಾಮರ್ಥ್ಯವನ್ನು ಹೇಳಲು ಬಳಸಲ್ಪಡುತ್ತದೆ. ಅನುಮತಿ ಕೇಳುವಾಗ, ನೀಡುವಾಗ ಮತ್ತು ಆಸಕ್ತಿ ಪ್ರಕಟಿಸಲೂ ಬಳಕೆ ಆಗುತ್ತದೆ.

उदा : तुम यह काम कर सकते हो । नीनु ई केलस माडबल्ले । ನೀನು ಈ ಕೆಲಸ ಮಾಡಬಲ್ಲೆ.

सक (ಸಕ್) आये जब सिर्फ क्रिया का धातु रूप (Base Form) ही आता है ।

'ಸಕ್' ಬಂದಲ್ಲಿ ಕ್ರಿಯೆಯ ಧಾತು ರೂಪವೂ ಬರುತ್ತದೆ.

उदा :	पढ़ सकता हूँ	ओदबल्ले	ಓದಬಲ್ಲೆ
	लिख सकता हूँ	बरेयबल्ले	ಬರೆಯಬಲ್ಲೆ

कर्ता का लिंग, वचन के अनुसार सक (ಸಕ್) का रूप बदलता रहता है ।

ಕರ್ತೃವಿನ ಲಿಂಗ, ವಚನಕ್ಕೆ ಅನುಗುಣವಾಗಿ 'ಸಕ್' ರೂಪ ಬದಲಾಗುತ್ತದೆ.

उदा :	औरतें जा सकती है ।	महिळेयरु होगबहुदु ।	ಮಹಿಳೆಯರು ಹೋಗಬಹುದು.
	लड़के खेल सकते है ।	हुडुगरु आट आडबहुदु ।	ಹುಡುಗರು ಆಟ ಆಡಬಹುದು.

■ पा/पाना - अवकाश बोधक ಅವಕಾಶ ಬೋಧಕ (Can)

यह सहायक क्रिया स्वतंत्र रूप में या क्रियार्थक संज्ञा के साथ आता है । यह भी थोड़ा - बहुत 'सक' जैसा ही उपयोग मे आता है । लेकिन 'सक' खुद की समर्थता सूचित करता है । 'पाना' दूसरों की अनुमति नहीं मिलने के कारण विवशता प्रकट करता है । कर्ता का लिंग, वचन, काल, पुरुष के अनुसार होनेवाले बदल सिर्फ इसको ही होते है ।

ಈ ಸಹಾಯಕ ಕ್ರಿಯಾಪದವು ಸ್ವತಂತ್ರ ರೂಪದಲ್ಲಿ ಇಲ್ಲವೇ ಕ್ರಿಯಾರ್ಥಕ ನಾಮಪದದ ಜತೆ ಬರುತ್ತದೆ. ಇದು ಕೂಡ 'ಸಕ್'ನಂತೆ ಬಳಕೆಯಾಗುತ್ತದೆ. ಆದರೆ, 'ಸಕ್' ಸ್ವತಃ ಅರ್ಥವನ್ನು ಸೂಚಿಸುತ್ತದೆ. 'ಪಾನಾ' ಬೇರೊಂದರ ಅನುಮತಿ ಇಲ್ಲವೇ ಸೇರಿಕೊಂಡು ವಿವರಣೆ ನೀಡುತ್ತದೆ. ಕರ್ತೃವಿನ ಲಿಂಗ, ವಚನ, ಕಾಲ ಮತ್ತು ಪುರುದ ಅನುಸಾರ ಬದಲಾಗುತ್ತದೆ.

उदा :	कर्फ्यू की वजह से आ न पाया ।	कफ्र्यूनिंदागि बरलु आगलिल्ल	ಕರ್ಫ್ಯೂನಿಂದಾಗಿ ಬರಲು ಆಗಲಿಲ್ಲ

■ चाह - इच्छा बोधक ಇಚ್ಛಾ ಬೋಧಕ (Want to)

यह सहायक क्रिया किसी वस्तु को या काम को पाने की या करने की इच्छा प्रकट करते समय प्रयोग होता है ।

यह होना (ಹೋನಾ) अर्थ में उपयोग होता है । लिंग, वचन, काल से होने वाले बदले सिर्फ इसको ही होते है ।

क्रिया का धातु रूप (Base form) नहीं बदलता है ।

ಈ ಸಹಾಯಕ ಕ್ರಿಯಾಪದವನ್ನು ಯಾವುದೇ ವಸ್ತುವನ್ನು ಕೊಡುವ ಇಲ್ಲವೇ ಕೆಲಸವನ್ನು ಮಾಡುವ ಇಚ್ಛೆಯನ್ನು ಪ್ರಕಟಿಸಲು ಬಳಸುತ್ತಾರೆ. ಇದು 'ಹೋನಾ' ಅರ್ಥದಲ್ಲಿ ಬಳಸಲ್ಪಡುತ್ತದೆ. ಕ್ರಿಯೆಯ ಧಾತು ರೂಪ ಬದಲಾಗುವುದಿಲ್ಲ.

उदा :	वह किताब चाहता है ।	आत पुस्तकवन्नु बयसुत्तिद्दाने	ಆತ ಪುಸ್ತಕವನ್ನು ಬಯಸುತ್ತಿದ್ದಾನೆ.
	तुम क्या पढ़ना चाहते हो ?	नीनु एनु ओदलु इच्छसुत्ती ?	ನೀನು ಏನು ಓದಲು ಇಚ್ಛಿಸುತ್ತೀ?

(ई) संयुक्त क्रियाए/संयुक्त क्रियापदगळु / ಸಂಯುಕ್ತ ಕ್ರಿಯಾಪದಗಳು (Compound Verbs)

संयुक्त क्रियायें और उनके प्रयोग के तरीके जानकारी कर लेंगे। यह संयुक्त क्रियाओं से क्रिया की विशेषता और तीव्रता प्रकट करता है। एक संदर्भ में सहायक क्रियायें (Auxiliary) अपना मूल अर्थ खो जाता है और प्रधान मूल क्रिया में विलीन हो जाता है।

ಸಂಯುಕ್ತ ಕ್ರಿಯಾಪದಗಳು ಮತ್ತು ಅವುಗಳ ಬಳಕೆ ಬಗ್ಗೆ ಅರಿವು ಅತ್ಯಗತ್ಯ. ಕ್ರಿಯೆಯ ವಿಶೇಷತೆ ಮತ್ತು ತೀವ್ರತೆಯನ್ನು ಇವು ಪ್ರಕಟಪಡಿಸುತ್ತವೆ. ಕೆಲವು ಸಂದರ್ಭಗಳಲ್ಲಿ ಸಹಾಯಕ ಕ್ರಿಯಾಪದಗಳು ಮೂಲ ಅರ್ಥವನ್ನು ಕಳೆದುಕೊಳ್ಳುತ್ತವೆ ಹಾಗೂ ಪ್ರಧಾನ ಮೂಲಕ್ರಿಯಾಪದದಲ್ಲಿ ವಿಲೀನವಾಗುತ್ತದೆ.

ಉದಾ : पढ़ना ಓದುವುದು, जाना ಹೋಗುವುದು, देना ಕೊಡುವುದು, बैठना ಕೂರುವುದು, उठना ಏಳುವುದು

■ **पड़ता :** यह सहायक क्रिया शरीर के (अंग के) कार्य सूचित करती है। सुनना, देखना वगैरह क्रियायें जैसे इन्द्रिय विषय सूचित करती है।

ಈ ಸಹಾಯಕ ಕ್ರಿಯಾಪದ ಅಂಗದ ಕಾರ್ಯವನ್ನು ಸೂಚಿಸುತ್ತದೆ. ಕೇಳುವುದು, ನೋಡುವುದು ಮತ್ತಿತರ ಇಂದ್ರಿಯ ಸಂಬಂಧಿತ ವಿಷಯವನ್ನು ಸೂಚಿಸುತ್ತದೆ.

उदा : जाना पड़ता — होगबेकिदे — ಹೋಗಬೇಕಿದೆ.

देखना पड़ता — नोडबेकिदे — ನೋಡಬೇಕಿದೆ.

■ **लेना** : यह सहायक क्रिया अत्मार्थ में प्रयोग किया जाता है। ये सब सहायक क्रियायें प्रधान क्रियाओं के बाद आती है दो क्रियायें मिल कर के एक संयुक्त क्रिया बनती है। एक प्रधान क्रिया और सहायक क्रिया मिल कर क्रियायें यह समझ लेना है।

ಈ ಸಹಾಯಕ ಕ್ರಿಯಾಪದವು 'ಬೇಕು' ಎಂಬ ಅರ್ಥದಲ್ಲಿ ಬಳಕೆಯಾಗುತ್ತದೆ. ಇದು ಪ್ರಧಾನ ಕ್ರಿಯೆಯ ನಂತರ ಆಗಮಿಸುತ್ತದೆ. ಎರಡು ಕ್ರಿಯೆಗಳು ಒಟ್ಟಾಗಿ ಒಂದು ಸಂಯುಕ್ತ ಕ್ರಿಯೆ ಆಗುತ್ತದೆ. ಒಂದು ಪ್ರಧಾನ ಮತ್ತು ಇನ್ನೊಂದು ಸಹಾಯಕ ಕ್ರಿಯೆಗಳು ಒಂದಾಗಿ ಅರ್ಥ ನೀಡುತ್ತವೆ.

उदा : देख लेना — नोडबेकु — ನೋಡಬೇಕು.

तुम यह देख लेना — नीनु इत्त नोडबेकु — ನೀನು ಇತ್ತ ನೋಡಬೇಕು.

■ **बैठना** : यह सहायक क्रिया आकस्मिक हुआ या होनेवाली इसके बारे में बताती है।

ಈ ಸಂಯುಕ್ತ ಕ್ರಿಯಾಪದಗಳು ಆಕಸ್ಮಿಕವಾಗಿ ಆಗುವ ಅಥವಾ ಆಗಬಹುದಾದ್ದರ ಬಗ್ಗೆ ಹೇಳುತ್ತವೆ.

उदा : बोल बैठना

तुम उस समय बोल बैठना

■ **उठना** : यह सहायक क्रिया भी आकस्मिक हुआ या होनेवाली क्रिया के बारे में बताती है।

उदा : देख उठना

आप उस समय देख उठना

■ **देना** : यह सहायक क्रिया दूसरों को कुछ देने के समय में प्रयोग होता है ।

ಬೇರೆಯವರಿಗೆ ಏನನ್ನಾದರೂ ಕೊಡುವಾಗ ಬಳಕೆ ಆಗುತ್ತದೆ.

उदा : जाने देना

आप उनको जाने देना

■ लेना - आत्मार्थ क्रिये ಆತ್ಮಾರ್ಥಕ್ರಿಯೆ (Self)

यह सहायक क्रिया आत्मार्थ में प्रयोग किया जाता है ।

उदा : मै यह काम कर लेता हूँ । नानु ई केलसवन्नु माडुत्तेने ನಾನು ಈ ಕೆಲಸವನ್ನು ಮಾಡುತ್ತೇನೆ.

तुम वह काम कर लो । नीनु ई केलसवननु माडु ನೀನು ಈ ಕೆಲಸವನ್ನು ಮಾಡು.

■ दे - अनुमति बोधक ಅನುಮತಿ ಬೋಧಕ (Let)

यह सहायक क्रिया अनुमति चाहना और अनुमति देना संदर्भ में क्रियार्थक संज्ञा के बाद आती है ।
ಇದು ಅನುಮತಿ ನೀಡುವಾಗ ಇಲ್ಲವೇ ಪಡೆಯುವಾಗ ನಾಮಪದದ ಬಳಿಕ ಬಳಕೆಯಾಗುತ್ತದೆ.

उदा : मुझे अनुमति दे । ननगे अनुमति कोडु ನನಗೆ ಅನುಮತಿ ಕೊಡು

मुझे जाने दो । ननगे होगलु बिडु ನನಗೆ ಹೋಗಲು ಬಿಡು.

सूचना : वाक्य में लिंग, वचन, पुरुष, काल कारण से आनेवाले बदले सब 'दे' (ದೆ) सहायक क्रिया से होते है । क्रियार्थक संज्ञा की अंत में है सो ना (ನಾ), ने (ನೆ) जैसा बदलती है ।

ವಾಕ್ಯದಲ್ಲಿನ ಲಿಂಗ, ವಚನ, ಪುರುಷ, ಕಾಲಗಳು 'ದೆ'ಯಿಂದ ಬದಲಾಗುತ್ತವೆ. ಕ್ರಿಯಾತ್ಮಕ ನಾಮಪದದ ಅಂತ್ಯದಲ್ಲಿ 'ನಾ' 'ನೆ' ಎಂದು ಬದಲಾಗುತ್ತದೆ.

उदा : उनको सीखने दो आतनिगे कलियलु बिडु ಆತನಿಗೆ ಕಲಿಯಲು ಬಿಡು.

■ जाना - विधि बोधक / ವಿಧಿ ಬೋಧಕ (Ought to)

यह सहायक क्रिया विधि बोधक है । यह समाप्त हो गया काम के बारे में, हो रहे काम अथवा करना पड़ेगा काम के बारे में जानकारी देता है ।
ಈ ಸಹಾಯಕ ಕ್ರಿಯಾಪದವು ವಿಧಿ ಬೋಧಕ. ಆಗಿ ಹೋದ ಕೆಲಸದ ಬಗ್ಗೆ, ಆಗುತ್ತಿರುವ ಕೆಲಸ ಇಲ್ಲವೇ ಆಗಬೇಕಾದ ಕೆಲಸದ ಬಗ್ಗೆ ತಿಳಿಸುತ್ತದೆ.

उदा : तुम यहाँ आ जाना नीनु इल्लिगे बा ನೀನು ಇಲ್ಲಿಗೆ ಬಾ

मुझे वह लेके जाना है नन्नन्नु अल्लिगे करेदोय्यबेकु ನನ್ನನ್ನು ಅಲ್ಲಿಗೆ ಕರೆದೊಯ್ಯಬೇಕು.

सूचना : यह सहायक क्रिया भूतकाल में करता का लिंग, वचन के अनुसार गया (ಗಯಾ), गयी (ಗಯೀ), गये (ಗಯೆ) जैसे बदल जाती है ।

ಈ ಸಹಾಯಕ ಕ್ರಿಯಾಪದವು ಭೂತಕಾಲದಲ್ಲಿ ಕರ್ತೃವಿನ ಲಿಂಗ, ವಚನಕ್ಕೆ ಅನುಗುಣವಾಗಿ ಗಯಾ, ಗಯೀ, ಗಯೆ ಎಂದು ಬದಲಾಗುತ್ತದೆ.

उदा : मै लेके गया — नानु तेगेदुकोंडु होदे — ನಾನು ತೆಗೆದುಕೊಂಡು ಹೋದೆ.

■ पड़ना - माडबेकु ಮಾಡಬೇಕು (Have to)

यह सहायक क्रिया शरीर के अंग के कार्य सूचित करती है ।
ಈ ಸಹಾಯಕ ಕ್ರಿಯಾಪದವು ಶರೀರದ ಅಂಗದ ಕ್ರಿಯೆಯನ್ನು ತಿಳಿಸುತ್ತದೆ.

उदा :

1. मुझे वह काम करना पड़ा
   नानु ई केलस माडबेकागिदे ।
   ನಾನು ಈ ಕೆಲಸ ಮಾಡಬೇಕಾಗಿದೆ.
2. यह मानना पड़ा
   इदन्नु अंगीकरिसबेकागिदे ।
   ಇದನ್ನು ಅಂಗೀಕರಿಸಬೇಕಾಗಿದೆ.

■ डालना - निश्चय बोधक ನಿಶ್ಚಯ ಬೋಧಕ (Away)

यह सहायक क्रिया निश्चय बोधक है । इससे किसी कार्य का निश्चय प्रकट होती है ।
ಇದು ನಿಶ್ಚಯ ಬೋಧಕ ಸಹಾಯಕ ಕ್ರಿಯಾಪದ. ನಿಶ್ಚಿತ ಕೆಲಸವೊಂದನ್ನು ಸೂಚಿಸುತ್ತದೆ.

उदा :

1. चोड डालना — बिट्टु बिडुत्तेने — ಬಿಟ್ಟುಬಿಡುತ್ತೇನೆ.
2. काट डालना — कत्तरिसुत्तेने — ಕತ್ತರಿಸುತ್ತೇನೆ.
3. मै उसको काट डालता हूँ
   नानु अवनन्नु कत्तरिसि हाकुत्तेने ।
   ನಾನು ಅವನನ್ನು ಕತ್ತರಿಸಿ ಹಾಕುತ್ತೇನೆ.

■ उठना - आकस्मिक बोधक ಆಕಸ್ಮಿಕ ಬೋಧಕ

यह सहायक क्रिया एक काम की आकस्मिकता प्रकट करती है ।
ಈ ಸಹಾಯಕ ಕ್ರಿಯಾಪದವು ಕೆಲಸವೊಂದರ ಆಕಸ್ಮಿಕತೆಯನ್ನು ಸೂಚಿಸುತ್ತದೆ.

उदा :

1. बोल उठना — हेळुवुदु — ಹೇಳುವುದು
2. जाग उठना — होगुवुदु — ಹೋಗುವುದು
3. मै जाग (उठाया) गया — नानु निद्रे एच्चरगोंडे होदे । — ನಾನು ನಿದ್ರೆಯಿಂದ ಎಚ್ಚರಗೊಂಡೆ. ಹೋದೆ.

■ रखना - इरिसिको - ಇರಿಸಿಕೋ (Keep)

यह सहायक क्रिया छिपाने या संरक्षण करने के अर्थ में प्रयोग होता है ।
ಇರಿಸಿಕೊಳ್ಳುವ ಇಲ್ಲವೇ ರಕ್ಷಿಸಿಕೊಳ್ಳುವ ಅರ್ಥದಲ್ಲಿ ಪ್ರಯೋಗಿಸಲ್ಪಡುತ್ತದೆ.

ಉದಾ : व्यापारी ने करोड़ रूपये कमा लिये ।
व्यापारियु कोटि रूपायि गळिसिदनु ।
ವ್ಯಾಪಾರಿಯು ಕೋಟಿ ರೂಪಾಯಿ ಗಳಿಸಿದನು.

(उ) प्रेरणार्थक क्रियापद ಪ್ರೇರಣಾರ್ತಕ ಕ್ರಿಯಾಪದ (Causal Verb)

कर्ता कार्य को खुद न करके किसी दूसरे को करने की प्रेरणा देता है । उस क्रियाओं को प्रेरणार्थक क्रियायें (Causal Verbs) कहते हैं ।

ಕರ್ತೃವು ತಾನೇ ಕೆಲಸವನ್ನು ಮಾಡುವ ಮೂಲಕ ಮತ್ತೊಬ್ಬನಿಗೆ ಪ್ರೇರಣೆ ನೀಡುತ್ತಾನೆ. ಇಂಥ ಕ್ರಿಯೆಗಳೇ ಪ್ರೇರಣಾರ್ಥಕ ಕ್ರಿಯೆಗಳು.

नियम 1 : एक काम हम सीधा कर रहे हो तब क्रिया का मूल शब्द नहीं बदलता है ।
ಕ್ರಿಯೆಯೊಂದನ್ನು ನಾವು ನೇರವಾಗಿ ಮಾಡಿದಲ್ಲಿ, ಆಗ ಕ್ರಿಯೆಯ ಮೂಲಪದ ಬದಲಾಗುವುದಿಲ್ಲ.

ಉದಾ : करना माड्डवुदु ಮಾಡುವುದು
मुझे आज यह काम करना है ।
नानु इंदु ई केलसवन्नु माडबेकिदे ।
ನಾನು ಇಂದು ಈ ಕೆಲಸವನ್ನು ಮಾಡಬೇಕಿದೆ.

नियम 2 : एक काम हम खुद करके दूसरे से उसको करने की प्रेरणा करे जब क्रिया का मूल शब्द (Baseform) में दूसरा अक्षर दीर्घ होता है ।

ತಾನು ಕೆಲಸ ಮಾಡುವ ಮೂಲಕ ಇನ್ನೊಬ್ಬನನ್ನು ಪ್ರೇರೇಪಿಸಿದಲ್ಲಿ ಕ್ರಿಯೆಯ ಮೂಲಶಬ್ದದ 2ನೇ ಅಕ್ಷರ ದೀರ್ಘವಾಗುತ್ತದೆ.

ಉದಾ : करना शब्द में दूसरा अक्षर रा 'ಠಾ' दीर्घ होता है । मतलब करना (ಕರ್‌ನಾ) कराना (ಕರಾನಾ) हो जायेगा ।

ಉದಾ : मुझे आज यह काम इससे कराना है ।
नानु इंदु ई केलसवन्नु अवनिंद माडिसबेकिदे ।
ನಾನು ಇಂದು ಈ ಕೆಲಸವನ್ನು ಅವನಿಂದ ಮಾಡಿಸಬೇಕಿದೆ.

नियम 3 : एक काम हम सीधा खुद करके दूसरों से करवाते है तब क्रिया का मूल शब्द (Baseform) 'ना' के पहले और दूसरे अक्षर के बाद 'वा' अक्षर आता है ।

ಒಂದು ಕೆಲಸವನ್ನು ಸ್ವತಃ ನಾವೇ ಇಲ್ಲವೇ ಬೇರೊಬ್ಬರಿಂದ ಮಾಡಿಸಿದಲ್ಲಿ, ಕ್ರಿಯೆಯ ಮೂಲಶಬ್ದ 'ನಾ'ದ ಮೊದಲ ಮತ್ತು 2ನೆಯ ಅಕ್ಷರದ ನಂತರ 'ವಾ' ಅಕ್ಷರ ಬರುತ್ತದೆ.

उदा : करना शब्द में कर के बाद 'वा' आता है । मतलब करना करवाना हो जायेगा ।

ಉದಾ : ಕರ್‌ನಾ ಶಬ್ದದಲ್ಲಿ 'ವಾ' ಬರುತ್ತದೆ. 'ಕರ್‌ನಾ' ಎಂಬುದು 'ಕರ್‌ವಾನಾ' ಆಗುತ್ತದೆ.

उदा : मैं आज यह काम उसको बोल के इससे करवाना है ।

नानु ई केलसवन्नु आतनिगे हेळि, आतनिंद माडिसबेकिदे ।

ನಾನು ಇಂದು ಈ ಕೆಲಸವನ್ನು ಅವನಿಗೆ ಹೇಳಿ, ಆತನಿಂದ ಮಾಡಿಸಬೇಕಿದೆ.

व्याकरण भाषा में है तो इसको, नियम १ में, कर्ता (subject) सीधा करना कहते है । नियम २ में कर्म (object) करना कहते है । नियम ३ में उपकर्ता (somebody else) करना कहते है ।

सूचना : एक वाक्य में, कर्त्ता, कर्म, क्रिया रहते हैं ।

ವಾಕ್ಯವೊಂದರಲ್ಲಿ ಕರ್ತೃ, ಕರ್ಮ ಮತ್ತು ಕ್ರಿಯೆ ಇರುತ್ತದೆ.

कर्ता (subject) मतलब काम करनेवाला है ।
ಕರ್ತೃ ಎಂದರೆ ಕೆಲಸ ಮಾಡುವವ

कर्मा (object) मतलब काम का फल पानेवाला है ।
ಕರ್ಮ ಎಂದರೆ ಕೆಲಸದ ಫಲ ಪಡೆಯುವವ

क्रिया (verb) मतलब काम ।
ಕ್ರಿಯೆ ಎಂದರೆ ಕೆಲಸ

लेकिन यह प्रेरणार्थक क्रिया में कर्ता + उपकर्ता + कर्म + क्रिया रहते है ।

ಆದರೆ ಈ ಪ್ರೇರಣಾರ್ಥಕ ಕ್ರಿಯೆಯಲ್ಲಿ ಕರ್ತೃ+ಉಪಕರ್ತೃ+ಕರ್ಮ+ಕ್ರಿಯೆ ಇರುತ್ತದೆ.

• • • • • • • • • • • • • • •

5. क्रिया विशेषण ಕ್ರಿಯಾ ವಿಶೇಷಣ (Adverb) :

काम की विशेषता जानकारी बताती है ।

ಕೆಲಸದ ವಿಶೇಷತೆಯನ್ನು ತಿಳಿಸುತ್ತದೆ.

उदा : जोर-वेग ವೇಗ, धीरे-निधान ನಿಧಾನ, जोष-उत्साह ಉತ್ಸಾಹ, कब-यावाग ಯಾವಾಗ, क्यों-एके ಏಕೆ, कहाँ-एल्लि ಎಲ್ಲಿ

उदा : मैं कभी-कभी चावल खाता हूँ ।
नानु आगाग अन्न सेविसुत्तेने ।
ನಾನು ಆಗಾಗ ಅನ್ನ ಸೇವಿಸುತ್ತೇನೆ.

तुम जल्दी लिखते हो ।
नीनु वेगवागि बरेयुवे ।
ನೀನು ವೇಗವಾಗಿ ಬರೆಯುವೆ.

उदा :

रोज	दिन(24 गंटेगळु)	ದಿನ (24 ಗಂಟೆಗಳು)	कल	नेन्ने	ನೆನ್ನೆ
कब	यावाग	ಯಾವಾಗ	हमेशा	यावागलू	ಯಾವಾಗಲೂ
अब	ईग	ಈಗ	धीरे धीरे	निधानवागि	ನಿಧಾನವಾಗಿ
जल्दी	त्वरितवागि	ತ್ವರಿತವಾಗಿतेज	वेगवागि / जोरागि		ವೇಗವಾಗಿ/ಜೋರಾಗಿ
कभी कभी	आगाग	ಆಗಾಗ	जोर से	वेगवागि	ವೇಗವಾಗಿ
बिलकुल	बिल्कुल्	ಬಿಲ್‌ಕುಲ್	आजकल	प्रस्तुत	ಪ್ರಸ್ತುತ
कम	कडिमे	ಕಡಿಮೆ	जरा	स्वल्प	ಸ್ವಲ್ಪ
अंदर	ओळगे	ಒಳಗೆ	खूब	चेन्नागि	ಚೆನ್ನಾಗಿ
बाहर	होरगे	ಹೊರಗೆ	देर	आलस्य	ಆಲಸ್ಯ
ऊपर	मेले	ಮೇಲೆ	नीचे	केळगे	ಕೆಳಗೆ

अब हिन्दी भाषा में अति मुख्य और अक्सर आने वाले शब्द सीख लेंगे ।
ಹಿಂದಿಯ ಮುಖ್ಯವಾದ ಮತ್ತು ಆಗಾಗ ಬಳಸುವ ಶಬ್ದಗಳ ಬಗ್ಗೆ ತಿಳಿಯೋಣ.

जब यावाग ಯಾವಾಗ — **जहाँ** हेगे ಹೇಗೆ

जैसा एल्लि ಎಲ್ಲಿ — **जितना** एष्टु ಎಷ್ಟು

इन चार शब्दों को क्रिया विशेषण (ಕ್ರಿಯಾವಿಶೇಷಣಗಳು Adverbs) कहते है । जब समय को, जहाँ स्थान को, जैसा भाव को, जितना परिमाण को जानकारी बताते हैं ।

ಈ 4 ಪದಗಳನ್ನು ಕ್ರಿಯಾ ವಿಶೇಷಣಗಳು ಎನ್ನುತ್ತಾರೆ. 'ಜಬ್' ಸಮಯವನ್ನು, 'ಜಹಾ' ಸ್ಥಾನವನ್ನು, 'ಜೈಸಾ' ಭಾವವನ್ನು, 'ಜಿತ್ನಾ' ಪರಿಮಾಣವನ್ನು ತಿಳಿಸುತ್ತದೆ. जब - तब, यावाग अंदरे आवाग (ಯಾವಾಗ ಅಂದರೆ ಅವಾಗ), जहाँ -वहाँ, एल्लि अंदरे अल्लि (ಎಲ್ಲಿ ಅಂದರೆ ಅಲ್ಲಿ), जैसा-वैसा, हेगे अंदरे हागे (ಹೇಗೆ ಅಂದರೆ ಹಾಗೆ), जितना - उतना, एष्टु अंदरे अष्टु (ಎಷ್ಟು ಅಂದರೆ ಅಷ್ಟು)

सूचना : ऊपर लिखे इन चार क्रिया विशेषणों का अकेले उपयोग नहीं होता है । इनको उपयोग करते जब यहाँ नीचे के शब्द जैसे एक से एक, साथ साथ जरूर आते है ।

ಮೇಲಿನ 4 ಕ್ರಿಯಾವಿಶೇಷಣಗಳನ್ನು ಒಂಟಿಯಾಗಿ ಬಳಸುವುದಿಲ್ಲ. ಇವುಗಳು ಕೆಳಗೆ ಉಲ್ಲೇಖಿಸಿದ ಪದಗಳ ಜತೆ ಜತೆಯಾಗಿ ಬಳಕೆಯಾಗುತ್ತವೆ.

उदा : जहाँ सूरज रहता वहाँ अंधेरा नहीं रहता है ।

सूर्य एल्लि इरुत्तानो अल्लि कत्तले इरुवुदिल्ल ।

ಸೂರ್ಯ ಎಲ್ಲಿ ಇರುತ್ತಾನೋ ಅಲ್ಲಿ ಕತ್ತಲೆ ಇರುವುದಿಲ್ಲ.

जब मैं कोलकत्ता गया तब वहाँ एक सिनेमा शूटिंग चल रही थी ।

नानु कोल्कोत्तागे होगिद्दाग अल्लि ओंदु सिनेमाद चित्रीकरण नडेयुत्तित्तु ।

ನಾನು ಕೋಲ್ಕೊತಾಗೆ ಹೋಗಿದ್ದಾಗ, ಅಲ್ಲಿ ಒಂದು ಸಿನೆಮಾದ ಚಿತ್ರೀಕರಣ ನಡೆಯುತ್ತಿತ್ತು.

जितने रुपयों में वह मेज मिली उतने रूपयों में कुरसी नहीं मिलती ।

आ मेजु एष्टु मोत्तक्के सिक्किदेयो अदे मोत्तक्के कुर्चि कूड सिगुवुदिल्ल ।

ಆ ಮೇಜು ಎಷ್ಟು ಮೊತ್ತಕ್ಕೆ ಸಿಕ್ಕಿದೆಯೋ ಅದೇ ಮೊತ್ತಕ್ಕೆ ಕುರ್ಚಿ ಕೂಡ ಸಿಗುವುದಿಲ್ಲ.

जैसे राधा गाती है वैसे रोजा भी गाती है ।

राधे हेगे हाडुत्ताळो अदे रीति रोजा कूडा हाडुत्ताळे ।

ರಾಧೆ ಹೇಗೆ ಹಾಡುತ್ತಾಳೋ ಅದೇ ರೀತಿ ರೋಜಾ ಕೂಡಾ ಹಾಡುತ್ತಾಳೆ.

सिर्फ ये ही नहीं बल्कि और कुछ मुख्य शब्द के बारे में और उनके उपयोग करने के विधान के बारे में भी जानकारी कर लेंगे ।

ಈ ಪದಗಳಲ್ಲದೆ ಕೆಲವು ಮುಖ್ಯ ಶಬ್ದಗಳು ಹಾಗೂ ಅವುಗಳ ಉಪಯೋಗದ ಬಗ್ಗೆ ತಿಳಿದುಕೊಳ್ಳೋಣ.

■ कितना - कि / एष्टेंदरे ಎಷ್ಟೆಂದರೆ (so that)

एक विषय की विशेषता को बताने के लिए इस क्रिया विशेषण प्रयोग करते हैं ।

ಒಂದು ವಿಷಯದ ವೈಶಿಷ್ಟ್ಯವನ್ನು ತಿಳಿಸಲು ಬಳಕೆಯಾಗುತ್ತದೆ.

उदा : मै इतना कमजोर था कि कुरसी से भी नहीं उठ सका ।

नानु एष्टु बलहीननागिद्दे एंदरे कुर्चियिंद एळलू आगलिल्ल ।

ನಾನು ಎಷ್ಟು ಬಲಹೀನನಾಗಿದ್ದೆ ಎಂದರೆ ಕುರ್ಚಿಯಿಂದ ಏಳಲೂ ಆಗಲಿಲ್ಲ.

■ यदि - तो / इद्दिद्दरे ಇದ್ದಿದ್ದರೆ (if - were)

उदा : यदि पिताजी के पास धन होता तो वे मोटर साईकिल खरीदते ।

तंदे बळि हण इद्दिद्दल्लि अवरु मोटार् सैकल् खरीदिसुत्तिद्दरु ।

ತಂದೆ ಬಳಿ ಹಣ ಇದ್ದಿದ್ದಲ್ಲಿ ಅವರು ಮೋಟಾರ್ ಸೈಕಲ್ ಖರೀದಿಸುತ್ತಿದ್ದರು.

■ **जिस - उस , अदु - इदु / ಅದು - ಇದು (which - that)**

उदा : जिस तरह रामबाबू कर रहा है उस तरह तुम भी करो ।

रामबाबु याव रीति माडुत्तिद्दारो, अदे रीति नीनु कूडा माडु ।

ರಾಮಬಾಬು ಯಾವ ರೀತಿ ಮಾಡುತ್ತಿದ್ದಾರೋ, ಅದೇ ರೀತಿ ನೀನು ಕೂಡಾ ಮಾಡು.

■ **न - न / इल्ल / ಇಲ್ಲ (neither - nor)**

उदा : उसके पास न धन है न विद्या ।

आतन बळि हणविल्ल, विद्येयू इल्ल ।

ಆತನ ಬಳಿ ಹಣವಿಲ್ಲ, ವಿದ್ಯೆಯೂ ಇಲ್ಲ.

■ **ज्योंही - त्योंही / अंत्यक्के मोदले / ಅಂತ್ಯಕ್ಕೆ ಮೊದಲೇ (No sooner than)**

एक काम के होते ही दूसरा काम आरम्भ हुआ तो उसे इन शब्दों से बताते हैं ।

ಒಂದು ಕೆಲಸ ಮುಕ್ತಾಯಕ್ಕೆ ಬರುವ ಮುನ್ನವೇ ಮತ್ತೊಂದು ಕೆಲಸ ಆರಂಭವಾದಲ್ಲಿ, ಈ ಶಬ್ದ ಬಳಕೆಯಾಗುತ್ತದೆ.

उदा : जब गौतमी एक्सप्रेस पहुँची तब मेरा दोस्त उसमे चढ़ा ।

गौतमि एक्सप्रेस रैलु तलुपिद तक्षण नन्न स्नेहित अदन्नु एरिद ।

ಗೌತಮಿ ಎಕ್ಸ್‌ಪ್ರೆಸ್ ರೈಲು ತಲುಪಿದ ತಕ್ಷಣ ನನ್ನ ಸ್ನೇಹಿತ ಅದನ್ನು ಏರಿದ.

■ **यद्यपि - तो भी / इद्दरू कूड / ಇದ್ದರೂ ಕೂಡ (even though - Also)**

उदा : यद्यपि उसके पास धन नहीं है तो भी वह लोगों को मदद करता है ।

तन्न बळि हणविल्लदिद्दरू आत जनरिगे नेरवागुत्ताने ।

ತನ್ನ ಬಳಿ ಹಣವಿಲ್ಲದಿದ್ದರೂ ಆತ ಜನರಿಗೆ ನೆರವಾಗುತ್ತಾನೆ.

■ **या तो - या / अदू इल्लहइदू इल्ल / ಅದೂ ಇಲ್ಲ-ಇದೂ ಇಲ್ಲ (neither - nor)**

उदा : वह या तो क्रिकेट खेलेगा या हाकी ।

आत क्रिकेट् आडुवुदिल्ल, हाकियन्नू आडुवुदिल्ल ।

ಆತ ಕ್ರಿಕೆಟ್ ಆಡುವುದಿಲ್ಲ, ಹಾಕಿಯನ್ನೂ ಆಡುವುದಿಲ್ಲ.

■ **जिधर - उधर / एल्लिदेयो अल्लि / ಎಲ್ಲಿದೆಯೋ ಅಲ್ಲಿ (where there is)**

उदा : जिधर राधा रहती है, उधर कृष्णा रहता है ।

राधे एल्लिरुत्ताळो अल्लिये कृष्णनू इरुत्ताने ।

ರಾಧೆ ಎಲ್ಲಿರುತ್ತಾಳೋ ಅಲ್ಲಿಯೇ ಕೃಷ್ಣನೂ ಇರುತ್ತಾನೆ.

सूचना : यह उर्दू शब्द है. तो भी इसका हिन्दी में भी उपयोग करते हैं ।

■ कि /एनेंदरे / ಏನೆಂದರೆ (that)

यह समुच्छय बोधक अव्यय में एक है । यह एक प्रधान वाक्य को और एक उपप्रधान वाक्य से मिलाने में प्रयोग करते है । कि (ಕಿ) लिखने के बाद, कर्ता जो बोले हुए वाक्य यथातथ लिखना है ।

ಇದೊಂದು ಸಮುಚ್ಚಯ ಬೋಧಕ ಅವ್ಯಯ. ಪ್ರಧಾನ ವಾಕ್ಯದೊಂದಿಗೆ ಮತ್ತೊಂದು ಉಪಪ್ರಧಾನ ವಾಕ್ಯವನ್ನು ಸೇರ್ಪಡೆಗೊಳಿಸುತ್ತದೆ. 'ಕಿ'ಯನ್ನು ಬರೆದ ಬಳಿಕ, ಕರ್ತೃ ಹೇಳಿದ್ದನ್ನು ಬರೆಯಲಾಗುತ್ತದೆ.

उदा : भास्करजी ने कहा कि कल यहाँ बड़ा फंक्शन होगा ।
भास्कर्जि हेळिद्देनेंदरे, नाळे इल्लि दोड्ड सभे नडेयुत्तदे ।
ಭಾಸ್ಕರ್‌ಜಿ ಹೇಳಿದ್ದೇನೆಂದರೆ, ನಾಳೆ ಇಲ್ಲಿ ದೊಡ್ಡ ಸಭೆ ನಡೆಯುತ್ತದೆ.

सूचना : कि समुच्छय बोधक (conjunction) है तो भी यह अलग-अलग अर्थ में भी प्रयोग किये जा रहे हैं ।

'ಕಿ' ಸಮುಚ್ಚಯ ಬೋಧಕ (conjunction) ಬೇರೆ ಬೇರೆ ಅರ್ಥಗಳಲ್ಲಿಯೂ ಬಳಸಲ್ಪಡುತ್ತದೆ.

उदा : आप हिन्दी समझ सकते हैं कि नहीं ?
निमगे हिंन्दि अर्थवागुत्तदो इल्लवो ?
ನಿಮಗೆ ಹಿಂದಿ ಅರ್ಥವಾಗುತ್ತದೋ ಇಲ್ಲವೋ ?

सूचना : कि 'ಕಿ' काम का कारण भी बताती है ।

'ಕಿ' ಕೆಲಸದ ಕಾರಣವನ್ನು ತಿಳಿಸುತ್ತದೆ.

उदा : रहीम बहुत दुःखी है क्योंकि उसकी माँ बीमार है ।
रहीम् बहळ दुःखदल्लिद्दाने. ऐकेंदरे आतन तायि कायिले बिदिद्दाळे ।
ರಹೀಮ್ ಬಹಳ ದುಃಖದಲ್ಲಿದ್ದಾನೆ. ಏಕೆಂದರೆ ಆತನ ತಾಯಿ ಕಾಯಿಲೆ ಬಿದ್ದಿದ್ದಾಳೆ.

■ सो, हीगे - अदरंते, ಹೀಗೆ / ಅದರಂತೆ (such)

एक विषय को अलग-अलग तरीके से बताते हैं ।

ಒಂದು ವಿಷಯವನ್ನು ಪ್ರತ್ಯೇಕಿಸಿ ತಿಳಿಸುತ್ತದೆ.

उदा : देखा हुआ, किया हुआ, कमाया हुआ

ನೋಡಿದೆನು, ಮಾಡಿದೆನು, ಗಳಿಸಿದೆನು

मैंने जो भी अब तक कमाया वह पूरा खर्च कर दिया ।

नानु इल्लियवरेगे एनन्नु गळिसिद्देनो अदन्नु संपूर्ण खर्चु माडिद्देने ।

ನಾನು ಇಲ್ಲಿಯವರೆಗೆ ಏನನ್ನು ಗಳಿಸಿದ್ದೆನೋ ಅದನ್ನು ಸಂಪೂರ್ಣ ಖರ್ಚು ಮಾಡಿದ್ದೇನೆ.

आपने जो किया वह सही है ।

नीवु एनु माडिदिरो, अदु सरि इदे ।

ನೀವು ಏನು ಮಾಡಿದಿರೋ, ಅದು ಸರಿ ಇದೆ.

■ सा / अंतह, अदे बगेय, अंते, हागे / ಅಂತಹ, ಅದೇ ಬಗೆಯ, ಅಂತೆ, ಹಾಗೆ (Like)

यह शब्द सर्वसाधारण से शब्द कोष में और किताबों में नहीं दिखते हैं । लेकिन लोगों के व्यावहारिक जीवन में, कविता में और सिनेमा के गीतों में ज्यादा दिखते हैं ।

ಇದು ಸರ್ವಸಾಧಾರಣ ಶಬ್ದ, ವ್ಯಾವಹಾರಿಕ ಜೀವನದಲ್ಲಿ, ಕವಿತೆಗಳಲ್ಲಿ, ಸಿನೆಮಾದ ಗೀತೆಗಳಲ್ಲಿ ಬಳಸಲ್ಪಡುತ್ತದೆ.

उदा : कोई तुम सा नहीं रहता । दीवाना मुझसा नहीं ।

निन्नंथवरु बेरे यारू इल्ल । नन्नंथ हुच्चरु यारू इल्ल ।

ನಿನ್ನಂಥವರು ಬೇರೆ ಯಾರೂ ಇಲ್ಲ. ನನ್ನಂಥ ಹುಚ್ಚರು ಯಾರೂ ಇಲ್ಲ.

• • • • • • • • • • • • • • •

6. सम्बन्ध सूचक ಸಂಬಂಧ ಸೂಚಕ (Preposition)

सम्बन्ध सूचक ಸಂಬಂಧ ಸೂಚಕ (Preposition) : संज्ञा या सर्वनाम से मिल के रहते हुए उनके वाक्य में है सो दूसरा शब्दों से सम्बन्ध सूचित है ।

ನಾಮಪದ ಇಲ್ಲವೇ ಸರ್ವನಾಮದ ಜತೆಗೂಡಿ ಇರುತ್ತಲೇ ಆ ವಾಕ್ಯದಲ್ಲಿನ ಬೇರೆ ಶಬ್ದಗಳ ಜತೆಗಿನ ಸಂಬಂಧವನ್ನು ಸೂಚಿಸುತ್ತದೆ.

उदा : को से की में पर

बिल्ली कमरे में है । बेक्कु कोठडियल्लिदे । ಬೆಕ್ಕು ಕೊಠಡಿಯಲ್ಲಿದೆ.

हैदराबाद से मुम्बाई कित्तना दूर है ।

हैदराबाद्निंद मुंबयि एष्टु दूरदल्लिदे ?

ಹೈದರಾಬಾದ್‌ನಿಂದ ಮುಂಬಯಿ ಎಷ್ಟು ದೂರದಲ್ಲಿದೆ ?

यह सम्बन्ध सूचक के दो भेद है । वे : ಇದರಲ್ಲಿ ಎರಡು ವಿಧ. ಅವು :

1. संबंध सूचक
   ಸಂಬಂಧ ಸೂಚಕ
2. अनुबंध सूचक
   ಅನುಬಂಧ ಸೂಚಕ

1. ಸಂಬಂಧ ಸೂಚಕ **संबंध सूचक :** यह सम्बन्ध वाले वाक्यों में आता है । ये सम्बन्ध बोधक, अव्ययों, संज्ञा और सर्वनाम के विभक्ति के बाद आते है ।

ಇದು ಸಂಬಂಧವನ್ನು ಸೂಚಿಸುವ ವಾಕ್ಯಗಳಲ್ಲಿ ಬರುತ್ತದೆ. ನಾಮಪದ, ಸರ್ವನಾಮದ ವಿಭಕ್ತಿಯ ಬಳಿಕ ಬರುತ್ತದೆ.

उदा : मैं आप का करीबी रिश्तेदार हूँ ।
ननु निम्म हत्तिरद संबंधि ।
ನಾನು ನಿಮ್ಮ ಹತ್ತಿರದ ಸಂಬಂಧಿ

तुम मेरे घर की ओर आ रहे हो ।
नीवु नम्म मने कडेगे बरुत्तिद्दीरि ।
ನೀವು ನಮ್ಮ ಮನೆ ಕಡೆಗೆ ಬರುತ್ತಿದ್ದೀರಿ.

कुछ संबंध सूचक / केलवु संबंध सूचकगळु / ಕೆಲವು ಸಂಬಂಧ ಸೂಚಕಗಳು

1.	के बाद	.....	नंतर	.....	ನಂತರ
2.	के पहले	.....	मोदलिगे	.....	ಮೊದಲಿಗೆ
3.	के ऊपर	.....	मेले	.....	ಮೇಲೆ
4.	के नीचे	.....	केळगे	.....	ಕೆಳಗೆ
5.	के पास	.....	हत्तिर	.....	ಹತ್ತಿರ
6.	के दूर	.....	दूर	.....	ದೂರ
7.	के अंदर	.....	केळगे	.....	ಕೆಳಗೆ
8.	के बाहर	.....	होरगे	.....	ಹೊರಗೆ
9.	के पीछे	.....	केळगे	.....	ಕೆಳಗೆ
10.	के बारे में	.....	बग्गे	.....	ಬಗ್ಗೆ
11.	के सामने	.....	एदुरु	.....	ಎದುರು
12.	के साथ	.....	जतेगे	.....	ಜತೆಗೆ
13.	के ओर / के तरफ	.....	कडेगे / रीति	.....	ಕಡೆಗೆ / ರೀತಿ
14.	के अलावा	.....	होरतुपडिसि	.....	ಹೊರತುಪಡಿಸಿ

15.	के जगह	.....	जाग	.....	ಜಾಗ
16.	के लिए	.....	'गागि'	.....	'ಗಾಗಿ'(ನನಗಾಗಿ, ನಿಮಗಾಗಿ ಇತ್ಯಾದಿ)
17.	के सिवा	.....	होरतागि	.....	ಹೊರತಾಗಿ
18.	के तरह	.....	रीति	.....	ರೀತಿ
19.	के यहाँ	.....	इल्लि	.....	ಇಲ್ಲಿ

2. ಅನುಬಂಧ ಸೂಚಕ (अनुबंधक सूचक) : यह कर्ता से है सो अनुबंध बताती है ।

ಇಲ್ಲಿ ಕರ್ತೃವೇ ಅನುಬಂಧವನ್ನು ಹೇಳುತ್ತಾನೆ.

उदा : मैं ग्यारह बजे तक रहता हूँ ।
नानु 11 गंटे तनक इरुत्तेने ।
ನಾನು 11 ಗಂಟೆ ತನಕ ಇರುತ್ತೇನೆ.

मैं भास्करजी के साथ आता हूँ ।
नानु भास्करजि जतेगे बरुत्तेने ।
ನಾನು ಭಾಸ್ಕರ್‌ಜಿ ಜತೆಗೆ ಬರುತ್ತೇನೆ.

• • • • • • • • • • • • • •

7. समुच्छय सूचक ಸಮುಚ್ಚಯ ಸೂಚಕ (conjunction) : यह दो शब्द या दो वाक्यों को जोड़ता है ।

ಇದು 2 ಶಬ್ದ ಇಲ್ಲವೇ 2 ವಾಕ್ಯಗಳನ್ನು ಜೋಡಿಸುತ್ತದೆ.

उदा : और मत्तु ಮತ್ತು इसलिए इदक्कागि ಇದಕ್ಕಾಗಿ
उसलिए अदक्कागि ಅದಕ್ಕಾಗಿ

वा	इल्लवे	ಇಲ್ಲವೇ	क्योंकी	एकेंदरे	ಏಕೆಂದರೆ
या	इल्लवे	ಇಲ್ಲವೇ	यद्यपि	इद्रू कूड	ಇದ್ದರೂ ಕೂಡ
अथवा	ल्लिवे	ಇಲ್ಲವೇ	और/एवं/व	मत्तु	ಮತ್ತು
कि	एनेंदरे	ಏನೆಂದರೆ	पर	अंदरे	ಅಂದರೆ
तो	इद्दिद्दरे	ಇದ್ದಿದ್ದರೆ	परंतु	अंदरे	ಅಂದರೆ
किन्तु	अंदरे	ಅಂದರೆ	माने	अंदरे	ಅಂದರೆ

उदा : केशव या राजेश करते है । केशव इल्लवे राजेश माडुत्ताने । ಕೇಶವ ಇಲ್ಲವೇ ರಾಜೇಶ ಮಾಡುತ್ತಾನೆ.

तुम्हें या मुझे जाना है । नीनु इल्लवे नानु होगबेकागुत्तदे । ನೀನು ಇಲ್ಲವೇ ನಾನು ಹೋಗಬೇಕಾಗುತ್ತದೆ.

■ **के / एकेंदरे / ಏಕೆಂದರೆ (Because)**

यह शब्द को सामान्य अर्थ में मतलब विभक्ति के लिये तो 'का' of लेकिन हिन्दी व्यावहारिक भाषा में और कविता में यह एक सहायक शब्द (Helping Word) जैसा होता है और किसलिए अर्थ में प्रयोग होता है ।

ಇದನ್ನು ಸಾಮಾನ್ಯ ಅರ್ಥದಲ್ಲಿ ವಿಭಕ್ತಿರೂಪದಲ್ಲಿ (ಕಾ, of)ಎಂದು, ವ್ಯಾವಹಾರಿಕ ಭಾಷೆಯಲ್ಲಿ ಮತ್ತು ಕಾವ್ಯದಲ್ಲಿ ಸಹಾಯಕ ಪದವಾಗಿ 'ಕಿಸ್‌ಲಿಯೆ' ಎಂದು ಬಳಕೆಯಾಗುತ್ತದೆ.

उदा : के जैसे तुझको बनाया गया है मेरे लिए ।

एकेंदरे निन्नन्नु ननगागि एंदे माडलागिदे ।

ಏಕೆಂದರೆ ನಿನ್ನನ್ನು ನನಗಾಗಿ ಎಂದೇ ಮಾಡಲಾಗಿದೆ.

के ये बदन ये निगाहें मेरी अमानत है ।

एकेंदर् ई शरीर, ई नोट ननगागे माडलागिदे ।

ಏಕೆಂದರೆ ಈ ಶರೀರ, ಈ ನೋಟ ನನಗಾಗೇ ಮಾಡಲಾಗಿದೆ.

■ **के सिवा / होरतुपडिसि / ಹೊರತುಪಡಿಸಿ (Except)**

यह उस व्यक्ति के बिना कोई यह काम नहीं कर सकता है के अर्थ में आती है ।

ಕೆಲಸವನ್ನು ನಿರ್ದಿಷ್ಟ ವ್ಯಕ್ತಿ ಬಿಟ್ಟು ಬೇರೆಯವರು ಮಾಡಲಾಗದಿದ್ದರೆ, ಈ ಪದ ಬಳಕೆಯಾಗುತ್ತದೆ.

उदा : उनके सिवा यह काम कोई नहीं कर सकता है ।

अवनन्नु होरतुपडिसि बेरेयवरु आ केलस माडलु साध्यविल्ल ।

ಅವನನ್ನು ಹೊರತುಪಡಿಸಿ ಬೇರೆಯವರು ಆ ಕೆಲಸ ಮಾಡಲು ಸಾಧ್ಯವಿಲ್ಲ.

■ **के बिना / इल्लदिद्दरे** (ಇಲ್ಲದಿದ್ದರೆ)

यह एक प्रत्येक आदमी या वस्तु नही तो फलाना काम नहीं होता है जैसे संदर्भ में आती है ।

ಪ್ರತ್ಯೇಕ ವ್ಯಕ್ತಿ ಇಲ್ಲವೇ ವಸ್ತು ಇಲ್ಲದಿದ್ದರೆ ಕೆಲಸ ಆಗದಿರುವ ಸಂದರ್ಭದಲ್ಲಿ ಬಳಸಲಾಗುತ್ತದೆ.

उदा : राजेश शक्कर के बिना दूध नहीं पीता है ।

राजेश सक्करे इल्लदे हालु कुडियुवुदिल्ल ।

ರಾಜೇಶ್ ಸಕ್ಕರೆ ಇಲ್ಲದೆ ಹಾಲು ಕುಡಿಯುವುದಿಲ್ಲ.

■ **के अलावा** / अल्लदे / ಅಲ್ಲದೆ **(Besides)**

यह एक आदमी या एक वस्तु के बदले दूसरा आदमी या वस्तु से भी काम होता है, यह काम के बारे में बताती है। और दो व्यक्तियों के परस्पर सम्बन्ध भी बताती है।

ಒಬ್ಬ ವ್ಯಕ್ತಿ ಇಲ್ಲವೇ ವಸ್ತುವಿನ ಕೆಲಸವನ್ನು ಇನ್ನೊಬ್ಬ ವ್ಯಕ್ತಿ ಇಲ್ಲವೇ ವಸ್ತುವೂ ಮಾಡಬಹುದಾದರೆ ಅದರ ಬಗ್ಗೆ ಹೇಳುತ್ತದೆ. ಇಬ್ಬರು ವ್ಯಕ್ತಿಗಳ ನಡುವಿನ ಸಂಬಂಧವನ್ನು ತಿಳಿಸುತ್ತದೆ.

उदा : सिकन्दराबाद के अलावा हैदराबाद में भी ऐसा भवन है।

ಸಿಕಂದರಬಾದ್ ಅಲ್ಲದೆ ಹೈದರಾಬಾದ್‌ನಲ್ಲಿ ಕೂಡಾ ಇಂಥದ್ದೇ ಭವನ ಇದೆ.

सूचना : के सिवा, के अलावा वगैरह शब्द संज्ञा और सर्वनाम के पहले भी आते हैं।

ಕೆ ಅಲಾವಾ, ಕೆ ಸಿವಾ ಮತ್ತಿತರ ಶಬ್ದಗಳು ನಾಮಪದ ಮತ್ತು ಸರ್ವನಾಮದ ಮೊದಲು ಬರುವುದೂ ಇದೆ.

उदा : बिना आपरेशन के वह ठीक नहीं होगा।

शस्त्रक्रिये माडदे अदु सरियागदु।

ಶಸ್ತ್ರಕ್ರಿಯೆ ಮಾಡದೆ ಅದು ಸರಿಯಾಗದು.

सिवा उनके वह काम कौन करेंगे ?

अवनन्नु बिट्टरे आ केलस यारु माडुत्तारे ?

ಅವನನ್ನು ಬಿಟ್ಟರೆ ಆ ಕೆಲಸ ಯಾರು ಮಾಡುತ್ತಾರೆ ?

• • • • • • • • • • • • • • •

8. विस्मयादि बोधक ವಿಸ್ಮಯಾದಿ ಬೋಧಕ (Interjection)

: यह वाक्य शोक, हर्ष, विस्मय, घृणा आदि मन के विभिन्न भाव प्रकट करती है।

ಶೋಕ, ಹರ್ಷ, ವಿಸ್ಮಯ, ಗುಣ ಮತ್ತಿತರ ಭಾವನೆಗಳನ್ನು ಪ್ರಕಟಗೊಳಿಸುತ್ತದೆ.

उदा : शबाष (ಶಹಭಾಷ್), हाय (ಹಾಯ್), अहो (ಅಹೋ), बापरे (ಬಾಪ್‌ರೆ).

यह विस्मयादिबोधक के पाँच भेद है। वे : ಇದರಲ್ಲಿ 5 ವಿಧ.

1. हर्ष बोधक **ಹರ್ಷ ಬೋಧಕ** : यह हर्ष प्रकट करती है।

ಹರ್ಷ-ಸಂತಸವನ್ನು ಸೂಚಿಸುತ್ತದೆ.

उदा : अहा (ಆಹಾ), शबाश (ಶಭಾಷ್), अच्छाहैं (ಚೆನ್ನಾಗಿದೆ).

2. शोक बोधक **ಶೋಕ ಬೋಧಕ** : यह दुःख प्रकट करती है ।

ದುಃಖವನ್ನು ಪ್ರಕಟಿಸುತ್ತದೆ.

उदा : हाय (ಹಾಯ್), अय्यो (ಅಯ್ಯೋ), हे राम (ಹೇ ರಾಮ್), अय्यो रामा (ಅಯ್ಯೋ ರಾಮ)

3. **ಆಶ್ಚರ್ಯ ಬೋಧಕ** (आश्चर्य बोधक) : यह आश्चर्य प्रकट करती है ।

ಆಶ್ಚರ್ಯವನ್ನು ಪ್ರಕಟಿಸುತ್ತದೆ.

ಉದಾ : अच्छा है	चेन्नागिदे	ಚೆನ್ನಾಗಿದೆ
जी हाँ	हागेये आगलि	ಹಾಗೆಯೇ ಆಗಲಿ
ठीक है	सरि	ಸರಿ

4. **ತಿರಸ್ಕಾರ ಬೋಧಕ** (तिरस्कार बोधक) : यह तिरस्कार प्रकट करती है ।

ತಿರಸ್ಕಾರ ಭಾವವನ್ನು ಪ್ರಕಟಿಸುತ್ತದೆ.

ಉದಾ : छी	छी	ಛಿ
अरे	अरे	ಅರೆ
चुप	चुप्	ಚುಪ್
हट	तोलगु	ತೊಲಗು

5. **ಸಂಬೋಧಕ ಬೋಧಕ (संबोधक बोधक)** : यह सम्बोधन बताती है ।

ಉದಾ : अरे	ಅರೆ
ओ	ಓ

5

शब्द निर्माण और शब्द विभाजन / शब्द निर्माण मत्तु पद विभजने

ಶಬ್ದ ನಿರ್ಮಾಣ ಮತ್ತು ಪದ ವಿಭಜನೆ

(Word building and division of words)

निर्माण के अनुसार शब्दों के तीन भेद हैं ।

ನಿರ್ಮಾಣದ ಅನುಸಾರ ಶಬ್ದದಲ್ಲಿ 3 ಭೇದಗಳಿವೆ.

1. रूढ़ि (ರೂಢಿ) 2. यौगिक (ಯೌಗಿಕ್) 3. योग रूढ़ि (ಯೋಗರೂಢಿ)

1. रूढ़ि ರೂಢಿ : इन शब्दों के विभाजन करे तो उनमें कोई अर्थ नहीं रहता है ।

ಈ ಶಬ್ದಗಳನ್ನು ವಿಭಜಿಸಿದರೆ, ಅವು ಯಾವುದೇ ಅರ್ಥ ಉಳಿಸಿಕೊಳ್ಳುವುದಿಲ್ಲ.

उदा :	आदमी	मनुष्य	ಮನುಷ್ಯ
	बिल्ली	बेक्किन मरि	ಬೆಕ್ಕಿನ ಮರಿ
	कुर्सी	कुर्चि	ಕುರ್ಚಿ
	औरत	महिळे	ಮಹಿಳೆ

2. यौगिक ಯೋಗಿಕ್ : दो और उस से ज्यादा शब्दों से बनते है ।

ಇದು ಎರಡು ಇಲ್ಲವೇ ಹೆಚ್ಚು ಪದಗಳಿಂದ ಆಗುತ್ತದೆ.

उदा : कार्यदर्शी - कार्यदर्शी - ಕಾರ್ಯದರ್ಶಿ, रसोईघर - मने - ಮನೆ

3. योग रूढ़ि ಯೋಗರೂಢಿ : ये भी यौगिक शब्द जैसा दो और उस से ज्यादा शब्द से या शब्दांश से बन जाते है । लेकिन ये साधारण अर्थ के बदले विशेष अर्थ प्रकट करते है ।

ಇದು ಎರಡು ಇಲ್ಲವೇ ಹಲವು ಶಬ್ದಗಳಿಂದ ರೂಪಿತವಾಗಿರುತ್ತದೆ. ಆದರೆ, ಸಾಧಾರಣ ಅರ್ಥದ ಬದಲು ವಿಶೇಷ ಅರ್ಥ ನೀಡುತ್ತದೆ.

उदा : चतुरमुख - ಚತುರ್ಮುಖ - साधारण अर्थ में चार मुँह है सो वाला । लेकिन विशेष अर्थ में ब्रह्मदेव । ಸಾಧಾರಣ ಅರ್ಥ–ನಾಲ್ಕು ಮುಖದವ. ವಿಶೇಷ ಅರ್ಥ–ಬ್ರಹ್ಮದೇವ

वायुनन्दन - ವಾಯುನಂದನ - साधारण अर्थ में हवा का पुत्र । लेकिन विशेषार्थ में हनुमान ।

ಸಾಧಾರಣ ಅರ್ಥ ಗಾಳಿಯ ಮಗ. ವಿಶೇಷ ಅರ್ಥ ಹನುಮಾನ್.

6

वाक्य - वाक्यगळु - ವಾಕ್ಯಗಳು (Sentences)

1. पूरा अर्थ देनेवाली शब्द समूह को 'वाक्य' कहते है ।

ಸಂಪೂರ್ಣ ಅರ್ಥವನ್ನು ಕೊಡುವ ಶಬ್ದಗಳ ಸಮೂಹವೇ 'ವಾಕ್ಯ'.

उदा :	मैं खेलता हूँ ।	नानु आटवाडुत्तिद्देने ।	ನಾನು ಆಟವಾಡುತ್ತಿದ್ದೇನೆ.
	तुम कौन हो ?	नीनु यारु ?	ನೀನು ಯಾರು ?
	गाय दूध देती है ।	हसु हालु कोडुत्तदे ।	ಹಸು ಹಾಲು ಕೊಡುತ್ತದೆ.
	हम काम करते है ।	नावु केलस माडुत्तिद्देवे ।	ನಾವು ಕೆಲಸ ಮಾಡುತ್ತಿದ್ದೇವೆ.

2. सर्व साधारण से वाक्य निर्माण में कर्ता, कर्मा, क्रिया रहते है ।

कर्ता ಕರ್ತೃ केलस माडुवव (ಕೆಲಸ ಮಾಡುವವ) (काम करनेवाला), कर्मा ಕರ್ಮ केलसद फल पडेयुवव (ಕೆಲಸದ ಫಲ ಪಡೆಯುವವ) (काम का फल पानेवाला), क्रिया ಕ್ರಿಯೆ केलस (ಕೆಲಸ) काम

ಸಾಧಾರಣ ವಾಕ್ಯವೊಂದರಲ್ಲಿ ಕರ್ತೃ, ಕರ್ಮ ಮತ್ತು ಕ್ರಿಯೆ ಇರುತ್ತದೆ. ಕರ್ತೃ(ಕೆಲಸ ಮಾಡುವವನು), ಕರ್ಮ (ಕೆಲಸದ ಫಲ ಪಡೆವವ) ಮತ್ತು ಕ್ರಿಯೆ (ಕೆಲಸ).

उदा : गाय दूध देती है । हसु हालु कोडुत्तदे । ಹಸು ಹಾಲು ಕೊಡುತ್ತದೆ.

इस वाक्य में गाय (कर्ता), देती (क्रिया), दूध (कर्मा) दिया गया

ಈ ವಾಕ್ಯದಲ್ಲಿ ಹಸು (ಕರ್ತೃ), ನೀಡು (ಕ್ರಿಯೆ) ಮತ್ತು ಹಾಲು (ಕರ್ಮ).

3. बिना कर्म के भी वाक्य रहता है ।

'ಕರ್ಮಪದ' ವಿಲ್ಲದೆಯೂ ವಾಕ್ಯ ರಚನೆ ಸಾಧ್ಯವಿದೆ.

सौम्या खेलती है । सौम्या आटवाडुत्तिद्दाळे । ಸೌಮ್ಯ ಆಟವಾಡುತ್ತಿದ್ದಾಳೆ.

इस वाक्य में कर्ता सौम्या, क्रिया खेलती है । लेकिन कर्म (क्या खेलती है, क्यों खेलती है, कैसे खेलती है ।) आदि समाचार नहीं है ।

ಈ ವಾಕ್ಯದಲ್ಲಿ ಕರ್ತೃ ಸೌಮ್ಯ, ಕ್ರಿಯೆ(ಆಟ), ಕರ್ಮ (ಏನು ಆಟ, ಏಕೆ ಆಟವಾಡುತ್ತಿದ್ದಾಳೆ, ಹೇಗೆ ಆಟವಾಡುತ್ತಿದ್ದಾಳೆ, ಎಲ್ಲಿ ಆಟ ಆಡುತ್ತಿದ್ದಾಳೆ ಎಂಬ ಮಾಹಿತಿ ಇಲ್ಲ).

हम पढ़ते हैं ।	नावु ओदुत्तिद्देवे ।	ನಾವು ಓದುತ್ತಿದ್ದೇವೆ.
दूध सफेद है ।	हालु बेळ्ळगिदे ।	ಹಾಲು ಬೆಳ್ಳಗಿದೆ.
हमारा देश सुंदर है ।	नम्म देश सुंदरवागिदे ।	ನಮ್ಮ ದೇಶ ಸುಂದರವಾಗಿದೆ.

4. विलोम अर्थ देने वाले वाक्यों में क्रिया के पहले नहीं शब्द आते है ।
ವಿಲೋಮ ಅರ್ಥ ನೀಡುವ ವಾಕ್ಯದಲ್ಲಿ ಕ್ರಿಯೆಗೆ ಮುನ್ನ 'ಇಲ್ಲ' ಎಂಬ ಪದ ಬರುತ್ತದೆ.

मै घर नही जाता / जाती हूँ । नानु मनेगे होगुवुदिल्ल । ನಾನು ಮನೆಗೆ ಹೋಗುವುದಿಲ್ಲ.
तुम नहीं खेलती / खेलते हो । नीनु आटवाडुवुदिल्ल । ನೀನು ಆಟವಾಡುವುದಿಲ್ಲ.

वाक्य तीन प्रकार के होते है । वे सरल वाक्य (ಸರಳ ವಾಕ್ಯ - Simple Sentence), मिश्रित वाक्य (ಸಂಕೀರ್ಣ ವಾಕ್ಯ- Complex Sentence) और संयुक्त वाक्य (ಸಂಯುಕ್ತ ವಾಕ್ಯ- Compound Sentence). ವಾಕ್ಯದಲ್ಲಿ ಮೂರು ವಿಧ.

1. **सरल वाक्य** ಸರಳ ವಾಕ್ಯ : एक कर्ता और एक क्रिया जिस वाक्य में है उसे सरल वाक्य (Simple Sentence) कहते है ।

ಒಬ್ಬ ಕರ್ತೃ ಮತ್ತು ಒಂದು ಕ್ರಿಯೆ ಇರುವ ವಾಕ್ಯವೇ ಸರಳ ವಾಕ್ಯ.

उदा : कल्याण काम करता है । कल्याण् केलस माडुत्तिद्दाने । ಕಲ್ಯಾಣ್ ಕೆಲಸ ಮಾಡುತ್ತಿದ್ದಾನೆ.

2. **मिश्रित वाक्य** ಸಂಕೀರ್ಣ ವಾಕ್ಯ: एक संपूर्ण वाक्य और उसके आधार पर एक या दो अंश पूर्ण वाक्य जिस वाक्य में हों उसे मिश्रित वाक्य (Complex Sentence) कहते हैं ।

ಒಂದು ಪೂರ್ಣವಾಕ್ಯ ಮತ್ತು ಅದರ ಆಧಾರದ ಮೇಲೆ ಒಂದು ಅಥವಾ 2 ಅಂಶದ ಪೂರ್ಣವಾಕ್ಯವಿದ್ದರೆ, ಅದು ಸಂಕೀರ್ಣ ವಾಕ್ಯ.

उदा : मुझे सिर दर्द हो रहा है । इसलिए मैं दफ्तर नहीं आ सकता हूँ ।
ननगे तले नोयुत्तिदे । हीगागि कचेरिगे बरलु साध्यविल्ल ।
ನನಗೆ ತಲೆ ನೋಯುತ್ತಿದೆ. ಹೀಗಾಗಿ ಕಚೇರಿಗೆ ಬರಲು ಸಾಧ್ಯವಿಲ್ಲ.

श्रीलक्ष्मी ने कहा कि सुदर्शन अच्छा गायक है ।
श्रीमति हेळिदळु, सुदर्शन उत्तम गायक ।
ಶ್ರೀಮತಿ ಹೇಳಿದಳು, ಸುದರ್ಶನ ಉತ್ತಮ ಗಾಯಕ.

3. **संयुक्त वाक्य** ಸಂಯುಕ್ತ ವಾಕ್ಯ: दो और उस से ज्यादा सरल वाक्य मिला कर जो वाक्य होता है उसे संयुक्त वाक्य (Compound Sentence) कहते है ।

ಎರಡು ಅಥವಾ ಅದಕ್ಕಿಂತ ಹೆಚ್ಚು ಸರಳ ವಾಕ್ಯಗಳು ಸೇರಿಕೊಂಡು ಆಗುವ ವಾಕ್ಯವೇ ಸಂಯುಕ್ತ ವಾಕ್ಯ.

उदा : मैं पंडरापुरम जाऊँगा लेकिन खाना खाकर जाऊँगा ।
नानु पंडरापुरक्के होगुत्तेने, आदरे ऊट माडिकोंडु होगुत्तेने ।
ನಾನು ಪಂಡರಾಪುರಕ್ಕೆ ಹೋಗುತ್ತೇನೆ, ಆದರೆ ಊಟ ಮಾಡಿಕೊಂಡು ಹೋಗುತ್ತೇನೆ.

7 वाच्य - कंठध्वनि ಕಂಠಧ್ವನಿ - (Voice)

हर वाक्य में कर्ता (ಕರ್ತೃ subject), कर्म (ಕರ್ಮ object), क्रिया (ಕ್ರಿಯ verb) रहते हैं । और हर वाक्य में अर्थ या भाव रहता है । इसे वाच्य वाक् + अर्थ - Voice कहते है ।

क्रिया रूप के अनुसार वाच्य के तीन भेद है । वे :

ಒಂದು ವಾಕ್ಯದಲ್ಲಿ ಕರ್ತೃ, ಕರ್ಮ ಮತ್ತು ಕ್ರಿಯೆ ಇರುತ್ತದೆ. ಜತೆಗೆ, ಅರ್ಥ ಇಲ್ಲವೇ ಭಾವವೂ ಕ್ರಿಯಾರೂಪಕ್ಕೆ ಅನುಗುಣವಾಗಿ ಇರುತ್ತದೆ. ಇದೇ ವಾಗರ್ಥ.

1. कर्तृ वागर्थ **ಕರ್ತೃ ವಾಗರ್ಥ** (Active Voice) : इसमें कर्ता ಕರ್ತೃ (subject) के बारे में मतलब काम करनेवाला के बारे में बता जाती है ।

   ಇದರಲ್ಲಿ ಕರ್ತೃವಿನ ಬಗ್ಗೆ ಗೊತ್ತಾಗುತ್ತದೆ.

   उदा : नरसिंह राव एक खत लिख रहा है ।
   नरसिंहराव् ओंदु कते बरेयुत्तिद्दारे ।
   ನರಸಿಂಹರಾವ್ ಒಂದು ಕತೆ ಬರೆಯುತ್ತಿದ್ದಾರೆ.

   मैं महाभारत पढ़ रहा हूँ ।
   नानु महाभारत ओदुत्तिद्देने ।
   ನಾನು ಮಹಾಭಾರತ ಓದುತ್ತಿದ್ದೇನೆ.

2. **कर्म वागर्थ ಕರ್ಮ ವಾಗರ್ಥ** (Passive Voice) : यह कर्म (object) के बारे में मतलब कर्ता के द्वारा किया हुआ काम का फल पाने वाले के बारे में बताता है । इसमें से और गया, गयी, गये जरूर आते हैं क्रिया शब्द हमेशा भूतकाल में रहते है ।

   ಇದು ಕರ್ಮದ ಬಗ್ಗೆ ಅಂದರೆ ಕರ್ತೃ ಮಾಡಿದ ಕೆಲಸದ ಫಲವನ್ನು ಪಡೆಯುವವನ ಬಗ್ಗೆ ಹೇಳುತ್ತದೆ. 'ಸೆ' 'ಗಯಾ' 'ಗಯೀ' 'ಗಯೆ' ಬಂದಲ್ಲಿ ಕ್ರಿಯಾಶಬ್ದವು ಭೂತಕಾಲದಲ್ಲಿ ಇರುತ್ತದೆ.

   उदा : राम के हाथ से रावण मारा गया ।
   रामन कैयल्लि रावण सावु कंड ।
   ರಾಮನ ಕೈಯಲ್ಲಿ ರಾವಣ ಸಾವು ಕಂಡ.
   गौरी से काम किया गया ।
   गौरियिंद केलस आयितु ।
   ಗೌರಿಯಿಂದ ಕೆಲಸ ಆಯಿತು.

3. **भाव वागर्थ ಭಾವ ವಾಗರ್ಥ** (Impersonal Voice) : इसमें कर्ता या कर्म के बदले भाव को प्राधानता रहती है । (अकर्मक क्रियालु Intransitive Verbs) भाव वाच्य में बदलते हैं ।

ಕರ್ತೃ ಇಲ್ಲವೇ ಕರ್ಮದ ಬದಲು ಭಾವವು ಪ್ರಧಾನತೆ ಗಳಿಸುತ್ತದೆ. ಅಕರ್ಮಕ ಕ್ರಿಯಾಪದಗಳ ಭಾವ ವಾಗರ್ಥದಲ್ಲಿ ಬದಲಾಗುತ್ತದೆ.

उदा : कुत्ता दौड़ नहीं सकता

नायिगे ओडलु साध्यविल्ल / ओडलारदु ।

ನಾಯಿಗೆ ಓಡಲು ಸಾಧ್ಯವಿಲ್ಲ / ಓಡಲಾರದು.

कुत्ता दौड़ने का काम कर न सका । यहाँ यह कहने का मुख्य उद्देश्य है

ಇಲ್ಲಿ ಓಡುವುದು ಪ್ರಧಾನ ಅಂಶ.

तुम से यह काम किया नहीं जाता ।

निन्निंद ई केलस माडलु आगुवुदिल्ल ।

ನಿನ್ನಿಂದ ಈ ಕೆಲಸ ಮಾಡಲು ಆಗುವುದಿಲ್ಲ.

इस वाक्य में 'काम' प्रधान है ।

ಈ ವಾಕ್ಯದಲ್ಲಿ 'ಕೆಲಸ' ಪ್ರಧಾನ ಅಂಶ.

8

उपसर्ग ಉಪಸರ್ಗ (Prefix)

एक शब्द के आगे आकर शब्द का अर्थ में विशेषता लाने वाली वाक्यांश को उपसर्ग (Prefix) कहते है । ये एक, या दो या तीन अक्षर वाले हैं । हिन्दी भाषा में संस्कृत, हिन्दी, उर्दू भाषाओं के उपसर्ग पाये जाते है ।

ಒಂದು ಶಬ್ದದ ಮುಂದೆ ಬಂದು ಶಬ್ದದ ಅರ್ಥದಲ್ಲಿ ವಿಶೇಷತೆಯನ್ನು ತಂದುಕೊಡುವ ವಾಕ್ಯಾಂಶವೇ ಉಪಸರ್ಗ. ಇದು ಒಂದು, ಎರಡು ಇಲ್ಲವೇ ಮೂರು ಅಕ್ಷರಗಳನ್ನು ಹೊಂದಿರುತ್ತದೆ. ಹಿಂದಿಯಲ್ಲಿ ಸಂಸ್ಕೃತ, ಹಿಂದಿ, ಉರ್ದು ಭಾಷೆಯ ಉಪಸರ್ಗ ಬಳಕೆಯಾಗುತ್ತದೆ.

उदा :	उप + नाम	उपनाम	ಉಪನಾಮ
	उप + वन	उपवन	ಉಪವನ

अब हम यहाँ कुछ नमूने देखेंगे ।

ಕೆಲವು ಉದಾಹರಣೆಗಳನ್ನು ಪರಿಶೀಲಿಸೋಣ.

सु	(ಸು)	सुयेगा	ಸುಯೋಗ	सुदिन	ಸುದಿನ	सुपुत्र	ಸುಪುತ್ರ
कु	(ಕು)	कुमार्ग	ಕುಮಾರ್ಗ	कुसंगीत	ಕುಸಂಗೀತ್	कुपुत्र	ಕುಪುತ್ರ
अति	(ಅತಿ)	अतिरथ	ಅತಿರಥ	अतिशय	ಅತಿಶಯ		
आ	(ಆ)	आजीवन	ಆಜೀವನ	आजन्म	ಆಜನ್ಮ		
उप	(ಉಪ)	उपमान	ಉಪಮಾನ್	उपकार	ಉಪಕಾರ		
अप	(ಅಪ)	अपवाद	ಅಪವಾದ್	अपमान	ಅಪಮಾನ		
प्रति	(ಪ್ರತಿ)	प्रतिरोध	ಪ್ರತಿರೋಧ	प्रतिग्रह	ಪ್ರತಿಗ್ರಹ		
अनु	(ಅನು)	अनुमति	ಅನುಮತಿ	अनुज	ಅನುಜ		

9

प्रत्यय / प्रत्ययमु / ಪ್ರತ್ಯಯ (Suffix)

प्रत्यय शब्दों के अंत में शब्दों के अर्थ में बदलाव करते हैं। प्रत्यय के दो प्रकार हैं।

ಶಬ್ದಗಳ ಅಂತ್ಯದಲ್ಲಿ ಅವುಗಳ ಅರ್ಥವನ್ನು ಪ್ರತ್ಯಯಗಳು ಬದಲಿಸುತ್ತವೆ. ಇವುಗಳಲ್ಲಿ 2 ವಿಧ.

1. कृत प्रत्यय ಕೃತ ಪ್ರತ್ಯಯ (Verbal Suffix) : क्रिया के अंत में जोडी जाने वाली प्रत्यय (Suffix) को कृत प्रत्यय (ಕೃತ ಪ್ರತ್ಯಯ) कहते हैं। मतलब काम के अंत में आनेवाला शब्द हैं।

ಕ್ರಿಯೆಯ ಅಂತ್ಯದಲ್ಲಿ ಜೋಡಣೆಯಾಗುವ ಪ್ರತ್ಯಯವಿದು. ಅಂದರೆ, ಕೆಲಸದ ಅಂತ್ಯದಲ್ಲಿ ಬರುವ ಶಬ್ದ.

उदा :	जानेवाला	होगुववनु	ಹೋಗುವವನು
	मिलनेवाला	भेटियागुववनु	ಭೇಟಿಯಾಗುವವನು
	देखनेवाला	नोडुववनु	ನೋಡುವವನು
	करनेवाला	माडुववनु	ಮಾಡುವವನು

2. तद्धित प्रत्यय ತದ್ಧಿತ ಪ್ರತ್ಯಯ (Noun Suffix) : संज्ञा शब्द के अंत में आने वाले को तद्धित प्रत्यय कहते है। ನಾಮಪದದ ಅಂತ್ಯದಲ್ಲಿ ಬರುವ ಪ್ರತ್ಯಯವಿದು.

उदा :	दूधवाला	हालुहाकुववनु	ಹಾಲು ಹಾಕುವವನು
	गायवाला	दनगाहि	ದನಗಾಹಿ
	धनवान	हणवंत	ಹಣವಂತ

यह नीचे और कुछ प्रत्यय के बारे में जानकारी कर लेंगे। ಕೆಲವು ಉದಾಹರಣೆಗಳು :

उदा :	नी	(ನಿ)	चट्नी	ಚಟ್ನಿ
	या	(ಯಾ)	सौंदर्य	ಸೌಂದರ್ಯ
	वट	(ವಟ್)	रुकावठ	ತಡೆ
	आई	(ಆಯೀ)	सुनाई	केळुवुदु ಕೇಳುವುದು
	ता	(ತಾ)	सज्जनता	सज्जनते ಸಜ್ಜನತೆ
	इक	(ಇಕ್)	सांस्कृतिक	ಸಾಂಸ್ಕೃತಿಕ
	आल	(ಆಲ್)	सासुराल	अत्ते ಅತ್ತೆ

■ ने (ನೆ)

'ने' (ನೆ) प्रत्यय (suffix) कर्ता के बाद आता है। यह हिन्दी भाषा में अधिक महत्वपूर्ण है।

ಈ ಪ್ರತ್ಯಯವು ಕರ್ತೃವಿನ ನಂತರ ಬರುತ್ತದೆ. ಇದಕ್ಕೆ ಹಿಂದಿಯಲ್ಲಿ ಅತ್ಯಂತ ಮಹತ್ವದ ಸ್ಥಾನವಿದೆ.

नियम 1 : यह भूतकाल में सिर्फ सकर्मक क्रिया मे आता है ।

ಇದು ಭೂತಕಾಲದಲ್ಲಿ ಸಕರ್ಮಕ ಕ್ರಿಯೆಯಲ್ಲಿ ಮಾತ್ರ ಬರುತ್ತದೆ.

नियम 2 : ने (ನೆ) प्रत्यय आये जब क्रिया, कर्ता और कर्म (object) लिंग और वचन के अनुसार बदलती है ।

'ನೆ' ಪ್ರತ್ಯಯ ಬಂದಾಗ, ಲಿಂಗ ಮತ್ತು ವಚನಕ್ಕೆ ಅನುಸಾರವಾಗಿ ಕ್ರಿಯೆ, ಕರ್ತೃ ಮತ್ತು ಕರ್ಮ ಬದಲಾಗುತ್ತದೆ.

उदा : गौरी ने दो रोटियाँ खायी । गौरि एरडु रोट्टि तिंदळु । ಗೌರಿ ಎರಡು ರೊಟ್ಟಿ ತಿಂದಳು

राजी ने आम खाया । राणि माविन हण्णु तिंदळु । ರಾಣಿ ಮಾವಿನಹಣ್ಣು ತಿಂದಳು

नियम 3 : वर्तमान और भविष्यत काल में ने (ನೆ) प्रत्यय नहीं आता है ।

ವರ್ತಮಾನ ಮತ್ತು ಭವಿಷ್ಯತ್‌ಕಾಲದಲ್ಲಿ 'ನೆ' ಪ್ರತ್ಯಯ ಬರುವುದಿಲ್ಲ.

नियम 4 : कर्म नहीं है तो कर्म के बाद को (ಕೊ) विभक्ति आये तो क्रिया पुल्लिंग सिर्फ एकवचन में रहती है ।

ಕರ್ಮ ಇಲ್ಲದಿದ್ದಲ್ಲಿ, ಕರ್ಮದ ಬಳಿಕ 'ಕೋ' ವಿಭಕ್ತಿ ಬಂದಲ್ಲಿ ಕ್ರಿಯಾಪುಲ್ಲಿಂಗವು ಏಕವಚನದಲ್ಲಿ ಮಾತ್ರ ಇರುತ್ತದೆ.

उदा : हम ने देखा नानु नोडिदे । ನಾನು ನೋಡಿದೆ.

उसने सुना आतनु केळिद । ಆತನು ಕೇಳಿದ

सोमनाथ ने कुत्ते को देखा सोमनाथनु नायियन्नु नोडिदनु । ಸೋಮನಾಥನು ನಾಯಿಯನ್ನು ನೋಡಿದನು.

नियम 5 : ला ಲಾ, बोल ಬೋಲ್, भूल ಭೂಲ್, सक ಸಕ್, चुक ಚುಕ್, लग ಲಗ್ शब्द सकर्मक क्रियायें हैं तो भी वे आये जब ने (ನೆ) प्रत्यय नहीं आता है ।

'ಲಾ' 'ಬೋಲ್' 'ಬೂಲ್' 'ಸಕ್' 'ಚುಕ್' 'ಲಗ್' ಶಬ್ದಗಳು ಸಕರ್ಮಕ ಕ್ರಿಯೆ ಆಗಿದ್ದಲ್ಲಿ 'ನೆ' ಪ್ರತ್ಯಯ ಬರುವುದಿಲ್ಲ.

उदा : हम एक किताब <u>लाये</u> नावु ओंदु पुस्तकवन्नु तंदेवु । ನಾವು ಒಂದು ಪುಸ್ತಕವನ್ನು ತಂದೆವು.

मैं अंग्रेजी सीख <u>चुका</u> नानु इंग्लिष कलितु मुगिसिदे । ನಾನು ಇಂಗ್ಲಿಷ್ ಕಲಿತು ಮುಗಿಸಿದೆ.

तुम इसका नाम <u>भूल</u> गये निनु अवन हेसरन्नु मरेते । ನೀನು ಅವನ ಹೆಸರನ್ನು ಮರೆತೆ.

बच्चा कन्नड में <u>बोला</u> मगु कन्नडदल्हि मातनाडिद। ಮಗು ಕನ್ನಡದಲ್ಲಿ ಮಾತನಾಡಿದ.

आप पानी पी <u>सके</u> तावु नीरु कुडियबहुदु । ತಾವು ನೀರು ಕುಡಿಯಬಹುದು.

10

विधि वाचक / विधि वाचक / ವಿಧಿವಾಚಕ (Imperative Mood)

आदेश, उपदेश, प्रार्थना और अनुरोध आदि प्रकट करे क्रिया रूप को विधिवाचक 'ವಿಧಿ ವಾಚಕ' कहते हैं ।

ಆದೇಶ, ಉಪದೇಶ, ಪ್ರಾರ್ಥನೆ ಮತ್ತಿತರ ಭಾವನೆಗಳನ್ನು ಪ್ರಕಟಿಸುವವೇ ವಿಧಿವಾಚಕಗಳು.

1. इस विधिवाचक क्रिया में सर्वनाम तुम / तू, आप आते है ।

   ಈ ವಿಧಿ ವಾಚಕವು ಕ್ರಿಯೆಯಲ್ಲಿ ಸರ್ವನಾಮ ತುಮ್/ತು, ಆಪ್ ಜತೆ ಬರುತ್ತದೆ.

2. तू ತೂ शब्द बच्चों को और नौकर को उपयोग करते है ।

   'ತು' ಪದವನ್ನು ಮಕ್ಕಳು, ನೌಕರರಿಗೆ ಬಳಸಲಾಗುತ್ತದೆ.

3. तुम ತುಮ್ नीवु (ನೀವು) शब्द सहोदयोग, सहविद्यार्थि, मित्रों आदि लोगों को प्रयोग करते है ।

   'ತುಮ್' ಶಬ್ದವನ್ನು ಸಹೋದ್ಯೋಗಿ, ಸಹವಿದ್ಯಾರ್ಥಿ, ಮಿತ್ರರು ಮತ್ತಿತರರಿಗೆ ಬಳಸಲಾಗುತ್ತದೆ.

4. तू कर्ता है जब क्रिया का मूल धातु उपयोग करते है ।

   'ತೂ' ಕರ್ತೃ ಆಗಿದ್ದಾಗ ಕ್ರಿಯೆಯ ಮೂಲಧಾತು ಬಳಕೆಯಾಗುತ್ತದೆ.

   उदा : तू कर   नीनु माडु   ನೀನು ಮಾಡು

5. तुम कर्ता है जब क्रिया शब्द के बाद ओ (ಓ) जोडा जायेगा ।

   'ತುಮ್' ಕರ್ತೃ ಆಗಿದ್ದಲ್ಲಿ ಕ್ರಿಯಾಶಬ್ದದ ಬಳಿಕ 'ಓ' ಜತೆಗೂಡುತ್ತದೆ.

   उदा : तुम करो   नीवु माडि   ನೀವು ಮಾಡಿ.

   तुम देखो   नीवु नोडि   ನೀವು ನೋಡಿ.

6. आप कर्ता है जब इये ಇಯೆ, जिये ಜಿಯೆ आते है ।

   'ಆಪ್' ಜತೆ 'ಇಯೆ' 'ಜಿಯೆ' ಬಳಕೆಯಾಗುತ್ತದೆ.

   उदा : आप पढ़िये   नीवु ओदिरि   ನೀವು ಓದಿರಿ.

   आप कीजिए   नीवु माडिरि   ನೀವು ಮಾಡಿರಿ.

इनमें विलोम वाक्य लिखते जब क्रिया शब्द के पहला मत / मना (बेड ಬೇಡ) आते है ।

ವಿಲೋಮ ವಾಕ್ಯವಾದಲ್ಲಿ ಕ್ರಿಯೆಯ ಮೊದಲು 'ಮತ್/ಮನಾ' ಬರುತ್ತದೆ.

उदा :	तुम मत आओ ।	नीनु बरबेड ।	ನೀನು ಬರಬೇಡ.
उदा :	आप मत कीजीए ।	नीवु माडबेडि ।	ನೀವು ಮಾಡಬೇಡಿ.

■ मत बेड / ಬೇಡ (Do not)

हिन्दी में इस शब्द को विलोम वाक्यों में प्रयोग करते है । इस शब्द को प्रयोग करें जब तुम (ನೀವು नीवु) तो को (ಕೊ) आप (ಅಪ್) क्रियाओं में आना है ।

ಇದು ವಿಲೋಮ ವಾಕ್ಯಗಳಲ್ಲಿ ಬಳಕೆಯಾಗುತ್ತದೆ. ಈ ಶಬ್ದ ಬಳಸಿದಲ್ಲಿ 'ತುಮ್' ಪದವು 'ಕೋ' 'ಆಪ್' ಕ್ರಿಯೆಯಲ್ಲಿ ಬರುತ್ತದೆ.

उदा :	झूठ मत बोलो	मेरी बात मत भूलो ।	आप वहाँ मत जाइएँ
	सुळ्ळु हेळबेड ।	नन्न मातन्नु मरेयबेड ।	नीवु अल्लिगे होगबेडि ।
	ಸುಳ್ಳು ಹೇಳಬೇಡ	ನನ್ನ ಮಾತನ್ನು ಮರೆಯಬೇಡ	ನೀವು ಅಲ್ಲಿಗೆ ಹೋಗಬೇಡಿ.

11

एक शब्द में लिखने वाली बातें - ಒಂದೇ ಶಬ್ದದಲ್ಲಿ ಬರೆಯಬಹುದಾದ ವಿಷಯ
ओंदे शब्ददल्लि बरेयबहुदाद विषय

'पाठशाला' (school / ಪಾಠಶಾಲೆ) शब्द का अर्थ सीखने का और सीखाने का स्थान एक ही है ।

ಶಾಲೆ ಎಂದರೆ ಕಲಿಯುವ, ಕಲಿಸುವ ಸ್ಥಳ. ಅದೇ ರೀತಿ–

1. कपड़े सीने वाला । बट्टे होलियुववनु ।

   ಬಟ್ಟೆ ಹೊಲಿಯುವವನು दर्जी टैलरु (ಟೈಲರ್)

2. खेती का काम करने वाला ।

   कृषि केलस माडुवव । किसान रैत

   ಕೃಷಿ ಕೆಲಸ ಮಾಡುವವ, ಕಿಸಾನ್ (ರೈತ)

3. जो अनेक शास्त्रों का ज्ञान रखता है ।

   अनेक शास्त्रगळ ज्ञान इरुवव । ಅನೇಕ ಶಾಸ್ತ್ರಗಳ ಜ್ಞಾನ ಇರುವವ

   पंडित, विद्वान् ಪಂಡಿತ (ವಿದ್ವಾನ್)

4. मंदिर में पूजा करनेवाला ।

   मंदिरदल्लि पूजे माडुवव । ಮಂದಿರದಲ್ಲಿ ಪೂಜೆ ಮಾಡುವವ.

   पूजारि ಪೂಜಾರಿ (ಅರ್ಚಕ)

5. विरह से व्याकुल स्त्री ।

   विरहदिंद त्यक्तळाद स्त्री । ವಿರಹದಿಂದ ತ್ಯಕ್ತಳಾದ ಸ್ತ್ರೀ. विरहिणी, ವಿರಹಿಣಿ

6. सहयोग न देना ।

   सहयोग नीडदवरु । ಸಹಯೋಗ ನೀಡದವರು. असहयोग, ಅಸಹಯೋಗ

7. जो कोई काम नहीं करता ।

   बेकार केलस माडदवनु । ಕೆಲಸ ಮಾಡದವನು. सोमरि, ಸೋಮಾರಿ

8. प्रेम करनेवाली स्त्री ।

   प्रेमिसुत्तिरुव महिळे । ಪ್ರೇಮಿಸುತ್ತಿರುವ ಮಹಿಳೆ. प्रेयसी, ಪ್ರೇಯಸಿ

9. जिसमे अच्छे गुण होते हैं ।

   गुणी उत्तम गुणवुळ्ळव । ಉತ್ತಮ ಗುಣವುಳ್ಳವ. गुणवंत, ಗುಣವಂತ

10. समाज से सम्बन्धित ।

समाजक्के संबंधिसिद्दु । ಸಮಾಜಕ್ಕೆ ಸಂಬಂಧಿಸಿದ್ದು. सामाजिक, ಸಾಮಾಜಿಕ

11. जो बोल नहीं सकता ।

गूंगा मातु बारदव । ಮಾತು ಬಾರದವ. मूग, ಮೂಗ

12. जो सुन नहीं सकता ।

बहरा मातु केळिसदव । ಮಾತು ಕೇಳಿಸದವ किवुड, ಕಿವುಡ

13. सोने के आभूषण बनाने वाला ।

सुनार चिन्नद आभरण माडुवव ।ಚಿನ್ನದ ಆಭರಣ ಮಾಡುವವ.

अक्कसालिग / चिनिवार, ಅಕ್ಕಸಾಲಿಗ/ಚಿನಿವಾರ

14. अपनी इच्छा के अनुसार करनेवाला ।

स्वेछाचारी तनगिष्ट बंदद्दन्नु माडुवव । ತನಗಿಷ್ಟ ಬಂದದ್ದನ್ನು ಮಾಡುವವ. स्वेछाचारी, ಸ್ವೇಚ್ಛಾಚಾರಿ

15. गीत गानेवाला ।

हाडु हेळुवव । ಹಾಡು ಹೇಳುವವ. गायक, ಗಾಯಕ

16. तेल बेचने वाला ।

तेली तैलवन्नु माराट माडुवव । ತೈಲವನ್ನು ಮಾರಾಟ ಮಾಡುವವ. गाणिग, ಗಾಣಿಗ

17. विद्या सीखने वाला ।

विद्येयन्नु कलियुवव । ವಿದ್ಯೆಯನ್ನು ಕಲಿಯುವವ. विद्यार्थि, ವಿದ್ಯಾರ್ಥಿ.

18. जो मेहनत करता है ।

मजदूर केलसवन्नु माडुवव ।ಕೆಲಸವನ್ನು ಮಾಡುವವ. कार्मिक, ಕಾರ್ಮಿಕ.

19. खेलने वाला ।

आटवाडुवव । ಆಟವಾಡುವವ. आटगार / क्रीडाळु, ಆಟಗಾರ / ಕ್ರೀಡಾಳು

समानार्थक शब्द / समानार्थक शब्दमुलु / ಸಮಾನಾರ್ಥಕ ಪದ (Synonyms)

पुत्र	ಪುತ್ರ	...	मग, सुत, कुमार	ಮಗ/ಸುತ/ಕುಮಾರ
पुत्री	ಪುತ್ರಿ	...	मगळु, सुते, कुमारि	ಮಗಳು/ಸುತೆ/ಕುಮಾರಿ
पति	ಪತಿ	...	नाथ, गंड	ನಾಥ, ಗಂಡ
पत्नी	ಪತ್ನಿ	...	हेंडति, स्त्री	ಹೆಂಡತಿ, ಸ್ತ್ರೀ
सटक	ರಸ್ತೆ	...	हादि, दारि, रोड्	ಹಾದಿ, ದಾರಿ, ರೋಡ್
सम्राट	ಮಹಾರಾಜ	...	दोरे, अरस	ದೊರೆ, ಅರಸ
खुशी	ಸಂತೋಷ	...	आनंद	ಆನಂದ
असत्य	ಸುಳ್ಳು	...	असत्य	ಅಸತ್ಯ
दुःख	ದುಃಖ	...	व्याकुलते, औदासीन्य	ವ್ಯಾಕುಲತೆ, ಔದಾಸೀನ್ಯ
बीमार	ಕಾಯಿಲೆ	...	अस्वस्थते, रोग	ಅಸ್ವಸ್ಥತೆ, ರೋಗ
सत्य	ಸತ್ಯ	...	वास्तव	ವಾಸ್ತವ

समानार्थक द्वन्द्व शब्द / समानार्थक द्वंद्व पदगळु / ಸಮಾನಾರ್ಥಕ ದ್ವಂದ್ವ ಪದಗಳು

हिन्दी भाषा की तरह कन्नड भाषा में भी समानार्थक द्वन्द्व शब्द हैं ।

ಹಿಂದಿಯಂತೆ ಕನ್ನಡದಲ್ಲೂ ಸಮಾನಾರ್ಥಕ ದ್ವಂದ್ವ ಪದಗಳಿವೆ.

उदा : लडना-झगडना - कादाट-जगळ- ಕಾದಾಟ-ಜಗಳ; बाल-बच्चे - मक्कळु, मरि - ಮಕ್ಕಳು, ಮರಿ; घर-द्वार - मने, बागिलु - ಮನೆ, ಬಾಗಿಲು; आना-जाना - बा, होगु - ಬಾ, ಹೋಗು; गाना-बजाना - वाद्य बारिसु - ಪಾದ್ಯ ಬಾರಿಸು.

13 विलोम शब्द / व्यतिरेक पदमुलु / ವಿಲೋಮ ಶಬ್ದ (Antonyms)

किसी एक शब्द की विलोम अर्थ देनेवाली शब्द को विलोम शब्द कहते है ।

ಪದದ ವಿರುದ್ಧ ಅರ್ಥ ಕೊಡುವ ಶಬ್ದವೇ ವಿಲೋಮ ಪದ.

1.	मोटा	-	कुळ्ळ	ಕುಳ್ಳ	×	पतला	-	लंबु	ಲಂಬು
2.	पैना	-	मेले	ಮೇಲೆ	×	नीचे	-	केळगे	ಕೆಳಗೆ
3.	पुण्य	-	पुण्य	ಪುಣ್ಯ	×	पाप	-	पाप	ಪಾಪ
4.	पास	-	हत्तिर	ಹತ್ತಿರ	×	दूर	-	दूर	ದೂರ
5.	रात	-	रात्रि	ರಾತ್ರಿ	×	दिन	-	हगलु	ಹಗಲು
6.	सुख	-	सुख	ಸುಖ	×	दुःख	-	दुःख	ದುಃಖ
7.	धर्म	-	धर्म	ಧರ್ಮ	×	अधर्म	-	अधर्म	ಅಧರ್ಮ
8.	नया	-	होसदु	ಹೊಸದು	×	पुराना	-	हळेयदु	ಹಳೆಯದು
9.	आरंभ	-	आरंभ	ಆರಂಭ	×	अंत	-	अंत्य	ಅಂತ್ಯ
10.	कम	-	कडिमे	ಕಡಿಮೆ	×	अधिक	-	हेच्चु	ಹೆಚ್ಚು
11.	भूलना	-	मरेवु	ಮರೆವು	×	याद करना	-	नेनपु	ನೆನಪು
12.	डर	-	हेदरिके	ಹೆದರಿಕೆ	×	निडर	-	धैर्य	ಧೈರ್ಯ
13.	आना	-	बरुवुदु	ಬರುವುದು	×	जाना	-	होगुवुदु	ಹೋಗುವುದು
14.	सच	-	सत्य	ಸತ್ಯ	×	झूठ	-	सुळ्ळु	ಸುಳ್ಳು
15.	मालिक	-	मालीक	ಮಾಲೀಕ	×	नौकर	-	नौकर	ನೌಕರ
16.	प्रकाश	-	बेळकु	ಬೆಳಕು	×	अँधेरा	-	कत्तलु	ಕತ್ತಲು
17.	बेचना	-	खरीदिसु	ಖರೀದಿಸು	×	खरीदना	-	माराटमाडु	ಮಾರಾಟಮಾಡು
18.	खट्टा	-	कहि	ಕಹಿ	×	मीठा	-	सिहि	ಸಿಹಿ
19.	भलाई	-	ओळितु	ಒಳಿತು	×	बुराई	-	केड्कु	ಕೆಡುಕು
20.	अमीर	-	श्रीमंत	ಶ್ರೀಮಂತ	×	गरीब	-	बडव	ಬಡವ
21.	सफेद	-	बिळि	ಬಿಳಿ	×	काला	-	कप्पु	ಕಪ್ಪು
22.	बड़ा	-	दोड्डदु	ದೊಡ್ಡದು	×	छोटा	-	चिक्कदु	ಚಿಕ್ಕದು
23.	प्रश्न	-	प्रश्ने	ಪ್ರಶ್ನೆ	×	उत्तर	-	उत्तर	ಉತ್ತರ
24.	हँसना	-	नगु	ನಗು	×	रोना	-	अळु	ಅಳು
25.	बलवान	-	शक्विंत	ಶಕ್ತಿವಂತ	×	बलहीन	-	दुर्बल	ದುರ್ಬಲ
26.	न्याय	-	न्याय	ನ್ಯಾಯ	×	अन्याय	-	अन्याय	ಅನ್ಯಾಯ

14

द्वंद्वार्थ शब्द / द्वंद्वार्थ पद

ದ್ವಂದ್ವಾರ್ಥ ಪದ (Punning Words)

हिन्दी भाषा में उच्चारण एक ही जैसा है तो भी कई शब्द दो अर्थ देते है । ये वाक्य और अर्थ में अलग-अलग रहते हैं ।

ಕೆಲ ಶಬ್ದಗಳ ಉಚ್ಚಾರಣೆ ಒಂದೇ ಆದರೂ, ಬೇರೆ ಬೇರೆ ಅರ್ಥ ಕೊಡುತ್ತವೆ. ವಾಕ್ಯ ಮತ್ತು ಅರ್ಥ ಬೇರೆ ಬೇರೆ ಆಗಿರುತ್ತದೆ.

(दो) ದೋ :

मेरे पास दो रुपये हैं ।
नन्न बळि एरडु रुपायि इदे ।
ನನ್ನ ಬಳಿ ಎರಡು ರುಪಾಯಿ ಇದೆ.

तुम उसको अपनी किताब दो
नीनु अवनिगे निन्न पुस्तक कोडु ।
ನೀನು ಅವನಿಗೆ ನಿನ್ನ ಪುಸ್ತಕ ಕೊಡು.

(कि) ಕಿ :

राजा ने कहा कि समुद्र में मोती मिलते हैं ।
राज हेळिद, समुद्रदल्लि मुत्तुगळु सिगुत्तवे ।
ರಾಜ ಹೇಳಿದ, ಸಮುದ್ರದಲ್ಲಿ ಮುತ್ತುಗಳು ಸಿಗುತ್ತವೆ.

यह समाचार उसको मालुम है कि नहीं ! (या)
ई समाचार आतनिगे तिळिदंतिल्ल ।
ಈ ಸಮಾಚಾರ ಆತನಿಗೆ ತಿಳಿದಂತಿಲ್ಲ.

(मान) ಮಾನ್ :

कवि का सम्मान सभी देशों में होता है ! (आदर)
एल्ल देशगळल्लू कविगळन्नु सन्मानिसलागुत्तदे ।
ಎಲ್ಲ ದೇಶಗಳಲ್ಲೂ ಕವಿಗಳನ್ನು ಸನ್ಮಾನಿಸಲಾಗುತ್ತದೆ.

मुझे तेल का मान नहीं आता
ननगे तैलद लेक्काचार गोत्तागुवुदिल्लि ।
ನನಗೆ ತೈಲದ ಲೆಕ್ಕಾಚಾರ ಗೊತ್ತಾಗುವುದಿಲ್ಲ.

(भूल) ಭೂಲ್ : मैं तुम्हारा काम करना भूल गया (भूल जाना)

नानु निन्न केलस माडुवुदन्नु मरेतु बिट्टे ।

ನಾನು ನಿನ್ನ ಕೆಲಸ ಮಾಡುವುದನ್ನು ಮರೆತು ಬಿಟ್ಟೆ

मेरा यह भूल माफ कीजिये ! (गलती)

नन्न ई तप्पु क्षमिसिबिडि ।

ನನ್ನ ಈ ತಪ್ಪು ಕ್ಷಮಿಸಿಬಿಡಿ.

(भाग) ಭಾಗ್ : कागज के तीन भाग करो ! (टूकड़े)

कागदवन्नु मूरु भाग माडु ।

ಕಾಗದವನ್ನು ಮೂರು ಭಾಗ ಮಾಡು.

बड़ा दादा अपना भाग लेकर व्यापार करने लगा (हिस्सा)

दोड्ड तात तन्न पालु तेगेदुकंडु व्यापार माडलारंभिसिदरु ।

ದೊಡ್ಡ ತಾತ ತನ್ನ ಪಾಲು ತೆಗೆದುಕೊಂಡು ವ್ಯಾಪಾರ ಮಾಡಲಾರಂಭಿಸಿದರು.

(लाल) ಲಾಲ್ : पद्मा हमेशा लाल कपड़े पहनती है । (रंग)

पद्मा यावागलू केंपु बण्णद बट्टे धरिसुत्ताळे ।

ಪದ್ಮಾ ಯಾವಾಗಲೂ ಕೆಂಪು ಬಣ್ಣದ ಬಟ್ಟೆ ಧರಿಸುತ್ತಾಳೆ.

हम सब भारत माता के लाल हैं ।

नावेल्लरू भारतमातेय मक्कळु ।

ನಾವೆಲ್ಲರೂ ಭಾರತಮಾತೆಯ ಮಕ್ಕಳು.

(सोना) ಸೋನಾ: सोना बहुत महंगा है ।

चिन्नवु बहळ प्रियवादुदु ।

ಚಿನ್ನವು ಬಹಳ ಪ್ರಿಯವಾದುದು.

अधिक सोना अच्छा नहीं है ।

हेच्चु निद्रे माडुवुदु ओळ्ळेयदल्ल ।

ಹೆಚ್ಚು ನಿದ್ರೆ ಮಾಡುವುದು ಒಳ್ಳೆಯದಲ್ಲ.

96

(कल) ಕಲ್ : <u>कल</u> मेरा भाई चेन्नई से आया ! (बीता हुआ दिन)
नेन्ने नन्न सहोदर चेन्नैयिंद बंद ।
ನೆನ್ನೆ ನನ್ನ ಸಹೋದರ ಚೆನ್ನೈಯಿಂದ ಬಂದ.

<u>कल</u> मैं राजमन्ड्री जाऊँगा । (आनेवाला दिन)
नाळे नानु राजमंड्रिगे होगुत्तेने ।
ನಾಳೆ ನಾನು ರಾಜಮಂಡ್ರಿಗೆ ಹೋಗುತ್ತೇನೆ.

(उत्तर) ಉತ್ತರ : भारत के <u>उत्तर</u> में हिमालय पहाड़ हैं । (उत्तर दिशा)
भारतद उत्तरदल्लि हिमालय पर्वतविदे ।
ಭಾರತದ ಉತ್ತರದಲ್ಲಿ ಹಿಮಾಲಯ ಪರ್ವತವಿದೆ.

मेरे प्रश्न का <u>उत्तर</u> दो ! (जवाब)
नन्न प्रश्नेगे उत्तर कोडु ।
ನನ್ನ ಪ್ರಶ್ನೆಗೆ ಉತ್ತರ ಕೊಡು.

(जल) ಜಲ್ : कल मेरे गाँव में तीस घर <u>जल</u> गये (जल जाना)
नेन्न् नम्म ऊरिन मूवत्तु मनेगळु भस्मवादवु ।
ನೆನ್ನೆ ನಮ್ಮ ಊರಿನ ಮೂವತ್ತು ಮನೆಗಳು ಭಸ್ಮವಾದವು.

गंगा का <u>जल</u> साफ होता है । (पानी)
गंगेय नीरु शुगोळिसुत्तदे ।
ಗಂಗೆಯ ನೀರು ಶುದ್ಧಗೊಳಿಸುತ್ತದೆ.

(की) ಕೀ : दशरथ <u>की</u> पुत्र राम है ।
दशरथन मग राम ।
ದಶರಥನ ಮಗ ರಾಮ.

तुमने ऐसी हानि क्यों <u>की</u> । (कर धातु का भूतकाल)
नीनु इंथ नष्ट एके माडिदे ?
ನೀನು ಇಂಥ ನಷ್ಟ ಏಕೆ ಮಾಡಿದೆ ?

15

द्विरुक्त शब्द / द्विरुक्तिगळु ದ್ವಿರುಕ್ತಿಗಳು
(Double stressed words)

संज्ञा, सर्वनाम, विशेषण, क्रिया और क्रिया विशेषण में भी द्विरुक्त शब्द रहते हैं।

ನಾಮಪದ, ಸರ್ವನಾಮ, ವಿಶೇಷಣ, ಕ್ರಿಯೆ ಮತ್ತು ಕ್ರಿಯಾ ವಿಶೇಷಣಗಳಲ್ಲೂ ದ್ವಿರುಕ್ತಿಗಳು ಇರುತ್ತವೆ.

1. **द्विरुक्त संज्ञायें** / **द्विरुक्ति नामपद**/ ದ್ವಿರುಕ್ತಿ ನಾಮಪದ

उदा : फूल ही फूल, घर ही घर, घर घर मे, टुकड़े टुकड़े, भीड़ ही भीड़, पानी ही पानी, बात-बात में.

ಫೂಲ್ ಫೂಲ್, ಘರ್ ಹಿ ಘರ್, ಘರ್ ಘರ್‌ಮೇ, ಟುಕ್‌ಡೆ ಟುಕ್‌ಡೆ, ಭೀಡ್ ಹಿ ಭೀಡ್, ಪಾನಿ ಹಿ ಪಾನಿ, ಬಾತ್ ಬಾತ್ ಮೆ.

2. **द्विरुक्त सर्वनाम** / **द्विरुक्ति सर्वनाम** / ದ್ವಿರುಕ್ತಿ ಸರ್ವನಾಮ

एक एक, कोई न कोई, कुछ न कुछ, हर कोई/हर एक, किसी-किसी को, किस-किस को, खुद ब खुद, अपने आप/ आप ही आप.

ಏಕ್‌ಏಕ್, ಕುಛ್ ನ ಕುಛ್, ಕೋಯಿ ನ ಕೋಯಿ, ಹರ್‌ಕೋಯಿ/ಹರ್ ಏಕ್, ಕಿಸೀ ಕಿಸೀ ಕೋ, ಕಿಸ್ ಕಿಸ್ ಕೋ, ಖುದ್ ಬ ಖುದ್, ಅಪ್ನೆ ಆಪ್/ಆಪ್ ಹಿ ಆಪ್.

3. **द्विरुक्त विशेषण** / **द्विरुक्ति विशेषण** / ದ್ವಿರುಕ್ತಿ ವಿಶೇಷಣ

मोटे-मोटे, बड़े-बड़े, थोड़ा-थोड़ा, जरा-जरा, छोटे छोटे, बहुत कुछ, मीठी मीठी / मधुर मधुर, कुछ कुछ, कोंता कोंता.

ಮೋಟೆ ಮೋಟೆ, ಬಡೆ-ಬಡೆ, ಥೋಡಾ ಥೋಡಾ, ಜರಾ ಜರಾ, ಚೋಟೆ ಚೋಟೆ, ಬಹುತ್ ಕುಛ್, ಮೀಠಿ ಮೀಠಿ/ಮಧುರ್ ಮಧುರ್, ಕುಚ್ ಕುಚ್, ಕೋತಾ ಕೋತಾ

4. **द्विरुक्त क्रियायें** / **द्विरुक्ति क्रिये** / ದ್ವಿರುಕ್ತಿ ಕ್ರಿಯೆ

आते-आते, डरते-डरते, पढ़ते -पढ़ते, रोते-रोते, हँसते-हँसते, जाते-जाते, करते-करते, तैरते-तैरते.

ಆತೇ-ಆತೇ, ಡರ್‌ತೆ ಡರ್‌ತೆ, ಪಡ್ತೆ ಪಡ್ತೆ, ರೋತೆ ರೋತೆ, ಹಸ್ತೆ ಹಸ್ತೆ, ಜಾತೆ ಜಾತೆ, ಕರ್‌ತೆ ಕರ್‌ತೆ, ತೈರ್‌ತೆ ತೈರ್‌ತೆ

सूचना : द्विरुक्त क्रियायें एक काम क्रम से करने के संदर्भ में आती हैं।

5. **द्विरुक्त क्रिया विशेषण** / **द्विरुक्ति क्रियाविशेषण** / ದ್ವಿರುಕ್ತಿ ಕ್ರಿಯಾವಿಶೇಷಣ

कभी-कभी, कहीं न कहीं, कहाँ कहाँ, कभी न कभी, जब जब, तब तब, जहाँ-जहाँ, वहाँ-वहाँ, ज्यों ज्यों-त्यों त्यों.

ಕಭಿಕಭಿ, ಕಹೀ ನ ಕಹೀ, ಕಹಾ ಕಹಾ, ಕಭಿ ನ ಕಭಿ, ಜಬ್ ಜಬ್-ತಬ್ ತಬ್, ಜಹಾ ಜಹಾ-ವಹಾ ವಹಾ, ಜ್ಯೋ ಜ್ಯೋ-ತ್ಯೋ ತ್ಯೋ.

16

संधि ಸಂಧಿ (Union)

दो वर्णों के मेल से उत्पन्न विकार को 'संधि' कहते हैं । हिन्दी के अलावा दुनिया के सभी भाषाओं में संधि रहती है । संधि मतलब शब्दों का राजी होना (compromise) अथवा शब्दों में समाधान कर लेना (Adjustment), अथवा एक शब्द को दुसरे शब्द से मिलाना (Joining together, Union) है ।

ಎರಡು ವರ್ಣಗಳು ಸೇರಿ ಪದವೊಂದನ್ನು ಸೃಷ್ಟಿಸುವ ಕ್ರಿಯೆಗೆ ಸಂಧಿ ಎನ್ನಲಾಗುತ್ತದೆ. ಸಂಧಿಯ ವೇಳೆ ಶಬ್ದಗಳು ರಾಜಿಯಾಗುತ್ತವೆ. ಹೊಂದಾಣಿಕೆ ಮಾಡಿಕೊಳ್ಳುತ್ತವೆ ಇಲ್ಲವೇ ಮೊದಲಿನ ಪದದ ಜತೆಗೆ ಇನ್ನೊಂದು ಸೇರ್ಪಡೆಗೊಳ್ಳುತ್ತದೆ.

इसमें दो शब्द के बीच में '+' चिह्न आता है । मतलब पहला शब्द का अंताक्षर और दूसरे शब्द के पहले अक्षर को जोड़ कर 'संधि' बनाया जाता है ।

ಮೊದಲ ಪದದ ಅಂತ್ಯಾಕ್ಷರ ಹಾಗೂ 2ನೇ ಪದದ ಮೊದಲ ಅಕ್ಷರದ ಜತೆಗೂಡಿ, ಸಂಧಿ ಸಂಭವಿಸುತ್ತದೆ. ಎರಡು ಪದಗಳ ಮಧ್ಯೆ '+' ಚಿಹ್ನೆ ಹಾಕಲಾಗುತ್ತದೆ.

उदा :	दश + अवतार = दशावतार	ದಶ + ಅವತಾರ = ದಶಾವತಾರ
	अक्षर + अभ्यास = अक्षराभ्यास	ಅಕ್ಷರ + ಅಭ್ಯಾಸ = ಅಕ್ಷರಾಭ್ಯಾಸ

संधि के तीन भेद हैं । वे : ಸಂಧಿಗಳಲ್ಲಿ ಮೂರು ವಿಧ.

1.स्वर संधि ಸ್ವರ ಸಂಧಿ 2.व्यंजन संधि ವ್ಯಂಜನ ಸಂಧಿ 3. विसर्ग संधि ವಿಸರ್ಗ ಸಂಧಿ

1. **स्वर संधि** ಸ್ವರ ಸಂಧಿ **(Union of Vowel)** : दो स्वर के मुलाकात से होनेवाली बदलाव को स्वर संधि कहते है । इसमे तीन भेद है ।

   ಇಲ್ಲಿ ಎರಡು ಸ್ವರಗಳು ಒಂದಾಗ್ತುವೆ. ಇದರಲ್ಲಿ ಮೂರು ವಿಧ.

■ **गुण संधि** ಗುಣಸಂಧಿ

अ या आ के बाद इ या ई आये तो उन दोनों को भी 'ए' जैसा और उ, ऊ आये तो उन दोनों के मेल से 'ओ' जैसा बदल जायेगा ।

ಅ ಇಲ್ಲವೇ ಆ ಮುಂದೆ ಇ ಅಥವಾ ಈ ಬಂದರೆ 'ಏ' ಎಂದು ಮತ್ತು ಉ, ಊ ಬಂದರೆ 'ಓ' ಎಂದು ಬದಲಾಗುತ್ತದೆ.

उदा :	महा + इंद्र = महेंद्र	ಮಹಾ + ಇಂದ್ರ = ಮಹೇಂದ್ರ
	राज + ईश = राजेश	ರಾಜಾ + ಈಶ = ರಾಜೇಶ

■ **यण संधि** ಯಣಸಂಧಿ **:** इ, ई, उ, ऊ, ऋ (ಇ, ಈ, ಉ, ಊ, ಋ) के बाद उसी जाति के सम्बन्धी अक्षर बिना दूसरा अक्षरों की जोड़ी हुए तो इ, ई (ಇ, ಈ) स्थान में य (ಯ), उ, ऊ (ಉ, ಊ) स्थान में व (ವ) और ऋ (ಋ) के स्थान में र (ರ) अक्षर आता है ।

ಇ, ಈ, ಉ, ಊ, ಋ ನಂತರ ಅವುಗಳ ಸಂಬಂಧಿ ಅಕ್ಷರದ ಬದಲು ಬೇರೆ ಅಕ್ಷರ ಜೋಡಣೆಯಾದರೆ ಇ, ಈ ಸ್ಥಾನದಲ್ಲಿ 'ಯ', ಉ, ಊ ಸ್ಥಾನದಲ್ಲಿ 'ವ', ಋ ಜಾಗದಲ್ಲಿ 'ರ' ಬರುತ್ತದೆ.

उदा :	इति + आदि = इत्यादि	ಇತಿ + ಆದಿ = ಇತ್ಯಾದಿ
	अनु + एषण = अन्वेषण	ಅನು + ಏಷಣ = ಅನ್ವೇಷಣ
	यदि + अपि = यद्यपि	ಯದಿ + ಅಪಿ = ಯದ್ಯಪಿ

■ **वृद्धि संधि** ವೃದ್ಧಿ ಸಂಧಿ **:** 'अ' या 'आ' के बाद 'ए' या 'ऐ' जोड़ी हुए तो दोनों मिलकर ऐ (ಐ) जैसा और ओ (ಓ) या ऐ (ಐ) जोड़ी हुए तो दोनों मिलकर औ (ಔ) जैसा बदल जायेंगे ।

ಅ, ಆ ನಂತರ ಏ ಇಲ್ಲವೇ ಐ ಸೇರ್ಪಡೆಯಾದರೆ 'ಐ' ಹಾಗೂ ಓ ಇಲ್ಲವೇ ಐ ಜೋಡಣೆಯಾದರೆ ಔ ಎಂದು ಬದಲಾಗುತ್ತದೆ.

उदा :	एक + एक = एकैक	ಏಕ + ಏಕ = ಏಕೈಕ
	लिंग + ऐक्य = लिंगैक्य	ಲಿಂಗ + ಐಕ್ಯ = ಲಿಂಗೈಕ್ಯ

2. **व्यंजन संधि** ವ್ಯಂಜನ ಸಂಧಿ (Union of Consonant): दो व्यंजन के मुलाकात से बनने वाले बदलाव को व्यंजन संधि कहतै है । और इसमें व्यंजन के बाद स्वर या व्यंजन शब्द आये तो व्यंजन में बदला आती है ।

ಎರಡು ವ್ಯಂಜನಗಳ ಜೋಡಣೆಯಿಂದ ಉಂಟಾಗುವ ಸಂಧಿ. ವ್ಯಂಜನದ ಬಳಿಕ ಸ್ವರ ಇಲ್ಲವೇ ವ್ಯಂಜನ ಬಂದಲ್ಲಿ ವ್ಯಂಜನ ಬದಲಾಗುತ್ತದೆ.

उदा :	वाक् + दान = वाग्दान	ವಾಕ್ + ದಾನ = ವಾಗ್ದಾನ
	वाक् + ईश = वागीश	ವಾಕ್ + ಈಶ = ವಾಗೀಶ

3. **विसर्ग संधि** ವಿಸರ್ಗ ಸಂಧಿ **:** विसर्ग के बाद स्वर या व्यंजन शब्द आये तो विसर्ग में हुए बदलाव को 'विसर्ग संधि' कहते है ।

ವಿಸರ್ಗದ ಬಳಿ ಸ್ವರ ಅಥವಾ ವ್ಯಂಜನ ಬಂದಲ್ಲಿ, ವಿಸರ್ಗದಲ್ಲಿ ಆಗುವ ಬದಲಾವಣೆ.

उदा :	निश् + चल = निश्चल	ನಿಶ್ + ಚಲ = ನಿಶ್ಚಲ
	धनुश् + टंकार् = धनुष्टांकार्	ಧನುಶ್ + ಟಂಕಾರ್ = ಧನುಷ್ಟಾಂಕಾರ್

17

कहावतें नाण्णुडि - ನಾಣ್ಣುಡಿ (Proverbs)

अपना हाथ जगन्नाथ ।
अर्ध कैयल्लि वैकुंठ ।
ಕೈಯಲ್ಲಿ ವೈಕುಂಠ

आकाश बाँधे पाताल बाँधे ।
तूतु मुच्चि तूबु एत्तिद हागे ।
ತೂತು ಮುಚ್ಚಿ ತೂಬು ಎತ್ತಿದ ಹಾಗೆ

एक कान सुनो, दूसरे कान उड़ा दो ।
इ किवियल्लि केळि, आ किवियल्लि बिड्डुवुदु ।
ಈ ಕಿವಿಯಲ್ಲಿ ಕೇಳಿ, ಆ ಕಿವಿಯಲ್ಲಿ ಬಿಡುವುದು.

अपना पूत, पराया टटीगर
कागेगे कागे मरि मुद्दु ।
ಕಾಗೆಗೆ ಕಾಗೆ ಮರಿ ಮುದ್ದು.

अधजल गगरी छलकत जाय ।
कंचु शब्द आदंते चिन्न शब्द आगुवुदे ?
ಕಂಚು ಶಬ್ದ ಆದಂತೆ ಚಿನ್ನ ಶಬ್ದ ಆಗುವುದೇ?

हाथी के दाँत खाने के और दिखाने के और ।
हेळुवुदु ओंदु, माड्डुवुदु मत्तोंदु ।
ಹೇಳುವುದು ಒಂದು, ಮಾಡುವುದು ಮತ್ತೊಂದು

अपने बच्चे को ऐसा मारूँ पड़ोसन की छाती फट जाए ।
अत्ते हेसरु इट्टु मगळन्नु कसदल्लि हकिद हागे ।
ಅತ್ತೆ ಹೆಸರು ಇಟ್ಟು ಮಗಳನ್ನು ಕಸದಲ್ಲಿ ಹಾಕಿದ ಹಾಗೆ.

आई माई को काजर नहीं बिलाइ की भर माँगा
होट्टे ऊटक्के अत्तरे गंटु हूविगे अत्तितंते ।
ಹೊಟ್ಟೆ ಊಟಕ್ಕೆ ಅತ್ತರೆ ಗಂಟು ಹೂವಿಗೆ ಅತ್ತಿತಂತೆ.

धोबी का गधा न घर का न घाट का
दोबिय कत्ते मनेगू सल्लदु, घाट्गू सल्लदु ।
ದೋಬಿಯ ಕತ್ತೆ ಮನೆಗೂ ಸಲ್ಲದು, ಘಾಟ್‌ಗೂ ಸಲ್ಲದು.

आगे कुआँ, पीछे खाई ।
मुंदे होदरे हळ्ळ, हिंदे होदरे प्रपात ।
ಮುಂದೆ ಹೋದರೆ ಹಳ್ಳ, ಹಿಂದೆ ಹೋದರೆ ಪ್ರಪಾತ.

आने के धन पर सोर राजा ।
अंगैयल्लि बेल्ल, गुडियल्लि लिंगक्के नैवेद्य ।
ಅಂಗೈಯಲ್ಲಿ ಬೆಲ್ಲ, ಗುಡಿಯಲ್ಲಿ ಲಿಂಗಕ್ಕೆ ನೈವೇದ್ಯ.

अंधा सिपाही, कानी घोड़ी विधाना ने आप मलाई जोड़ी ।
गति इल्लदवळिगे बुद्धि इल्लद गंड ।
ಗತಿ ಇಲ್ಲದವಳಿಗೆ ಬುದ್ಧಿ ಇಲ್ಲದ ಗಂಡ.

आप ही मियाँ माँगते, बाहर खडे धखेश
एकादशि मनेगे शिवरात्रि होद हागे ।
ಏಕಾದಶಿ ಮನೆಗೆ ಶಿವರಾತ್ರಿ ಹೋದ ಹಾಗೆ.

उल्टा चोर कोतवाल को डाँटे
गंडनन्नु होडेदु मेले होगि अत्त हागे ।
ಗಂಡನನ್ನು ಹೊಡೆದು ಮೇಲೆ ಹೋಗಿ ಅತ್ತ ಹಾಗೆ.

18

मुहावरे / नुडिगट्टु / ನುಡಿಗಟ್ಟು (Idioms)

अँगूठा चूमना	मुखस्तुति माड्डुवुदु	ಮುಖಸ್ತುತಿ ಮಾಡುವುದು
जी लगना	मनस्सु माड्डुवुदु	ಮನಸ್ಸು ಮಾಡುವುದು
जी लुभाना	मनस्सु आकर्षिसुवुदु	ಮನಸ್ಸು ಆಕರ್ಷಿಸುವುದು
जीते जी	बदुकिरुवुदु	ಬದುಕಿರುವುದು
टर फिस करना	तरले माड्डुवुदु	ತರಲೆ ಮಾಡುವುದು
टाट उलटना	मान हराजु हाकुवुदु	ಮಾನ ಹರಾಜು ಹಾಕುವುದು
टाल मटोल करना	मोस माड्डु	ಮೋಸ ಮಾಡು
टीकाटिप्पणी करना	टीके टिप्पणि माड्डुवुदु	ಟೀಕೆ ಟಿಪ್ಪಣಿ ಮಾಡುವುದು
टीका लगाना	टीके माड्डुवुदु	ಟೀಕೆ ಮಾಡುವುದು
अँगूठा दिखाना	नंबिसि मोस माड्डुवुदु	ನಂಬಿಸಿ ಮೋಸ ಮಾಡುವುದು
आँचल पसारना	दीननागि प्रर्थिसुवुदु	ದೀನನಾಗಿ ಪ್ರಾರ್ಥಿಸುವುದು
अंड बंड बकना	असंबद्ध मातनाड्डुवुदु	ಅಸಂಬದ್ಧ ಮಾತನ್ನಾಡುವುದು
अंत करना	नाश माड्डुवुदु	ನಾಶ ಮಾಡುವುದು
अंधाधूंध मचाना	अन्याय अत्याचार माड्डुवुदु	ಅನ್ಯಾಯ, ಅತ್ಯಾಚಾರ ಮಾಡುವುದು
अंधा बनना	कुरुड्डु माड्डुवुदु	ಕುರುಡು ಮಾಡುವುದು
अंधे की लाठी या लकड़ी	ऐकैक आधार	ಏಕೈಕ ಆಧಾರ
अंधेरे मुँह या मुँह अंधेरे	स्वल्प कत्तलेयागिरुवुदु	ಸ್ವಲ್ಪ ಕತ್ತಲೆಯಾಗಿರುವುದು
अकड जाना	एगरि बिळुवुदु	ಎಗರಿ ಬೀಳುವುದು
अक्ल का दुश्मन	मूर्ख	ಮೂರ್ಖ
अक्लजारी जाना	मंकागुवुदु	ಮಂಕಾಗುವುದು
अखरने लगना	चुच्चिकोळ्ळुवुदु	ಚುಚ್ಚಿಕೊಳ್ಳುವುದು
अपनी बात का एक	ओंदे मातु	ಒಂದೇ ಮಾತು

अपने ढंग का	अदबुतवाद	ಅದ್ಭುತವಾದ
अपने मुँह मियाँ मिट्ठू बनना	तन्नन्नु ताने होगळिकोळ्ळुवुदु	ತನ್ನನ್ನು ತಾನೇ ಹೊಗಳಿಕೊಳ್ಳುವುದು
आफर जाना	होट्टे ऊदिकोळ्ळुवुदु	ಹೊಟ್ಟೆ ಊದಿಕೊಳ್ಳುವುದು
अफवाह उड़ाना	सुद्दि हब्बिसुवुदु	ಸುದ್ದಿ ಹಬ್ಬಿಸುವುದು
अब तब करना	आग ईग माडोण एन्नुल	ಆಗ ಈಗ ಮಾಡೋಣ ಎನ್ನುತ್ತ
	मोस माडुवुदु	ಮೋಸ ಮಾಡುವುದು
अब तब होना	मृत्यु समीपिसुत्तिदे	ಮೃತ್ಯು ಸಮೀಪಿಸುತ್ತಿದೆ
अलख जगाना	कैयेत्ति भगवंतनन्नु स्मरिसुवुदु	ಕೈಯೆತ್ತಿ ಭಗವಂತನನ್ನು ಸ್ಮರಿಸುವುದು
आँख अटखना	प्पीति बेरेयुवुदु	ಪ್ರೀತಿ ಬೆರೆಯುವುದು
आँख आना, उठाना	कण्णुगळु बेरेयुवुदु	ಕಣ್ಣುಗಳು ಬೆರೆಯುವುದು
आँख का काँटा	कण्णिनल्लि धूळु	ಕಣ್ಣಿನಲ್ಲಿ ಧೂಳು
आँख गड़ना	रेप्पे होडेयदे नोडुवुदु	ರೆಪ್ಪೆ ಹೊಡೆಯದೆ ನೋಡುವುದು
आँखें घुलना	नोट बेरेयुवुदु	ನೋಟ ಬೆರೆಯುವುದು
अंकवार भरना	कण्णु तुंबिकोळ्ळुवुदु	ಕಣ್ಣು ತುಂಬಿಕೊಳ್ಳುವುದು
अंकुश देना	ओत्तड हेरुवुदु	ಒತ್ತಡ ಹೇರುವುದು
अंग छूना	भाषे इडुवुदु	ಭಾಷೆ ಇಡುವುದು
अंग करना	ओप्पिकोळ्ळुवुदु	ಒಪ್ಪಿಕೊಳ್ಳುವುದು
अंगार उगलना	होट्टे उरिदुकोळ्ळुवुदु	ಹೊಟ್ಟೆ ಉರಿದು ಕೊಳ್ಳುವುದು
अंगारे बरसाना	केंड चेल्लिद हागे बिसिलु	ಕೆಂಡ ಚೆಲ್ಲಿದ ಹಾಗೆ ಬಿಸಿಲು
अंगुली काटना	पश्चत्ताप पडुवुदु	ಪಶ್ಚಾತ್ತಾಪ ಪಡುವುದು
आँख में चढ़ना	कोप माडिकोळ्ळुवुदु	ಕೋಪ ಮಾಡಿಕೊಳ್ಳುವುದು
आँखें चार होना	नोटगळु बेरेयुवुदु	ನೋಟಗಳು ಬೆರೆಯುವುದು
आँख निकालना	कण्णु तेरेदु नोडुवुदु	ಕಣ್ಣು ತೆರೆದು ನೋಡುವುದು

104

आँखें पथराना	रेप्पे होडेदुकोळ्ळुवुदु	ರೆಪ್ಪೆ ಹೊಡೆದುಕೊಳ್ಳುವುದು
आँखें फटना	आश्चर्यपडुवुदु	ಆಶ್ಚರ್ಯ ಪಡುವುದು
आँखें चढ़ाना	कोप माडिकोळ्ळुवुदु	ಕೋಪ ಮಾಡಿಕೊಳ್ಳುವುದು
आँख में धूल झोंकना	कण्णिगे धूळु बीळुवुदु	ಕಣ್ಣಿಗೆ ಧೂಳು ಬೀಳುವುದು
आंचल पसारना	दीनळागि प्रार्थीसुवुदु	ದೀನಳಾಗಿ ಪ್ರಾರ್ಥಿಸುವುದು
आँसू पोंछना	कण्णिरु ओरेसुवुदु	ಕಣ್ಣೀರು ಒರೆಸುವುದು
अजिज करना	बिरुसु मातु	ಬಿರುಸು ಮಾತು
आठ-आठ आँसू रोना	बिक्कि बिक्कि अळुवुदु	ಬಿಕ್ಕಿ ಬಿಕ್ಕಿ ಅಳುವುದು
आड़े आना	विघ्नवुंटु माडुवुदु	ವಿಘ್ನವುಂಟು ಮಾಡುವುದು
आपे से बाहर होना	कोपदल्लि मै मरेयुवुदु	ಕೋಪದಲ್ಲಿ ಮೈ ಮರೆಯುವುದು
आबरु मिट्टी में मिलाना	मयदि मण्णु पालागुवुदु	ಮರ್ಯಾದೆ ಮಣ್ಣು ಪಾಲಾಗುವುದು
आवारा होना	केलसविल्लदे देश अलेयुवुदु	ಕೆಲಸವಿಲ್ಲದೆ ದೇಶ ಅಲೆಯುವುದು
आशिक होना	कष्टदल्लि सिक्किकोळ्ळुवुदु	ಕಷ್ಟದಲ್ಲಿ ಸಿಕ್ಕಿಕೊಳ್ಳುವುದು
आसमान पर चढ़ना	बडायि कोच्चिकोळ्ळुवुदु	ಬಡಾಯಿ ಕೊಚ್ಚಿಕೊಳ್ಳುವುದು
आसमान सिर पर उठाना	अल्लोल कल्लोल माडुवुदु	ಅಲ್ಲೋಲ ಕಲ್ಲೋಲ ಮಾಡುವುದು
आस्तीन का साँप	पक्कद हावु	ಪಕ್ಕದ ಹಾವು
छोटे कहना	व्यंगवागि मातनाडुवुदु	ವ್ಯಂಗ್ಯವಾಗಿ ಮಾತನಾಡುವುದು
जंगल में पडना, फसना	इब्बंदितन	ಇಬ್ಬಂದಿತನ
जख्म खाना	तोंदरे तेगेदुकोळ्ळुवुदु	ತೊಂದರೆ ತೆಗೆದುಕೊಳ್ಳುವುದು
जख्म देना	तोंदरे पडुवुदु	ತೊಂದರೆ ಪಡುವುದು
जड़ें जमाना	शाश्वतवागि स्थापिसुवुदु	ಶಾಶ್ವತವಾಗಿ ಸ್ಥಾಪಿಸುವುದು
जबान काट देना	प्रतिज्ञे माडुवुदु	ಪ್ರತಿಜ್ಞೆ ಮಾಡುವುದು
जबान चलाना	बायि जोरु माडुवुदु	ಬಾಯಿ ಜೋರು ಮಾಡುವುದು

जर्द पड़ना	बेग बेग होगुवुदु ओडिहोगुवुदु	ಬೇಗ ಬೇಗ ಹೋಗುವುದು, ಓಡಿಹೋಗುವುದು.
जल उठना	इरिदु बीळुवुदु	ಉರಿದು ಬೀಳುವುದು
जवाब देना	तिरुगि हेळुवुदु	ತಿರುಗಿ ಹೇಳುವುದು
जहर उगलना	विषवन्नु कक्कुवुदु	ವಿಷವನ್ನು ಕಕ್ಕುವುದು
जाया करना	व्यर्थ माडुवुदु	ವ್ಯರ್ಥ ಮಾಡುವುದು
जाल फैलाना	रच्चु हिडियुवुदु	ರಚ್ಚು ಹಿಡಿಯುವುದು
जी उकताना	बेसर माडिकोळ्ळुवुदु	ಬೇಸರ ಮಾಡಿಕೊಳ್ಳುವುದು
जी करना	कोरिकोळ्ळुवुदु	ಕೋರಿಕೊಳ್ಳುವುದು
जी जान से चाहना	मनस्फूर्तियिंद कोरिकोळ्ळुवुदु	ಮನಸ್ಪೂರ್ತಿಯಿಂದ ಕೋರಿಕೊಳ್ಳುವುದು
जी भरकर	मनसारे	ಮನಸಾರೆ
टेटे करना	गिणि मातु मातनाडुवुदु	ಗಿಣಿ ಮಾತು ಮಾತನ್ನಾಡುವುದು
टेक निभाना	प्रतिज्ञे पूर्ति माडुवुदु	ಪ್ರತಿಜ್ಞೆ ಪೂರ್ತಿ ಮಾಡುವುದು
ठेढ़ी आँखों से देखना	वक्रदृष्टियिंद नोडुवुदु	ವಕ್ರದೃಷ್ಟಿಯಿಂದ ನೋಡುವುದು
गरदन नापना	कत्तु हिडिदु तळ्ळुवुदु	ಕತ್ತು ಹಿಡಿದು ತಳ್ಳುವುದು
गर्क होना	लीननागुवुदु	ಲೀನನಾಗುವುದು
गर्दन पर छुरी फेरना	अत्याचार माडुवुदु	ಅತ್ಯಾಚಾರ ಮಾಡುವುದು
गला छूटना	पीडे तोलगिसुवुदु, रक्षीसुवुदु	ಪೀಡೆ ತೊಲಗಿಸುವುದು, ರಕ್ಷಿಸುವುದು
गला फाड़ना	गंटलु कित्तु होगुवंते किरुचुवुदु	ಗಂಟಲು ಕಿತ್ತುಹೋಗುವಂತೆ ಕಿರುಚುವುದು
गशखाना	मूर्छे होगुवुदु	ಮೂರ್ಛೆ ಹೋಗುವುದು
गाँठ खोलना	मनस्सिन मातु हेळुवुदु	ಮನಸ್ಸಿನ ಮಾತು ಹೇಳುವುದು
गाढ़े दिन	आपत्काल	ಆಪತ್ಕಾಲ
गाल फुलाना	गर्वपडुवुदु	ಗರ್ವ ಪಡುವುದು
गाल बजाना	बडायि कोच्चिकोळ्ळुवुदु	ಬಡಾಯಿ ಕೊಚ್ಚಿಕೊಳ್ಳುವುದು
गालिब होना	व्यापिसुवुदु	ವ್ಯಾಪಿಸುವುದು

गाली खाना	बैगुळ केळुवुदु	ಬೈಗುಳ ಕೇಳುವುದು
गिरफ्तारी निकलना	वारंट् जारियागुवुदु	ವಾರಂಟ್ ಜಾರಿಯಾಗುವುದು
गीदड़ भभकी	बेदरिसुवुदु	ಬೆದರಿಸುವುದು
गडर जाना	सत्तु होगुवुदु	ಸತ್ತುಹೋಗುವುದು
गुस्सा उतरना	कोप तग्गुवुदु	ಕೋಪ ತಗ್ಗುವುದು
गुस्सा चढ़ना	कोपगोळ्ळुवुदु	ಕೋಪಗೊಳ್ಳುವುದು
गोट पकड़ना	काल मेले बीळुवुदु	ಕಾಲ ಮೇಲೆ ಬೀಳುವುದು
गोता खाना	नीरिनल्लि बीळुवुदु / मोस होगुवुदु	ನೀರಿನಲ್ಲಿ ಬೀಳುವುದು / ಮೋಸಹೋಗುವುದು
गोद लेना	दत्तु तेगेदुकोळ्ळुवुदु	ದತ್ತು ತೆಗೆದುಕೊಳ್ಳುವುದು
गोबर गणेश होना	दृष्टि विहीननागुवुदु	ದೃಷ್ಟಿ ವಿಹೀನನಾಗುವುದು
गोलमोल बात	मनस्सुबंदंते मातनाडुवुदु	ಮನಸ್ಸು ಬಂದಂತೆ ಮಾತನ್ನಾಡುವುದು
गोल माल करना	मोस माडुवुदु	ಮೋಸ ಮಾಡುವುದು
गोलधार बरसना	जोरागि मळे बीळुवुदु	ಜೋರಾಗಿ ಮಳೆ ಬೀಳುವುದು
घनचक्कर में पड़ना	आपत्तिनल्लि सिक्किकोळ्ळुवुदु	ಆಪತ್ತಿನಲ್ಲಿ ಸಿಕ್ಕಿಕೊಳ್ಳುವುದು
घर आबाद करना	मदुवे माडिकोळ्ळुवुदु	ಮದುವೆ ಮಾಡಿಕೊಳ್ಳುವುದು
घाटे में आना	सिक्किहाकिकोळ्ळुवुदु	ಸಿಕ್ಕಿಹಾಕಿಕೊಳ್ಳುವುದು
घाटा उठाना	नष्टपडुवुदु	ನಷ್ಟ ಪಡುವುದು
घात चलाना	मंत्र तंत्र माडुवुदु	ಮಂತ್ರ ತಂತ್ರ ಮಾಡುವುದು
घाव पर नमक छिड़कना	गायद मेले उप्पु हाकुवुदु	ಗಾಯದ ಮೇಲೆ ಉಪ್ಪು ಹಾಕುವುದು
घिन करना	ओलिसिकोळ्ळुवुदु	ಒಲಿಸಿಕೊಳ್ಳುವುದು
घुटने टेकना	अड्डु हाकुवुदु	ಅಡ್ಡಹಾಕುವುದು
घुन लगाना	गेद्दलु हिडियुवुदु	ಗೆದ್ದಲು ಹಿಡಿಯುವುದು
घुल मिल कर	कूडि बाळु	ಕೂಡಿ ಬಾಳು
घुला-घुला के मारना	पीडिसि सायिसुवुदु	ಪೀಡಿಸಿ ಸಾಯಿಸುವುದು

घूँसा लगाना	गुद्दुवुदु	ಗುದ್ದುವುದು
जंग चडना	कीर्ति बरुवुदु	ಕೀರ್ತಿ ಬರುವುದು
चकमा खाना	मेस होगुवुदु	ಮೋಸ ಹೋಗುವುದು
चक्कर में आना	आश्चर्य चकितनागुवुदु	ಆಶ್ಚರ್ಯ ಚಕಿತನಾಗುವುದು
चक्की पीसना	एडबिडदे केलस माडुवुदु	ಎಡೆಬಿಡದೆ ಕೆಲಸ ಮಾಡುವುದು
चपत जमाना	केन्ने मेले होडेयुवुदु	ಕೆನ್ನೆ ಮೇಲೆ ಹೊಡೆಯುವುದು
चिकनी चुपड़ी बातें करना	सिहियागि मातनाडुवुदु	ಸಿಹಿಯಾಗಿ ಮಾತನ್ನಾಡುವುದು
चित्त करना	आसे ईडिरुवुदु	ಆಸೆ ಈಡೇರುವುದು
चित्त चुराना	मनस्सु आकर्षिसुवुदु	ಮನಸ್ಸು ಆಕರ್ಷಿಸುವುದು
चुगली करना, लगाना	चाडि हेळुवुदु	ಚಾಡಿ ಹೇಳುವುದು
चुटकी देना	चिटिके हाकुवुदु	ಚಿಟಿಕೆ ಹಾಕುವುದು
चुप लाधना	मौन वहिसुवुदु	ಮೌನ ವಹಿಸುವುದು
चेहरा उतरना	नाश माडुवुदु	ನಾಶ ಮಾಡುವುದು
छंटा हुआ	प्रसिद्धियागुवुदु	ಪ್ರಸಿದ್ಧಿಯಾಗುವುದು
छाती खोलना	औदार्य तोरिसुवुदु	ಔದಾರ್ಯ ತೋರಿಸುವುದು
छाती थाम कर रह जाना	कुसुकुसु अळुवुदु	ಕುಸುಕುಸು ಅಳುವುದು
छाती धड़कना	गुंडिगे दड् दड् एंदु होडेदुकोळ्ळुवुदु	ಗುಂಡಿಗೆ ದಡ್‌ದಡ್ ಎಂದು ಹೊಡೆದುಕೊಳ್ಳುವುದು
छाती पर पत्थर रखना	गुंडिगे कल्लु माडिकोळ्ळुवुदु	ಗುಂಡಿಗೆ ಕಲ್ಲು ಮಾಡಿಕೊಳ್ಳುವುದು
छप्पर फाड़ कर कमाना	मै बग्गिसि केलस माडुवुदु	ಮೈ ಬಗ್ಗಿಸಿ ಕೆಲಸ ಮಾಡುವುದು
छापा मारना	सूक्ष्मवागि परिशीलिसुवुदु	ಸೂಕ್ಷ್ಮವಾಗಿ ಪರಿಶೀಲಿಸುವುದು

भाग - २

ਭਾਗ - 2

PART - 2

1. शरीर के अंग / अंगगलु / ಅಂಗಗಳು (Parts of the body)

#	हिन्दी		मराठी		ಕನ್ನಡ
1.	सिर	....	तले / शिर	....	ತಲೆ/ಶಿರ
2.	बाल	....	केश / तलेगूदलु	....	ಕೇಶ/ತಲೆಗೂದಲು
3.	माथा	....	हणे	....	ಹಣೆ
4.	भौंह	....	कण्णीन पापे	....	ಕಣ್ಣಿನ ಪಾಪೆ
5.	पलक	....	कण्णीन रेप्पे	....	ಕಣ್ಣಿನ ರೆಪ್ಪೆ
6.	आँख	....	कण्णु	....	ಕಣ್ಣು
7.	नाक	....	मूगु	....	ಮೂಗು
8.	गाल	....	तुटी	....	ತುಟಿ
9.	मुँह	....	मुख	....	ಮುಖ
10.	होंठ	....	तुटि	....	ತುಟಿ
11.	दाँत	....	हल्लु	....	ಹಲ್ಲು
12.	जीभ	....	नालिगे	....	ನಾಲಿಗೆ
13.	गला	....	कुत्तिगे	....	ಕುತ್ತಿಗೆ
14.	कान	....	किवी	....	ಕಿವಿ
15.	छाती	....	एदे	....	ಎದೆ
16.	कन्धा	....	भुज	....	ಭುಜ
17.	पेट	....	होट्टे	....	ಹೊಟ್ಟೆ
18.	हाथ	....	कै / हस्त	....	ಕೈ/ಹಸ್ತ
19.	हथेली	....	अंगै	....	ಅಂಗೈ
20.	तलवा	....	अंगालु	....	ಅಂಗಾಲು
21.	कलाई	....	मणिकट्ट	....	ಮಣಿಕಟ್ಟು
22.	उंगलि	....	बेरलु	....	ಬೆರಳು
23.	कमर	....	नडु / सोंट	....	ನಡು/ಸೊಂಟ
24.	पीठ	....	बेन्न	....	ಬೆನ್ನು

25.	रिढ+	....	मणिशिर	....	ಮಣಿಶಿರ
26.	स्तन	....	स्तन	....	ಸ್ತನ
27.	दिल / हृदय	....	हृदय	....	ಹೃದಯ / ಗುಂಡಿಗೆ
28.	जाँघ	....	तोडे	....	ತೊಡೆ
29.	घुटना	....	मंडि	....	ಮಂಡಿ
30.	धड	....	मुंड	....	ಮುಂಡ
31.	एड़ी	....	हिम्मडि	....	ಹಿಮ್ಮಡಿ
32.	नाखून	....	उगुरु	....	ಉಗುರು
33.	दिमाग	....	मिदुलु	....	ಮಿದುಳು
34.	बदन	....	शरीरं	....	ಶರೀರ
35.	दाढ़ी	....	गद्द	....	ಗದ್ದ
36.	पांव	....	कालु	....	ಕಾಲು
37.	बाँह	....	तोळु	....	ತೋಳು
38.	नितंब	....	पृष्ट	....	ಪೃಷ್ಟ

2. रिश्तेदार / नेंटरु / ನೆಂಟರು (Relatives)

1.	बाप, पिता	....	तंदे	....	ತಂದೆ
2.	माता, माँ	....	तायि	....	ತಾಯಿ
3.	नाना	....	तायिय तंदे, तात	....	ತಾಯಿಯ ತಂದೆ, ತಾತ
4.	नानी	....	तायिय तायि	....	ತಾಯಿಯ ತಾಯಿ
5.	दादा	....	तंदेय तंदे	....	ತಂದೆಯ ತಂದೆ
6.	दादी	....	तंदेय तायि	....	ತಂದೆಯ ತಾಯಿ
7.	मामी	....	अत्ते	....	ಅತ್ತೆ
8.	मामा	....	माव	....	ಮಾವ
9.	मौसी	....	चिक्कम्म	....	ಚಿಕ್ಕಮ್ಮ

10.	चाचा	....	चिक्कप्प	....	ಚಿಕ್ಕಪ್ಪ
11.	बेटी	....	मगळु	....	ಮಗಳು
12.	पति	....	गंड	....	ಗಂಡ
13.	पत्नि	....	पत्नी	....	ಪತ್ನಿ
14.	दामाद	....	अळीय	....	ಅಳಿಯ
15.	भाई	....	सोदर	....	ಸೋದರ
16.	बड़ा भाई	....	अण्ण	....	ಅಣ್ಣ
17.	छोटा भाई	....	तम्म	....	ತಮ್ಮ
18.	बहन	....	सोदरि	....	ಸೋದರಿ
19.	बड़ी बहन	....	अक्क	....	ಅಕ್ಕ
20.	छोटी बहन	....	तंगि	....	ತಂಗಿ
21.	साला	....	भावमैदुन	....	ಭಾವಮೈದುನ
22.	ननद	....	नादिनि	....	ನಾದಿನಿ
23.	पोता / पोती	....	मोम्मग / मोम्मगळु	....	ಮೊಮ್ಮಗ/ಮೊಮ್ಮಗಳು
24.	सजना / सजनी	....	प्रियतम / प्रियतमे	....	ಪ್ರಿಯತಮ/ಪ್ರಿಯತಮೆ
25.	सास	....	अत्ते	....	ಅತ್ತೆ
26.	ससुर	....	माव	....	ಮಾವ
27.	बहू	....	सोसे	....	ಸೊಸೆ
28.	भाभी	....	अत्तिगे	....	ಅತ್ತಿಗೆ
29.	जीजा	....	भाव	....	ಭಾವ
30.	बुआ	....	सोदरत्ते	....	ಸೋದರತ್ತೆ
31.	ताऊ	....	दोड्डप्प	....	ದೊಡ್ಡಪ್ಪ
32.	ताई	....	दोड्डम्म	....	ದೊಡ್ಡಮ್ಮ
33.	भानजी	....	सोदर सोसे	....	ಸೋದರ ಸೊಸೆ
34.	भानजा	....	सोदर अळिय	....	ಸೋದರ ಅಳಿಯ

3. खाने की चीजें / तिनिसुगळु / ತಿನಿಸುಗಳು (Eatables)

1.	खीर	-	पायस	-	ಪಾಯಸ
2.	शरबत	-	पानक	-	ಪಾನಕ
3.	हलुवा	-	हल्वा	-	ಹಲ್ವಾ
4.	खोआ	-	कोवा	-	ಕೋವಾ
5.	जलेबी	-	जिलेबि	-	ಜಿಲೇಬಿ
6.	सेवई	-	साविगे	-	ಶಾವಿಗೆ
7.	गुलाब जामून	-	गुलाब् जामून्	-	ಗುಲಾಬ್ ಜಾಮೂನ್
8.	गुझिया	-	कर्जिकायि	-	ಕರ್ಜಿಕಾಯಿ
9.	तिलवा	-	एळ्ळिनुंडे	-	ಎಳ್ಳಿನುಂಡೆ
10.	मोतीचूर	-	बूंदिलाड्डु	-	ಬೂಂದಿಲಾಡು
11.	मीठी खिचड़ी	-	पोंगल्	-	ಪೊಂಗಲ್
12.	बर्फी	-	बर्फि	-	ಬರ್ಫಿ
13.	साबूदाने की खीर	-	साबुदानि पायस	-	ಸಾಬೂದಾನಿ ಪಾಯಸ
14.	मिसरी	-	कलकंड	-	ಕಲಕಂಡ
15.	पकौड़ी	-	पकोड	-	ಪಕೋಡ
16.	सेव	-	कारसेवे	-	ಕಾರಸೇವೆ
17.	समोसा	-	समोसा	-	ಸಮೋಸಾ
18.	दोसा	-	दोसे	-	ದೋಸೆ
19.	पूड़ी	-	पूरि	-	ಪೂರಿ
20.	रोटी	-	रोट्टि	-	ರೊಟ್ಟಿ
21.	चपाती	-	चपाति	-	ಚಪಾತಿ
22.	कढी	-	हुळि	-	ಹುಳಿ
23.	चावल	-	अन्न	-	ಅನ್ನ
24.	खिचड़ी	-	किचडि /हुग्गि	-	ಕಿಚಡಿ/ಹುಗ್ಗಿ

25.	दाल	-	वेळेसारु	-	ಬೇಳೆಸಾರು
26.	साग	-	सागु	-	ಸಾಗು
27.	मखखन	-	बेण्णे	-	ಬೆಣ್ಣೆ
28.	चटनी	-	चटिन	-	ಚಟ್ನಿ
29.	अचार	-	उप्पिनकायि	-	ಉಪ್ಪಿನಕಾಯಿ
30.	पापड़	-	हप्पळ	-	ಹಪ್ಪಳ
31.	दही	-	मोसरु	-	ಮೊಸರು
32.	मठ्ठा	-	अप्पच्चि	-	ಮಜ್ಜಿಗೆ
33.	चिउड़ा	-	मज्झिगे	-	ಅವಲಕ್ಕಿ
34.	धी	-	तुप्प	-	ತುಪ್ಪ
35.	आमरस	-	माविन रस	-	ಮಾವಿನ ರಸ
36.	मांस	-	मांस	-	ಮಾಂಸ

4. रोग / व्याधि / ವ್ಯಾಧಿ (Diseases)

1.	बीमारी	-	कायिले	-	ಕಾಯಿಲೆ
2.	रक्तचाप	-	रक्तदोत्तड	-	ರಕ್ತದೊತ್ತಡ
3.	श्लीपद	-	आनेकालु	-	ಆನೆಕಾಲು
4.	कोढ़ी	-	कुष्ठ	-	ಕುಷ್ಠ
5.	चेचक	-	सिड्डबु	-	ಸಿಡುಬು
6.	खाज, खुजली	-	कज्जि	-	ಕಜ್ಜಿ
7.	कर्कट रोग	-	क्यान्सर	-	ಕ್ಯಾನ್ಸರ್
8.	चक्कर आना	-	तलेतिरुगु	-	ತಲೆತಿರುಗು
9.	कब्ज	-	मलबद्धते	-	ಮಲಬದ್ಧತೆ
10.	महामारी	-	प्लेगु	-	ಪ್ಲೇಗು
11.	दमा	-	उब्बस	-	ಉಬ್ಬಸ

12.	सिर दर्द	-	तलेनोवु	-	ತಲೆನೋವು
13.	हैजा	-	कालरा	-	ಕಾಲರಾ
14.	अनिद्रा	-	निद्रराहित्यते	-	ನಿದ್ರಾರಾಹಿತ್ಯತೆ
15.	खाँसी	-	केम्मु	-	ಕೆಮ್ಮು
16.	कमर दर्द	-	सोंटनोवु	-	ಸೊಂಟನೋವು
17.	दाद	-	गुळ्ळे	-	ಗುಳ್ಳೆ
18.	उल्टी	-	वांति	-	ವಾಂತಿ
19.	छाला, फोड़ा	-	बोब्बे	-	ಬೊಬ್ಬೆ
20.	काली खांसी	-	नायिकेम्मु	-	ನಾಯಿಕೆಮ್ಮು
21.	बवासिर, अर्म	-	मूलव्याधि	-	ಮೂಲವ್ಯಾಧಿ
22.	जुकाम	-	नेगडि	-	ನೆಗಡಿ
23.	दस्त आना	-	विरेचन	-	ವಿರೇಚನ
24.	बुखार, ज्वर	-	ज्वर	-	ಜ್ವರ
25.	आन्त्र ज्वर	-	टैफायिड्	-	ಟೈಫಾಯಿಡ್
26.	पेट का दर्द	-	होट्टेनोवु	-	ಹೊಟ್ಟೆನೋವು
27.	कामला	-	कामाले	-	ಕಾಮಾಲೆ
28.	राजयक्ष्मा	-	क्षय	-	ಕ್ಷಯ
29.	घाव	-	कालरा	-	ಕಾಲರಾ
30.	चोट	-	गाय	-	ಗಾಯ
31.	रोहिणी	-	डिफ्तिरिया	-	ಡಿಫ್ತೀರಿಯಾ
32.	पक्षाघात, लकवा	-	लक्वा	-	ಲಕ್ವಾ
33.	पेचिश	-	आमशंके	-	ಆಮಶಂಕೆ
34.	पागलपन	-	हुच्चु	-	ಹುಚ್ಚು

5. औजार / उपकरण ಉಪಕರಣ (Implements)

1.	चाकु	-	चाकु / चूरि	-	ಚಾಕು / ಚೂರಿ
2.	परसु	-	कोडलि	-	ಕೊಡಲಿ
3.	तोला	-	तक्कडि	-	ತಕ್ಕಡಿ
4.	अरण	-	अर	-	ಅರ
5.	हल	-	नेगिलु	-	ನೇಗಿಲು
6.	हतोडी	-	सुत्तिगे	-	ಸುತ್ತಿಗೆ
7.	सुई	-	सूजि	-	ಸೂಜಿ
8.	करगस	-	गरगस	-	ಗರಗಸ
9.	अरकटी	-	चुक्काणि	-	ಚುಕ್ಕಾಣಿ
10.	ककई	-	बाचणिगे	-	ಬಾಚಣಿಗೆ
11.	कजक	-	अंकुश	-	ಅಂಕುಶ
12.	कडी	-	सरपळि	-	ಸರಪಳಿ

6. लोहे / ಖನಿಜ-ಲೋಹಗಳು (Ores-Minerals)

1.	सोना	-	चिन्न	-	ಚಿನ್ನ
2.	चांदी	-	बेळ्ळि	-	ಬೆಳ್ಳಿ
3.	लोहा	-	लोह	-	ಲೋಹ
4.	तंबा	-	तार्म	-	ತಾಮ್ರ
5.	फौलाद	-	उक्कु	-	ಉಕ್ಕು
7.	शीशा	-	सीस	-	ಸೀಸ
8.	जस्ता	-	तवर	-	ತವರ
9.	रतन	-	रत्न	-	ರತ್ನ
10.	पन्ना	-	पच्चे	-	ಪಚ್ಚೆ
11.	मोती	-	मुत्तु	-	ಮುತ್ತು
12.	गंधक	-	गंधक	-	ಗಂಧಕ
13.	अभ्रक	-	अभ्रक	-	ಅಭ್ರಕ

7. शासन / आडळित निर्वहणे / ಆಡಳಿತ ನಿರ್ವಹಣೆ (Administration)

1.	अर्जी	-	अर्जी	-	ಅರ್ಜಿ
2.	आरक्षण	-	नोंदणि	-	ನೋಂದಣಿ
3.	मंत्री	-	सचिव	-	ಸಚಿವ/ಮಂತ್ರಿ
4.	जिलाधीश	-	जिल्ला कलेक्टर्र	-	ಜಿಲ್ಲಾ ಕಲೆಕ್ಟರ್
5.	न्यायालय	-	न्यालय	-	ನ್ಯಾಯಾಲಯ
6.	अदालत	-	कोर्ट	-	ಕೋರ್ಟು
7.	वकील	-	वकिल	-	ವಕೀಲ
8.	अधिवक्ता	-	न्यावादि	-	ನ್ಯಾಯವಾದಿ
9.	उच्च न्यायालय	-	हैकोर्ट	-	ಹೈಕೋರ್ಟ್
10.	सरकारी वकील	-	सरकारि फ्लिडर	-	ಸರಕಾರಿ ಫ್ಲೀಡರ್
11.	उच्चतम न्यायालय	-	सुर्प्रिकोर्ट	-	ಸುಪ್ರೀಂಕೋರ್ಟ್
12.	गुप्तचर	-	गूढाचारि	-	ಗೂಢಚಾರಿ
13.	प्रधान सचिव	-	प्रधान कार्यदर्शि	-	ಪ್ರಧಾನ ಕಾರ್ಯದರ್ಶಿ
14.	सचिव	-	कार्यदर्शि	-	ಕಾರ್ಯದರ್ಶಿ
15.	फरियाद	-	फिर्यादि	-	ಫಿರ್ಯಾದಿ
16.	दरोगा	-	पोलीस् इन्सपेक्टर्र	-	ಪೊಲೀಸ್ ಇನ್ಸ್‌ಪೆಕ್ಟರ್
17.	तोपची	-	सस्त्रसज्ञित रक्षक	-	ಶಸ್ತ್ರಸಜ್ಜಿತ ರಕ್ಷಕ
18.	इलाका निरीक्षक	-	इलाके इन्सपेक्टर	-	ಇಲಾಖೆ ಇನ್ಸ್‌ಪೆಕ್ಟರ್
19.	अंगरक्षक	-	अंगरक्षक	-	ಅಂಗರಕ್ಷಕ
20.	टंकक	-	टैपिस्टु	-	ಟೈಪಿಸ್ಟ್
21.	प्रशिक्षक	-	प्रशिक्षक	-	ಪ್ರಶಿಕ್ಷಕ
22.	जनगणना	-	जनगणति	-	ಜನಗಣತಿ
23.	निर्देशक	-	निर्देशक	-	ನಿರ್ದೇಶಕ
24.	प्रबन्धक	-	प्रबंधक / निर्वाहक	-	ಪ್ರಬಂಧಕ/ನಿರ್ವಾಹಕ
25.	सदस्य	-	सदस्य	-	ಸದಸ್ಯ
26.	राज्यपाल	-	गवरनर्र	-	ಗವರ್ನರ್

27.	राष्ट्रपति	-	राष्टपति	-	ರಾಷ್ಟ್ರಪತಿ
28.	राजदूत	-	रायभारि	-	ರಾಯಭಾರಿ
29.	प्रौढ़ शिक्षा	-	प्रौढशिक्षण	-	ಪ್ರೌಢ ಶಿಕ್ಷಣ
30.	निजी सचिव	-	व्यक्तिक कार्यदर्शी	-	ವೈಯಕ್ತಿಕ ಕಾರ್ಯದರ್ಶಿ
31.	विद्या	-	विद्ये	-	ವಿದ್ಯೆ
32.	मंत्रिमंडल	-	सचिव संपुट	-	ಸಚಿವ ಸಂಪುಟ

8. पक्षी, कीड़े, मकोड़े और जानवर / पक्षि, कीट, क्रिमि, प्राणिगळु
ಪಕ್ಷಿ, ಕೀಟ, ಕ್ರಿಮಿ, ಪ್ರಾಣಿಗಳು

1.	बाध	-	हुलि	-	ಹುಲಿ
2.	भैसा	-	कोण	-	ಕೋಣ
3.	हरिण	-	चिगरे / जिंके	-	ಚಿಗರೆ / ಜಿಂಕೆ
4.	हाथी	-	आने	-	ಆನೆ
5.	हाथिनि	-	हेण्णाने	-	ಹೆಣ್ಣಾನೆ
6.	गरूड़	-	गरुड	-	ಗರುಡ
7.	गधा	-	कत्ते	-	ಕತ್ತೆ
8.	जुआँ	-	हेनु	-	ಹೇನು
9.	मच्छर	-	सोळ्ळे	-	ಸೊಳ್ಳೆ
10.	चमगीदड़	-	बावलि	-	ಬಾವಲಿ
11.	नीलकंठ	-	निलकंठ	-	ನೀಲಕಂಠ
12.	दीमक	-	गेद्दलु	-	ಗೆದ್ದಲು
13.	मुर्गा	-	कोळि	-	ಕೋಳಿ
14.	शेर	-	सिंह	-	ಸಿಂಹ
15.	शेरणी	-	सिंहिणि	-	ಸಿಂಹಿಣಿ
16.	हंस	-	हंस	-	ಹಂಸ
17.	भ्रमर	-	भ्रमर	-	ಭ್ರಮರ
18.	जुगनू	-	मिंचुहुळु	-	ಮಿಂಚುಹುಳು

19.	बिच्छू	-	चेळु	-	ಚೇಳು
20.	टिड्डी	-	मिडते	-	ಮಿಡತೆ
21.	कुत्ता / कुकुर	-	नायि	-	ನಾಯಿ
22.	मक्खी	-	नोण	-	ನೊಣ
23.	मधुमक्खी	-	जेनुहुळु	-	ಜೇನುಹುಳು
24.	रेशमी कीड़ा	-	रेष्मेहुळु	-	ರೇಷ್ಮೆಹುಳು
25.	पतंगा	-	पतंग	-	ಪತಂಗ
26.	चींटी	-	इरुवे	-	ಇರುವೆ
27.	खटमल	-	एडि	-	ಏಡಿ
28.	बाज	-	मीनु	-	ಮೀನು
29.	उल्लू	-	गूबे	-	ಗೂಬೆ
30.	मैना	-	मैना	-	ಮೈನಾ
31.	बतख	-	बातुकोळि	-	ಬಾತುಕೋಳಿ
32.	तोता	-	गिणि	-	ಗಿಣಿ
33.	बेडिया	-	तोळ	-	ತೋಳ
34.	मेंडक	-	कप्पे	-	ಕಪ್ಪೆ
35.	पपीहा	-	चातकपक्षि	-	ಚಾತಕಪಕ್ಷಿ
36.	मयूर	-	नविलु	-	ನವಿಲು
37.	कबूतर	-	पारिवाळ	-	ಪಾರಿವಾಳ
38.	तलहरी	-	इणचि	-	ಇಣಚಿ
39.	कौआ	-	कागे	-	ಕಾಗೆ
40.	कोयल	-	कोगिले	-	ಕೋಗಿಲೆ
41.	चीता / तेंदुआ	-	चिरते	-	ಚಿರತೆ
42.	गाय	-	हसु / आकळु	-	ಹಸು / ಆಕಳು
43.	भैंस	-	एम्मे	-	ಎಮ್ಮೆ

44.	बैल	-	एत्तु	-	ಎತ್ತು
45.	घोड़ा	-	कुदुरे	-	ಕುದುರೆ
46.	ऊँठ	-	ओंटे	-	ಒಂಟೆ
47.	जैब्रा	-	जिब्रा	-	ಜೀಬ್ರಾ
48.	जिराफ	-	जिराफे	-	ಜಿರಾಫೆ
49.	भालू, रीछ	-	करडि	-	ಕರಡಿ
50.	बंदर	-	कोति	-	ಕೋತಿ
51.	बकरा	-	कुरि	-	ಕುರಿ
52.	सुअर	-	हंदि	-	ಹಂದಿ
53.	बिल्ली	-	बेक्कु	-	ಬೆಕ್ಕು
54.	सर्प, साँप	-	सर्प / हावु	-	ಸರ್ಪ/ಹಾವು
55.	छिपकली	-	हल्लि	-	ಹಲ್ಲಿ
56.	मगर	-	मोसळे	-	ಮೊಸಳೆ
57.	हाथी	-	कुदुरे	-	ಕುದುರೆ
58.	भेड़ा	-	आडु	-	ಆಡು
59.	खरगोश	-	मोल	-	ಮೊಲ
60.	जानवर	-	प्रणिगळु	-	ಪ್ರಾಣಿಗಳು
61.	गीदड़	-	गिड्डग	-	ಗಿಡುಗ
62.	चूहा	-	इलि	-	ಇಲಿ
63.	साही	-	मुळ्ळुहंदि	-	ಮುಳ್ಳುಹಂದಿ
64.	नेवला	-	मुंगुसि	-	ಮುಂಗುಸಿ
65.	कछुआ	-	आमे	-	ಆಮೆ
66.	गोह	-	उड	-	ಉಡ
67.	लोमडि	-	नरि	-	ನರಿ

9. फूल / हूवु / ಹೂವು (Flowers)

1.	केवड़ा	-	केदगे	-	ಕೇದಗೆ
2.	मल्लिका	-	जाजि	-	ಜಾಜಿ
3.	मोतिया	-	चेंडुहूवु	-	ಚೆಂಡುಹೂವು
4.	जूही	-	सण्णजाजि	-	ಸಣ್ಣಜಾಜಿ
5.	कनेर	-	पारिजात	-	ಪಾರಿಜಾತ
6.	चंपक	-	चंपक	-	ಚಂಪಕ
7.	मंदार	-	मंदार	-	ಮಂದಾರ
8.	गुलाब	-	गुलाबि	-	ಗುಲಾಬಿ
9.	पारिजात	-	पारिजात	-	ಪಾರಿಜಾತ
10.	कुंद	-	मल्लिगे	-	ಮಲ್ಲಿಗೆ
11.	गुल चांदनी	-	नन्दिपुष्प	-	ನಂದಿಪುಷ್ಪ
12.	कमल	-	तावरे	-	ತಾವರೆ

10. स्वाद / स्वाद / ಸ್ವಾದ (Tastes)

1.	तीखा	-	घाटु/कार	-	ಘಾಟು/ಕಾರ
2.	नमकीन	-	उप्पु	-	ಉಪ್ಪು
3.	मीठा	-	सिहि	-	ಸಿಹಿ
4.	खट्टी	-	कहि	-	ಕಹಿ
5.	कसैला	-	वगरु	-	ಒಗರು
6.	स्वादहीन, फीका	-	सप्पे	-	ಸಪ್ಪೆ
7.	स्वादिष्ट	-	रुचिकर / स्वादिष्ट	-	ರುಚಿಕರ /ಸ್ವಾದಿಷ್ಟ
8.	कढी	-	हुळि	-	ಹುಳಿ

11. फल / हण्णुगळु / ಹಣ್ಣುಗಳು (Fruits)

1.	अंगूर	-	द्राक्षि	-	ದ್ರಾಕ್ಷಿ
2.	खजूर	-	खर्जूर	-	ಖರ್ಜೂರ
3.	पपीता	-	पप्पायि	-	ಪಪ್ಪಾಯಿ
4.	कटहल	-	हलसु	-	ಹಲಸು
5.	अनार	-	अंजूर	-	ಅಂಜೂರ

6.	केला	-	बाळे	-	ಬಾಳೆ
7.	सेब	-	सेबु	-	ಸೇಬು
8.	शरीफा	-	सीताफल	-	ಸೀತಾಫಲ
9.	संतरा	-	कित्तळे	-	ಕಿತ್ತಳೆ
10.	नीम्बू	-	निंबे	-	ನಿಂಬೆ
11.	अमरूद	-	सीबे	-	ಸೀಬೆ
12.	जामून	-	जामून्	-	ಜಾಮೂನ್
13.	आनार	-	दाळिंबे	-	ದಾಳಿಂಬೆ
14.	अन्नानास	-	अनानस्	-	ಅನಾನಸ್
15.	आम	-	मावु	-	ಮಾವು
16.	तरबूज	-	कल्लंगडि	-	ಕಲ್ಲಂಗಡಿ

12. खेलकूद / आटगळु / ಆಟಗಳು (Games)

1.	गुड़िया	-	गोंबेयाट	-	ಗೊಂಬೆಯಾಟ
2.	कुश्ती	-	कुस्ती	-	ಕುಸ್ತಿ
3.	दौड़	-	ओट	-	ಓಟ
4.	शतरंज	-	चेस / चदुरंग	-	ಚದುರಂಗ
5.	खेल	-	आट	-	ಆಟ
6.	गिल्ली-डंडा	-	गिल्लिदांडु	-	ಗಿಲ್ಲಿದಾಂಡು
7.	कबड्डी	-	कबड्डि	-	ಕಬಡ್ಡಿ
8.	कूदना	-	जिगित	-	ಜಿಗಿತ
9.	गेंद	-	चेंडाट	-	ಚೆಂಡಾಟ
10.	बल्ला	-	ब्याटु	-	ಬ್ಯಾಟು
11.	घूँसा	-	गुद्दु	-	ಗುದ್ದು
12.	पतंगबाजी	-	गाळिपट स्पर्दे	-	ಗಾಳಿಪಟ ಸ್ಪರ್ಧೆ
13.	कसरत	-	व्यायाम	-	ವ್ಯಾಯಾಮ
14.	खिलाड़ी	-	आटगार	-	ಆಟಗಾರ

13. मन के भाव / भावनेगळु / ಭಾವನೆಗಳು (Feelings)

1.	आशा	-	आसे	-	ಆಸೆ
2.	निराशा	-	निरासे	-	ನಿರಾಸೆ
3.	हिम्मत	-	धैर्य	-	ಧೈರ್ಯ
4.	संतोष	-	संतोष	-	ಸಂತೋಷ
5.	खुशी	-	खुशि / आनंद	-	ಖುಷಿ / ಆನಂದ
6.	दु:ख	-	दु:ख	-	ದುಃಖ
7.	सुख	-	सुख	-	ಸುಖ
8.	हँसी	-	नगु	-	ನಗು
9.	दया, करुणा	-	दये / करुणे	-	ದಯೆ / ಕರುಣೆ
10.	असूया	-	असूये	-	ಅಸೂಯೆ
11.	गुस्सा	-	कोप	-	ಕೋಪ
12.	रोना	-	अळु	-	ಅಳು
13.	मित्रता	-	स्नेह	-	ಸ್ನೇಹ
14.	उदास	-	उदासीन	-	ಉದಾಸೀನ
15.	साहस	-	साहस	-	ಸಾಹಸ
16.	चुपचाप	-	मौन	-	ಮೌನ
17.	धोखा	-	मोस	-	ಮೋಸ
18.	कोमलता	-	कोमलते	-	ಕೋಮಲತೆ
19.	डर	-	भय	-	ಭಯ
20.	सन्देह	-	संदेह	-	ಸಂದೇಹ

14. दिशाएँ / दिक्कुगळु / ದಿಕ್ಕುಗಳು (Sides)

पूरब	पूर्व	ಪೂರ್ವ	पश्चिम	पश्चिम	ಪಶ್ಚಿಮ
उत्तर	उत्तर	ಉತ್ತರ	दक्खन	दक्षिण	ದಕ್ಷಿಣ
ओर	पक्क	ಪಕ್ಕ	पीछे	हिंदे	ಹಿಂದೆ

भीतर	ओळगे	ಒಳಗೆ	मध्य	मध्य	ಮಧ್ಯ
बाहर	होरगे	ಹೊರಗೆ	सामने	एदुरु	ಎದುರು
नीचे	केळगे	ಕೆಳಗೆ	ऊपर	मेले	ಮೇಲೆ
दायाँ	बल	ಬಲ	बायाँ	एड	ಎಡ

15. समय / काल / ಕಾಲ (Time)

सेकण्ड	...	सेकेंडु	-	ಸೆಕೆಂಡು
मिनट	...	निमिष	-	ನಿಮಿಷ
घंटा	...	गंटे	-	ಗಂಟೆ
सुबह	...	बेळग्गे	-	ಬೆಳಗ್ಗೆ
सबेरे	...	उदयकाल	-	ಉದಯಕಾಲ / ಮುಂಜಾನೆ
दोपहर	...	मध्याह्न	-	ಮಧ್ಯಾಹ್ನ
शाम	...	संजे	-	ಸಂಜೆ
दिन	...	दिन	-	ದಿನ
रात	...	रात्री	-	ರಾತ್ರಿ

16. सब्जियाँ / तरकारि / ತರಕಾರಿ (Vegetables)

बैंगन	...	बदने	-	ಬದನೆ
आलू	...	आलूगेड्डे	-	ಆಲೂಗಡ್ಡೆ
गजर	...	गज्जरि	-	ಗಜ್ಜರಿ
खीरा, ककड़ी	...	सौतेकायि	-	ಸೌತೆಕಾಯಿ
जमीकंद	...	सुवर्णगेड्डे	-	ಸುವರ್ಣಗೆಡ್ಡೆ
चचींदा	...	पडवलकायि	-	ಪಡುವಲಕಾಯಿ
पत्ता गोभी	...	क्याबेज्	-	ಕ್ಯಾಬೇಜ್
टमाटर	...	टोमेटो	-	ಟೊಮೇಟೊ
फूल गोभी	...	कालिफ्लवर्	-	ಕಾಲಿಫ್ಲವರ್
पेठा	...	बूदुगुंबळकायि	-	ಬೂದುಗುಂಬಳಕಾಯಿ
तुरई	...	हीरेकायि	-	ಹೀರೆಕಾಯಿ

लौकी	...	सोरेकायि	-	ಸೋರೆಕಾಯಿ
करेला	...	हागल	-	ಹಾಗಲ
कुम्हड़ा	...	कुंबल	-	ಕುಂಬಳ
शकरकन्द	...	गेणसु	-	ಗೆಣಸು

17. पूर्णार्थक संख्याए / पूर्णार्थक संख्यलु / ಪೂರ್ಣಾರ್ಥಕ ಸಂಖ್ಯೆಗಳು

अव्वल	मोदलु	ಮೊದಲು	पहला	मोदल	ಮೊದಲ
दूसरा	एरडने	ಎರಡನೇ	तीसरा	मूरने	ಮೂರನೇ
चौथा	नाल्कने	ನಾಲ್ಕನೇ	पाँचवाँ	ऐदने	ಐದನೇ
छठवाँ	आरने	ಆರನೇ	सातवाँ	एळने	ಏಳನೇ
आठवाँ	एंटने	ಎಂಟನೇ	नौवाँ	ओंबत्तने	ಒಂಬತ್ತನೇ
दसवाँ	हत्तने	ಹತ್ತನೇ	दोनों	इब्बरु	ಇಬ್ಬರು
तीनों	मूवरु	ಮೂವರು	चारों	नाल्वरु	ನಾಲ್ವರು
पाँचों	ऐवरु	ಐವರು	सातों	ऐळ्वरु	ಏಳ್ವರು
आठों	एंटुमंदि	ಎಂಟುಮಂದಿ	नौवों	ओंबत्तुमंदि	ಒಂಭತ್ತುಮಂದಿ
दसों	हत्तुमंदि	ಹತ್ತುಮಂದಿ			

18. द्रव्य विभाग / हण विभाग / ಹಣ ವಿಭಾಗ (Money Division)

पच्चीस पैसे	इप्पत्तैदु पैसे	25 ಪೈಸೆ ಇಪ್ಪತ್ತೈದು ಪೈಸೆ
पचास पैसे	ऍवत्तु पैसे	50 ಪೈಸೆ ಐವತ್ತು ಪೈಸೆ
पचहत्तर पैसे	एप्पतैदु पैसे	75 ಪೈಸೆ ಎಪ್ಪತ್ತೈದು ಪೈಸೆ
एक रुपया	ओंदु रूपायि	ಒಂದು ರೂಪಾಯಿ
सवा रुपया	ओंदुकालु रूपायि	ಒಂದೂಕಾಲು ರೂಪಾಯಿ
डेढ़ रुपया	ओंदूवरे रूपायि	ಒಂದೂವರೆ ರೂಪಾಯಿ
पौने दो रुपया	ओंदूमुक्कालु रूपायि	ಒಂದೂಮುಕ್ಕಾಲು ರೂಪಾಯಿ
दो रुपये	एरडु रूपायि	ಎರಡು ರೂಪಾಯಿ
ढाई रुपये	एरडु ऍवत्तु रूपायि	ಎರಡು ಐವತ್ತು ರೂಪಾಯಿ
पौने तीन रुपये	एरडु मुक्कालु रूपायि	ಎರಡು ಮುಕ್ಕಾಲು ರೂಪಾಯಿ

सौ रुपये	नूरु रूपायि	ನೂರು ರೂಪಾಯಿ
सवा सौ रुपये	नूर इप्पत्तैदु रूपायि	ನೂರ ಇಪ್ಪತ್ತೈದು ರೂಪಾಯಿ
डेढ़ सौ रुपये	नूर ऐवत्तु रूपायि	ನೂರ ಐವತ್ತು ರೂಪಾಯಿ
पौने दो सौ रुपये	नूर एप्पतैदु रूपायि	ನೂರ ಎಪ್ಪತ್ತೈದು ರೂಪಾಯಿ
हजार रुपये	साविर रूपायि	ಸಾವಿರ ರೂಪಾಯಿ
लाख रुपये	ओंदु रूपायि	ಒಂದು ಲಕ್ಷ ರೂಪಾಯಿ
दस लाख रुपये	हत्तु लक्ष रूपायि	ಹತ್ತು ಲಕ್ಷ ರೂಪಾಯಿ
करोड़ रुपये	ओंदु कोटि रूपायि	ಒಂದು ಕೋಟಿ ರೂಪಾಯಿ
दस करोड़ रुपये	हत्तु कोटि रूपायि	ಹತ್ತು ಕೋಟಿ ರೂಪಾಯಿ

19. भिन्न / भिन्नराशि / ಭಿನ್ನರಾಶಿ (Fractions)

पाव	कालु	¼ ಕಾಲು
आधा	अर्ध	½ ಅರ್ಧ
पौने	मुक्कालु	¾ ಮುಕ್ಕಾಲು
सवा	ओंदूकालु	1 ¼ ಒಂದೂಕಾಲು
डेढ़	ओंदूवरे	1 ½ ಒಂದೂವರೆ
पौने दो	ओंदूमुक्कालु	1 ¾ ಒಂದೊಮುಕ್ಕಾಲು
सवा दो	एरडूकालु	2 ¼ ಎರಡೂಕಾಲು
ढाई	एरडूवरे	2 ½ ಎರಡೂವರೆ
पौने तीन	एरडमुक्कालु	2 ¾ ಎರಡೂಮುಕ್ಕಾಲು
सवा तीन	मूरूकालु	3 ¼ ಮೂರೂಕಾಲು
साढ़े तीन	मूरूवरे	3 ½ ಮೂರೂವರೆ
पौने चार	मूरूमुक्कालु	3 ¾ ಮೂರುಮುಕ್ಕಾಲು
सवा चार	नाल्कूकालु	4 ¼ ನಾಲ್ಕೂಕಾಲು
साढ़े चार	नाल्कूवरे	4 ½ ನಾಲ್ಕೂವರೆ
पौने पाँच	नाल्कु मुक्कालु	4 ¾ ನಾಲ್ಕು ಮುಕ್ಕಾಲು

सवा पाँच	ऍदूकालु	5 ¼ ಐದೂಕಾಲು
साढ़े पाँच	ऍदूवरे	5 ½ ಐದೂವರೆ
पौने छः	ऍदूमुक्कालु	5 ¾ ಐದೂಮುಕ್ಕಾಲು

21. **संख्या** / संख्ये / ಸಂಖ್ಯೆ (Numbers)

एक	ओंदु	ಒಂದು	1
दो	एरडु	ಎರಡು	2
तीन	मूरु	ಮೂರು	3
चार	नाल्कु	ನಾಲ್ಕು	4
पाँच	ऍदु	ಐದು	5
छः	आरु	ಆರು	6
सात	एळु	ಏಳು	7
आठ	एंटु	ಎಂಟು	8
नौ	ओंभत्तु	ಒಂಭತ್ತು	9
दस	हत्तु	ಹತ್ತು	10
ग्यारह	हन्नोंदु	ಹನ್ನೊಂದು	11
बारह	हन्नेरडु	ಹನ್ನೆರಡು	12
तेरह	हदिमूरु	ಹದಿಮೂರು	13
चौदह	हदिनाल्कु	ಹದಿನಾಲ್ಕು	14
पंद्रह	हदिनैदु	ಹದಿನೈದು	15
सोलह	हदिनारु	ಹದಿನಾರು	16
सत्रह	हदिनेळु	ಹದಿನೇಳು	17
अठारह	हदिनेंटु	ಹದಿನೆಂಟು	18

उन्नीस	हत्तोंभत्तु	ಹತ್ತೊಂಬತ್ತು	19
बीस	इप्पत्तु	ಇಪ್ಪತ್ತು	20
इक्कीस	इप्पत्तोंदु	ಇಪ್ಪತ್ತೊಂದು	21
बाईस	इप्पत्तेरडु	ಇಪ್ಪತ್ತೆರಡು	22
तेईस	इप्पत्तमूरु	ಇಪ್ಪತ್ತಮೂರು	23
चौबीस	इप्पत्तनाल्कु	ಇಪ್ಪತ್ತನಾಲ್ಕು	24
पच्चीस	इप्पत्तैदु	ಇಪ್ಪತ್ತೈದು	25
छब्बीस	इप्पत्तारु	ಇಪ್ಪತ್ತಾರು	26
सत्ताईस	इप्पत्तेळु	ಇಪ್ಪತ್ತೇಳು	27
अट्ठाईस	इप्पत्तेंटु	ಇಪ್ಪತ್ತೆಂಟು	28
उनतीस	इप्पत्तोंभत्तु	ಇಪ್ಪತ್ತೊಂಬತ್ತು	29
तीस	मूवत्तु	ಮೂವತ್ತು	30
इकतीस	मुवत्तोंदु	ಮೂವತ್ತೊಂದು	31
बत्तीस	मुवत्तेरडु	ಮೂವತ್ತೆರಡು	32
तैन्तीस	मुवत्तमूरु	ಮೂವತ್ತಮೂರು	33
चौंतीस	मुवत्तनाल्कु	ಮೂವತ್ತನಾಲ್ಕು	34
पैंतीस	मुवत्तैदु	ಮೂವತ್ತೈದು	35
छत्तीस	मुवत्तारु	ಮೂವತ್ತಾರು	36
सैंतीस	मुवत्तेळु	ಮೂವತ್ತೇಳು	37
अड़तीस	मुवत्तेंटु	ಮೂವತ್ತೆಂಟು	38
उनचालीस	मुवत्तोंभत्तु	ಮೂವತ್ತೊಂಭತ್ತು	39
चालीस	नलवत्तु	ನಲವತ್ತು	40

इकतालीस	नलवत्तेंदु	ನಲವತ್ತೊಂದು	41
बयालीस	नलवत्तेरडु	ನಲವತ್ತೆರಡು	42
तैंतालीस	नलवत्तमूरु	ನಲವತ್ತಮೂರು	43
चवालीस	नलवत्तनाल्कु	ನಲವತ್ತನಾಲ್ಕು	44
पैंतालीस	नलवत्तैदु	ನಲವತ್ತೈದು	45
छियालीस	नलवत्तारु	ನಲವತ್ತಾರು	46
सैंतालीस	नलवत्तेळु	ನಲವತ್ತೇಳು	47
अड़तालीस	नलवत्तेंटु	ನಲವತ್ತೆಂಟು	48
उनचास	नलवत्तोंभत्तु	ನಲವತ್ತೊಂಭತ್ತು	49
पचास	ऍवत्तु	ಐವತ್ತು	50
इक्कावन	ऍवत्तेंदु	ಐವತ್ತೊಂದು	51
बावन	ऍवत्तेरडु	ಐವತ್ತೆರಡು	52
तीरपन	ऍवत्तमूरु	ಐವತ್ತಮೂರು	53
चौवन	ऍवत्तनाल्कु	ಐವತ್ತನಾಲ್ಕು	54
पचपन	ऍवत्तैदु	ಐವತ್ತೈದು	55
छप्पन	ऍवत्तारु	ಐವತ್ತಾರು	56
सत्तावन	ऍवत्तेळु	ಐವತ್ತೇಳು	57
अट्ठावन	ऐवत्तेंटु	ಐವತ್ತೆಂಟು	58
उनसठ	ऍवत्तोंभत्तु	ಐವತ್ತೊಂಭತ್ತು	59
साठ	अरवत्तु	ಅರವತ್ತು	60
इकसठ	अरवत्तोंदु	ಅರವತ್ತೊಂದು	61
बासठ	अरवत्तेरडु	ಅರವತ್ತೆರಡು	62

तीरसठ	अरवत्तमूरु	ಅರವತ್ತಮೂರು	63
चौंसठ	अरवत्तनाल्कु	ಅರವತ್ತನಾಲ್ಕು	64
पैंसठ	अरवत्तैदु	ಅರವತ್ತೈದು	65
छियासठ	अरवत्तारु	ಅರವತ್ತಾರು	66
सड़सठ	अरवत्तेळु	ಅರವತ್ತೇಳು	67
अड़सठ	अरवत्तेंटु	ಅರವತ್ತೆಂಟು	68
उनहत्तर	अरवत्तोंभत्तु	ಅರವತ್ತೊಂಭತ್ತು	69
सत्तर	एप्पत्तु	ಎಪ್ಪತ್ತು	70
इकहत्तर	एप्पत्तोंदु	ಎಪ್ಪತ್ತೊಂದು	71
बहत्तर	एप्पत्तेरडु	ಎಪ್ಪತ್ತೆರಡು	72
तिहत्तर	एप्पत्तमूरु	ಎಪ್ಪತ್ತಮೂರು	73
चौहत्तर	एप्पत्तनाल्कु	ಎಪ್ಪತ್ತನಾಲ್ಕು	74
पचहत्तर	एप्पत्तैदु	ಎಪ್ಪತ್ತೈದು	75
छिहत्तर	एप्पत्तारु	ಎಪ್ಪತ್ತಾರು	76
सतहत्तर	एप्पत्तेळु	ಎಪ್ಪತ್ತೇಳು	77
अठहत्तर	एप्पत्तेंटु	ಎಪ್ಪತ್ತೆಂಟು	78
उन्यासी	एप्पत्तेंभत्तु	ಎಪ್ಪತ್ತೊಂಭತ್ತು	79
अस्सी	एंभत्तु	ಎಂಭತ್ತು	80
इक्कासी	एंभत्तोंदु	ಎಂಭತ್ತೊಂದು	81
बयासी	एंभत्तेरडु	ಎಂಭತ್ತೆರಡು	82
तिरासी	एंभत्तमूरु	ಎಂಭತ್ತಮೂರು	83
चौरासी	एंभत्तनाल्कु	ಎಂಭತ್ತನಾಲ್ಕು	84

पचासी	एंभत्तैदु	ಎಂಭತ್ತೈದು	85
छियासी	एंभत्तारु	ಎಂಭತ್ತಾರು	86
सत्तासी	एंभत्तेळु	ಎಂಭತ್ತೇಳು	87
अट्ठासी	एंभत्तेंटु	ಎಂಭತ್ತೆಂಟು	88
नवासी	एंभत्तोंभत्तु	ಎಂಭತ್ತೊಂಭತ್ತು	89
नब्बे	तोंभत्तु	ತೊಂಭತ್ತು	90
इक्कानबे	तोंभत्तोंदु	ತೊಂಭತ್ತೊಂದು	91
बयानबे	तोंभत्तेरडु	ತೊಂಭತ್ತೆರಡು	92
तिरानबे	तोंभत्तमूरु	ತೊಂಭತ್ತಮೂರು	93
चौरानबे	तोंभत्तनाल्कु	ತೊಂಭತ್ತನಾಲ್ಕು	94
पंचानबे	तोंभत्तैदु	ತೊಂಭತ್ತೈದು	95
छियानबे	तोंभत्तारु	ತೊಂಭತ್ತಾರು	96
सत्तानबे	तोंभत्तेळु	ತೊಂಭತ್ತೇಳು	97
अट्ठानबे	तोंभत्तेंटु	ತೊಂಭತ್ತೆಂಟು	98
निन्यानबे	तोंभत्तोंभत्तु	ತೊಂಭತ್ತೊಂಭತ್ತು	99
सौ	नूरु	ನೂರು	100
हजार	साविर	ಸಾವಿರ	1000
दस हजार	हत्तु सविर	ಹತ್ತು ಸಾವಿರ	10,000
लाख	लक्ष	ಲಕ್ಷ	1,00,000
दस लाख	हत्तु लक्ष	ಹತ್ತು ಲಕ್ಷ	10,00,000
करोड़	कोटि	ಕೋಟಿ	1,00,00,000

भाग - ३

ਭਾਗ - 3

PART - 3

प्रश्नवाचक संभाषणे ಪ್ರಶ್ನಾವಾಚಕ ಸಂಭಾಷಣೆ (Question Tag Conversations)

हिन्दी सीखने के लिये सबसे महत्वपूर्ण है प्रश्नों को पूछना। सुबह उठते ही हमारी जिंदगी प्रश्नों के साथ ही शुरू होती है कि नहीं ? नीचे कुछ प्रश्नवाचक शब्द दिये गये हैं। इनका सावधानीपूर्वक अवलोकन करें उन्हे सीखने के पश्चात हम बोलचाल में छाप प्रवाह हिन्दी बोल सकते हैं।

क्या	...	ಏನು ?	...	एनु ?
कैसा	...	ಹೇಗೆ ?	...	हेगे ?
कहाँ	...	ಎಲ್ಲಿ ?	...	एल्लि ?
कितना	...	ಎಷ್ಟು ?	...	एष्टु ?
क्यों	...	ಏಕೆ ?	...	एके ?
कब	...	ಯಾವಾಗ ?	...	यावाग ?
कौन	...	ಯಾರು ?	...	यारु ?
कौन सा	...	ಯಾವುದು ?	...	यावुदु ?
जभी	...	ಆವಾಗಲೆ	...	आवागले
कहाँ पर	...	ಎಲ್ಲಿ ?	...	एल्लि
किसको	...	ಯಾರಿಗೆ ?	...	यारिगे ?
किनके	...	ಯಾರಿಗೆ ?	...	यारिगे ?

छोटी-छोटी बातें / सण्ण सण्ण पदगळु / ಸಣ್ಣ ಸಣ್ಣ ಪದಗಳು (Small Words)

1.	खामोश	निश्शब्द	ನಿಶ್ಶಬ್ದ
2.	चुप रहिए	सुम्मनिरि	ಸುಮ್ಮನಿರಿ
3.	सुनो	केळि	ಕೇಳಿ
4.	समझ लो	अर्धमाडिकोळ्ळि	ಅರ್ಥಮಾಡಿಕೊಳ್ಳಿ
5.	यहीं इन्तजार करो	इल्लि कायुत्तिरि	ಇಲ್ಲಿ ಕಾಯುತ್ತಿರಿ

6.	भूलना मत	मरेयदिरि	ಮರೆಯದಿರಿ
7.	इधर आईये	इल्लि बन्नि	ಇಲ್ಲಿ ಬನ್ನಿ
8.	बाहर जाओ	होरगे होगु	ಹೊರಗೆ ಹೋಗು
9.	आगे देखो	मुंदे नोडि	ಮುಂದೆ ನೋಡಿ
10.	पीछे मत देखो	हिंदे नोडबेडि	ಹಿಂದೆ ನೋಡಬೇಡಿ
11.	बाजू में क्या हैं ?	पक्कदल्लि ऐनिदे ?	ಪಕ್ಕದಲ್ಲಿ ಏನಿದೆ?
12.	जल्दी आइये	बेग बन्नि	ಬೇಗ ಬನ್ನಿ
13.	नीचे उतरिये	केळगे इळियिरि	ಕೆಳಗೆ ಇಳಿಯಿರಿ
14.	ऊपर चढ़िये	मेले हत्ति	ಮೇಲೆ ಹತ್ತಿ
15.	मुझे देखने दो	ननगे नोडलु बिडि	ನನಗೆ ನೋಡಲು ಬಿಡಿ
16.	बैठिये	कुळितुकोळ्ळि	ಕುಳಿತುಕೊಳ್ಳಿ
17.	खड़े रहिए	निंतुकोंडिरि	ನಿಂತುಕೊಂಡಿರಿ
18.	यह क्या है ?	इदेनु ?	ಇದೇನು ?
19.	चाय पीओ	चहा कुडियिरि	ಚಹಾ ಕುಡಿಯಿರಿ
20.	मुँह धोओ	मुख तोळेदुकोळ्ळि	ಮುಖ ತೊಳೆದುಕೊಳ್ಳಿ
21.	उसको बुलाओ	अवनन्नु करेयिरि	ಅವನನ್ನು ಕರೆಯಿರಿ
22.	यह हटाओ	इदन्नु तेगेयिरि	ಇದನ್ನು ತೆಗೆಯಿರಿ
23.	इसको हटाओ	अवन्नु तेगेयिरि	ಅವನ್ನು ತೆಗೆಯಿರಿ
24.	मुझे छोड़ दो	नन्नन्नु बिट्टुबिडु	ನನ್ನನ್ನು ಬಿಟ್ಟುಬಿಡು
25.	बोलना मत	मातनाडबेड	ಮಾತನಾಡಬೇಡ
26.	मुझे बताओ	ननगे हेळु	ನನಗೆ ಹೇಳು
27.	मुझे नहीं चाहिए	ननगे बेड	ನನಗೆ ಬೇಡ
28.	तुम्हे पानी चाहिये	निनगे नीरु बेके	ನಿನಗೆ ನೀರು ಬೇಕೇ
29.	उन्हें दूध चाहिये	अवनिगे हालु बेकिदे	ಅವನಿಗೆ ಹಾಲು ಬೇಕಿದೆ

■ क्या / एनु / ಏನು ? (What)

1.	क्या बात है ?	ऐनु विषय ?	ಏನು ವಿಷಯ ?
2.	यह क्या है ?	इदु ऐनु ?	ಇದು ಏನು ?
3.	उसका नाम क्या है ?	अवन हेसरेनु ?	ಅವನ ಹೆಸರೇನು ?
4.	इसका मतलब क्या है ?	इदर अर्थवेनु ?	ಇದರ ಅರ್ಥವೇನು ?
5.	आपको क्या होना ?	निगेनु बेकु ?	ನಿಮಗೇನು ಬೇಕು ?
6.	इस वक्त कितने बजे है ?	इग एष्टु समय ?	ಈಗ ಎಷ್ಟು ಸಮಯ ?
7.	तुम इस समय में क्या करते हो ?	निवु ईग ऐनु माडुत्तिद्दीरि?	ನೀವು ಈಗ ಏನು ಮಾಡುತ್ತಿದ್ದೀರಿ?
8.	वह क्या है ?	अदु ऐनु ?	ಅದು ಏನು ?
9.	आपने उनसे क्या कहा ?	निवु अवनिगे ऐनु हेळिदिरि?	ನೀವು ಅವನಿಗೆ ಏನು ಹೇಳಿದಿರಿ ?
10.	तुम क्या खरीदना चाहते हो ?	निवु ऐनु खरीदिसलु बयसुत्तीरि?	ನೀವು ಏನು ಖರೀದಿಸಲು ಬಯಸುತ್ತೀರಿ?
12.	मै क्या करूँ ?	नानु ऐनु माडलि ?	ನಾನು ಏನು ಮಾಡಲಿ ?
13.	तुम क्या करते हो ?	निवु ऐनु माडुत्तिद्दिरि ?	ನೀವು ಏನು ಮಾಡುತ್ತಿದ್ದಿರಿ?
14.	आप मुझे क्या देते हैं ?	वि ननगेनु कोडुत्तीरि ?	ನೀವು ನನಗೇನು ಕೊಡುತ್ತೀರಿ?

■ कौन / यारु ಯಾರು ? (Who)

1.	आप कौन हैं ?	नीवु यारु ?	ನೀವು ಯಾರು ?
2.	तुम कौन हो ?	नीनु यारु ?	ನೀನು ಯಾರು ?
3.	मै कौन हूँ ?	नानु यारु ?	ನಾನು ಯಾರು ?
4.	आप किससे मिलना चाहते हैं ?	निवु यारन्नु भेठि आगबेकु?	ನೀವು ಯಾರನ್ನು ಭೇಟಿ ಆಗಬೇಕು ?
5.	वह किससे मिलना चाहते हैं ?	अवरु भेठियागबेकिदे ?	ಅವರು ಯಾರನ್ನು ಭೇಟಿಯಾಗಬೇಕಿದೆ?
6.	वह कौन है ?	अवनु यारु ?	ಅವನು ಯಾರು ?
7.	इस घर में कौन-कौन रहते है ?	ई मनेयल्लि यारारु इद्दारे ?	ಈ ಮನೆಯಲ್ಲಿ ಯಾರ್ಯಾರು ಇದ್ದಾರೆ ?

8. वह मोटा लड़का कौन है ? — आ दप्प हुडुग यारु ?
ಆ ದಪ್ಪ ಹುಡುಗ ಯಾರು ?

9. इस जमीन का मालिक कौन है ? — ई जमीनि मालीक यारु ?
ಈ ಜಮೀನಿನ ಮಾಲೀಕ ಯಾರು ?

10. आपके परिवार में बड़े कौन है ? — निम्म कुटुंबदल्लि हिरियरु यारु ?
ನಿಮ್ಮ ಕುಟುಂಬದಲ್ಲಿ ಹಿರಿಯರು ಯಾರು ?

11. यह प्रश्न पूछने वाले आप कौन हैं ? — ई प्रश्नेयन्नु केळलु नीवु यारु ?
ಈ ಪ್ರಶ್ನೆಯನ್ನು ಕೇಳಲು ನೀವು ಯಾರು ?

12. इस गली में तुम्हारा दोस्त कौन है ? — ई रस्तेयल्लि निम्म स्नेहितरु यारु ?
ಈ ರಸ್ತೆಯಲ್ಲಿ ನಿಮ್ಮ ಸ್ನೇಹಿತರು ಯಾರು ?

13. वह तुमसे क्या बात करते हैं ? — अवरु निन्न जोते एनु मातन्नाडिदरु ?
ಅವರು ನಿನ್ನ ಜತೆ ಏನು ಮಾತನ್ನಾಡಿದರು ?

14. आज की सभा में कौन-कौन सम्बोधित करेंगे ? — इंदिन सभेयल्लि यारारु मातन्नाडुत्तारे ?
ಇಂದಿನ ಸಭೆಯಲ್ಲಿ ಯಾರ್‍ಯಾರು ಮಾತನ್ನಾಡುತ್ತಾರೆ ?

15. तुम्हारी बहन कौन है ? — निन्न सोदरि यारु ?
ನಿನ್ನ ಸೋದರಿ ಯಾರು ?

16. मुझ से बात करने वाले तुम कौन हो ? — नन्न बळि मातन्नाडुव नीवु यारु ?
ನನ್ನ ಬಳಿ ಮಾತನ್ನಾಡುವ ನೀವು ಯಾರು ?

17. ये किनके बच्चे है ? — इवरु यार मक्कळु ? ಇವರು ಯಾರ ಮಕ್ಕಳು ?

18. ये गुड़ियाँ किनकी है ? — आ गोंबे यारद्दु ? ಆ ಗೊಂಬೆ ಯಾರದ್ದು ?

19. यह किताब किसका है ? — ई पुस्तक यारद्दु ? ಈ ಪುಸ್ತಕ ಯಾರದ್ದು ?

20. वह तुम्हारा कौन है ? — आत निगे ऐनागबेकु ? ಆತ ನಿನಗೆ ಏನಾಗಬೇಕು ?

■ क्यों / एके / ಏಕೆ ? (Why)

तुम मेरे घर क्यों आये हो ?	निवु नम्म मनेगे ऐके बंदिरि ? ನೀವು ನಮ್ಮ ಮನೆಗೆ ಏಕೆ ಬಂದಿರಿ ?
क्यों नही आना बोलो ?	याके बरबारदु एंदु हेळु ? ಯಾಕೆ ಬರಬಾರದು ಎಂದು ಹೇಳು ?
तुम क्यों नाराज होते हो ?	निवु ऐके सिट्टागुत्तिदिरि ? ನೀವು ಏಕೆ ಸಿಟ್ಟಾಗುತ್ತಿದ್ದೀರಿ ?
तुमने कन्नड क्यों सीख लिया ?	निवु ऐके कन्नड कलियुत्तिदिरि ? ನೀವು ಏಕೆ ಕನ್ನಡ ಕಲಿಯುತ್ತಿದ್ದೀರಿ ?
तुमने क्यों नहीं सीखा बोलो ?	निनु ऐके कलितुकोळ्ळलिल्ल हेळु ? ನೀನು ಏಕೆ ಕಲಿತುಕೊಳ್ಳಲಿಲ್ಲ ಹೇಳು?
आप वहाँ क्यों गये ?	निवु अल्लिगे ऐके होदिरि ? ನೀವು ಅಲ್ಲಿಗೆ ಏಕೆ ಹೋದಿರಿ ?
आज आप क्यों नहीं आये ?	निवु इवत्तु ऐके बरलिल्ल ? ನೀವು ಇವತ್ತು ಏಕೆ ಬರಲಿಲ್ಲ ?
तुम प्रतिदिन दफ्तर क्यों जाते हो ?	निवु प्रतिदिन कचेरिगे ऐके होगुत्तिरि ? ನೀವು ಪ್ರತಿದಿನ ಕಚೇರಿಗೆ ಏಕೆ ಹೋಗುತ್ತೀರಿ ?
वह औरत क्यों जोर से बात कर रही है ?	आ महिळे ऐके जोरागि मातन्नाडुत्तिद्दाळे ? ಆ ಮಹಿಳೆ ಏಕೆ ಜೋರಾಗಿ ಮಾತನ್ನಾಡುತ್ತಿದ್ದಾಳೆ ?
तुम क्यों नहीं खेले ?	निवु ऐके आठवाडलिल्ल ? ನೀವು ಏಕೆ ಆಟವಾಡಲಿಲ್ಲ ?
आपने इतनी देर क्यों की (किया) ?	निवु ऐके तड माडिदिरि ? ನೀವು ಏಕೆ ತಡ ಮಾಡಿದಿರಿ ?

आपने उनसे क्यों नहीं बोले ? निवु अवनिगे ऐके हेळलिल्ल ?

ನೀವು ಅವನಿಗೆ ಏಕೆ ಹೇಳಲಿಲ್ಲ ?

तुम उनसे क्यों मिले ? निवु अवनन्नु ऐके भेटि माडिदिरि ?

ನೀವು ಅವನನ್ನು ಏಕೆ ಭೇಟಿ ಮಾಡಿದಿರಿ ?

मैं आपको क्यों जवाब दूँ ? नानु निमगेके उत्तर नीडबेकु ?

ನಾನು ನಿಮಗೇಕೆ ಉತ್ತರ ನೀಡಬೇಕು ?

वह क्यों हँसा ? आत ऐके नक्क? ಆತ ಏಕೆ ನಕ್ಕ?

वह हमको क्यों ? अदु नमगेके ? ಅದು ನಮಗೇಕೆ ?

उसने वह नौकरी क्यों छोड़ दी ? आवनु आ केलसवन्नु ऐके बिट्ट ?

ಅವನು ಆ ಕೆಲಸವನ್ನು ಏಕೆ ಬಿಟ್ಟ ?

तुम क्यों भागते हो ? नीनु ऐके ओडुत्तिरुवे ?

ನೀನು ಏಕೆ ಓಡುತ್ತಿರುವೆ ?

मैं भागा तो तुम्हें क्या हुआ ? नानु ओडिदरे निनगेनु आगुत्तदे ?

ನಾನು ಓಡಿದರೆ ನಿನಗೇನು ಆಗುತ್ತದೆ ?

तुम क्यों सीधा जवाब नहीं देते हो ? निनेके नेरवाद उत्तर कोडुवुदिल्ल ?

ನೀನೇಕೆ ನೇರವಾದ ಉತ್ತರ ಕೊಡುವುದಿಲ್ಲ ?

■ कहाँ / ऐल्लि / ಎಲ್ಲಿ? (Where)

आप कहाँ रहते हैं ? नीवु ऐल्लि इद्दीरि ? ನೀವು ಎಲ್ಲಿ ಇದ್ದೀರಿ ?

हम कहाँ रहते है ? नावु एल्लि इरुत्तेवे ? ನಾವು ಎಲ್ಲಿ ಇರುತ್ತೇವೆ ?

वे लोग कहाँ रहते हैं ? अवरु एल्लि इरुत्तारे ? ಅವರು ಎಲ್ಲಿ ಇರುತ್ತಾರೆ ?

तुम्हारी पाठशाला कहाँ है ? निन्न शाले एल्लिदे ? ನಿನ್ನ ಶಾಲೆ ಎಲ್ಲಿದೆ ?

मुझे कहाँ जाना है ? नानु एल्लिगे होगबेकु ? ನಾನು ಎಲ್ಲಿಗೆ ಹೋಗಬೇಕು ?

तुम कहाँ जाओगे ?	नीनु एल्लिगे होगबेकु ? ನೀನು ಎಲ್ಲಿಗೆ ಹೋಗಬೇಕು ?
आप कहाँ जा रहे हैं ?	नीवु एल्लिगे हागुत्तिद्दीरि ? ನೀವು ಎಲ್ಲಿಗೆ ಹೋಗುತ್ತಿದ್ದೀರಿ ?
आपके गाड़ी को कहाँ खड़ी करनी है ?	निम्म वाहनवन्नु एल्लि निल्लिसबेकु ? ನಿಮ್ಮ ವಾಹನವನ್ನು ಎಲ್ಲಿ ನಿಲ್ಲಿಸಬೇಕು ?
तुम कहाँ काम करते हो ?	नीवु एल्लि केलस माडुत्तिदिरि ? ನೀವು ಎಲ್ಲಿ ಕೆಲಸ ಮಾಡುತ್ತಿದ್ದೀರಿ ?
तुम कहाँ से देखते हो ?	नीवु एल्लिंद नोडुत्तिरुविरि ? ನೀವು ಎಲ್ಲಿಂದ ನೋಡುತ್ತಿರುವಿರಿ ?
हम किधर मिलेंगे ?	नावु एल्लि भेटियागोण ? ನಾವು ಎಲ್ಲಿ ಭೇಟಿಯಾಗೋಣ ?
उनको कहाँ मिलते हो ?	अवरन्नु एल्लि भेटि आगुवे ? ಅವರನ್ನು ಎಲ್ಲಿ ಭೇಟಿ ಆಗುವೆ ?
तुम्हारे पास इतने रूपये कहाँ से आये ?	निम्म बळि एष्टु हण एल्लिंद बंतु ? ನಿಮ್ಮ ಬಳಿ ಇಷ್ಟು ಹಣ ಎಲ್ಲಿಂದ ಬಂತು ?
आपका घर कहाँ है ?	निम्म मने एल्लिदे ? ನಿಮ್ಮ ಮನೆ ಎಲ್ಲಿದೆ ?

■ **कैसा / हेगे / ಹೇಗೆ (How)**

आप कैसे जाते है ?	नीवु हेगे होगुविरि ?	ನೀವು ಹೇಗೆ ಹೋಗುವಿರಿ ?
तुम कैसे जाते हो ?	नीनु हेगे होगुवे ?	ನೀನು ಹೇಗೆ ಹೋಗುವೆ ?
मैं कैसे जाना ?	नानु हेगे होगलि ?	ನಾನು ಹೇಗೆ ಹೋಗಲಿ ?
वे लोग कैसे जाने ?	अवरु हेगे होगुत्तारे ?	ಅವರು ಹೇಗೆ ಹೋಗುತ್ತಾರೆ ?
ये / इन लोग कैसे जाने ?	इवरु हेगे होगुवुदु ?	ಇವರು ಹೇಗೆ ಹೋಗುವುದು ?

मुझे कैसे मालूम हुआ ?	ननगे हेगे गोत्तागबेकु ? ನನಗೆ ಹೇಗೆ ಗೊತ್ತಾಗಬೇಕು ?
तुम्हें कैसे मालूम हुआ ?	निनगे हेग् गोत्तायितु ? ನಿನಗೆ ಹೇಗೆ ಗೊತ್ತಾಯಿತು ?
मैं तुम्हें कैसे दूँ ?	नानु निनगे हेगे कोडलि ? ನಾನು ನಿನಗೆ ಹೇಗೆ ಕೊಡಲಿ ?
मैंने तुमको कैसे दिया ?	नानु निनगे हेगे कोट्टे ? ನಾನು ನಿನಗೆ ಹೇಗೆ ಕೊಟ್ಟೆ ?
वे मुझे कैसे देंगे ?	अवरु ननगे हेगे कोडुत्तारे ? ಅವರು ನನಗೆ ಹೇಗೆ ಕೊಡುತ್ತಾರೆ ?
इसकी पढ़ाई कैसी चल रही है ?	आतन ओदु हेगे नडेयुत्तिदे ? ಆತನ ಓದು ಹೇಗೆ ನಡೆಯುತ್ತಿದೆ ?
उनके गाँव कैसे जायेंगे ?	अवन हळ्ळिगे हेगे होगुवुदु ? ಅವನ ಹಳ್ಳಿಗೆ ಹೇಗೆ ಹೋಗುವುದು ?
शादी किस तरह हुई ?	मदुवे हेग् आयितु ? ಮದುವೆ ಹೇಗೆ ಆಯಿತು ?
तुम कैसे हो ?	निनु हेगे इरुवे ? ನೀನು ಹೇಗೆ ಇರುವೆ ?
व्यापार / धंधा कैसे चला रहे हो ?	व्यापार हेगे नडेयुत्तिदे ? ವ್ಯಾಪಾರ ಹೇಗೆ ನಡೆಯುತ್ತಿದೆ ?
गायों को कैसे चरा रहे हो ?	हसुगळन्नु हेगे मेयिसुत्तिद्दीरि ? ಹಸುಗಳನ್ನು ಹೇಗೆ ಮೇಯಿಸುತ್ತಿದ್ದೀರಿ ?
गाय-भैंस कैसे चल रही है ?	हसु / एत्तु हेगे होगुत्तिवे ? ಹಸು/ಎತ್ತು ಹೇಗೆ ಹೋಗುತ್ತಿವೆ ?

आप कैसे निकलते है ?	निवु हेगे होर होगुत्तीरि ? ನೀವು ಹೇಗೆ ಹೊರ ಹೋಗುತ್ತೀರಿ ?
चाय कैसे बनाते हैं ?	चहा हेगे माडुत्तारे ? ಚಹಾ ಹೇಗೆ ಮಾಡುತ್ತಾರೆ ?
सब्जी कैसे खरीदी जाती हैं ?	तरकारि हेगे खरीदि माडुत्तीरि ? ತರಕಾರಿ ಹೇಗೆ ಖರೀದಿ ಮಾಡುತ್ತೀರಿ ?
रसोइया कैसे रहता है ?	अडुगेयव एल्लि इरुत्ताने ? ಅಡುಗೆಯವ ಎಲ್ಲಿ ಇರುತ್ತಾನೆ ?

■ कब / यावाग / ಯಾವಾಗ ? (When)

तुम कब उठते हो ?	नीवु यावाग ऐळुविरि ? ನೀವು ಯಾವಾಗ ಏಳುವಿರಿ ?
मुझे कब उठना चाहिए ?	नानु यावाग ऐळबेकु ? ನಾನು ಯಾವಾಗ ಏಳಬೇಕು ?
कब उठे तो अच्छा रहेगा ?	यावाग एद्दरे ओळितु ? ಯಾವಾಗ ಎದ್ದರೆ ಒಳಿತು ?
कब गए तो अच्छा रहेगा ?	यावाग होदरे औळ्ळेयदु ? ಯಾವಾಗ ಹೋದರೆ ಒಳ್ಳೆಯದು ?
तुम कब आओगे ?	नीनु यावाग बरुविरि ? ನೀನು ಯಾವಾಗ ಬರುವಿರಿ ?
आप कब आयेंगे ?	नीवु यावाग बरुत्तीरि ? ನೀವು ಯಾವಾಗ ಬರುತ್ತೀರಿ ?
मैं कब आऊँ ?	नानु यावाग बरलि ? ನಾನು ಯಾವಾಗ ಬರಲಿ ?
आपकी बेटी की शादी कब हैं ?	निम्म मगळ मदुवे यावाग ? ನಿಮ್ಮ ಮಗಳ ಮದುವೆ ಯಾವಾಗ ?

मैं अपने घर कब जाऊँगा ?	नानु नम्म मनेगे यावाग होगुवुदु ? ನಾನು ನಮ್ಮ ಮನೆಗೆ ಯಾವಾಗ ಹೋಗುವುದು ?
मैं यह काम कब शुरू कर सकता हूँ ?	नानु ई केलस यावाग प्ररंभिसलि ? ನಾನು ಈ ಕೆಲಸ ಯಾವಾಗ ಪ್ರಾರಂಭಿಸಲಿ ?
आप कार्यालय / दफ्तर कब जायेंगे ?	नीवु कचेरिगे यावाग होगुविरि ? ನೀವು ಕಚೇರಿಗೆ ಯಾವಾಗ ಹೋಗುವಿರಿ ?
हम कब जायेंगे ?	नावु यावाग होगुवुदु ? ನಾವು ಯಾವಾಗ ಹೋಗುವುದು ?
हम कब शादी करेंगे ?	नावु यावाग मदुवे माडिकोळ्ळुवुदु ? ನಾವು ಯಾವಾಗ ಮದುವೆ ಮಾಡಿಕೊಳ್ಳುವುದು ?
हम कब खाना खायेंगे ?	नावु यावाग ऊट माडुवुदु ? ನಾವು ಯಾವಾಗ ಊಟ ಮಾಡುವುದು ?
हम वहाँ/उधर कब पहुँचेंगे ?	नावु अल्लिगे तलुपुवुदु यावाग ? ನಾವು ಅಲ್ಲಿಗೆ ತಲುಪುವುದು ಯಾವಾಗ ?
उसने कब किया ?	अवनु यावाग माडिद ? ಅವನು ಯಾವಾಗ ಮಾಡಿದ ?
वह कब होगा ?	अदु यावाग आगलिदे ? ಅದು ಯಾವಾಗ ಆಗಲಿದೆ ?
छुट्टी किस दिन होगी ?	रजे यावाग ? ರಜೆ ಯಾವಾಗ ?
आपका शादी कब होगी ?	निम्म मदुवे यावाग ? ನಿಮ್ಮ ಮದುವೆ ಯಾವಾಗ ?

■ कितना / एष्टु - ಎಷ್ಟು (How many / How much)

एक रूपया में कितने पैसे है ?	ओंदु रूपायियल्लि एष्टु पैसे इदे ? ಒಂದು ರೂಪಾಯಿಯಲ್ಲಿ ಎಷ್ಟು ಪೈಸೆ ಇದೆ ?
एक करोड में कितने शून्य रहते हैं ?	ओंदु कोटियल्लि एष्टु सोन्ने इदे ? ಒಂದು ಕೋಟಿಯಲ್ಲಿ ಎಷ್ಟು ಸೊನ್ನೆ ಇದೆ ?
आपकी उम्र कितनी है ?	निम्म वयस्सु एष्टु ? ನಿಮ್ಮ ವಯಸ್ಸು ಎಷ್ಟು ?
तुम सुबह कितनी इडली खा सकते हो ?	नीवु बेळग्गे एष्टु इडल्लि तिन्नबल्लिरि ? ನೀವು ಬೆಳಗ್ಗೆ ಎಷ್ಟು ಇಡ್ಲಿ ತಿನ್ನಬಲ್ಲಿರಿ ?
आप प्रतिदिन कितने बजे कार्यालय/दफ्तर जाते हैं?	नीवु प्रतिदिन एष्टु होत्तिगे कचेरिगे होगुविरि ? ನೀವು ಪ್ರತಿದಿನ ಎಷ್ಟು ಹೊತ್ತಿಗೆ ಕಚೇರಿಗೆ ಹೋಗುವಿರಿ?
तुम प्रतिदिन कितना काम करते हो ?	नीवु प्रतिदिन एष्टु केलस माडुत्तिरि ? ನೀವು ಪ್ರತಿದಿನ ಎಷ್ಟು ಕೆಲಸ ಮಾಡುತ್ತೀರಿ ?
तुम्हें कितना चाहिए ?	निमगेष्टु बेकु ? ನಿಮಗೆಷ್ಟು ಬೇಕು ?
इन्द्रधनुष में कितने रंग रहते हैं ?	कामनबिल्लिनल्लि एष्टु बण्णगळिवे ? ಕಾಮನಬಿಲ್ಲಿನಲ್ಲಿ ಎಷ್ಟು ಬಣ್ಣಗಳಿವೆ ?
तुम प्रतिदिन कितने बार खाना खाते हो ?	प्रतिदिन एष्टु बारि ऊट माडुविरि ? ಪ್ರತಿದಿನ ಎಷ್ಟು ಬಾರಿ ಊಟ ಮಾಡುವಿರಿ ?
यह सब्जी कितने में बेचते हो ?	ई तरकारियन्नु एष्टु बेलेगे मारुत्ति ? ಈ ತರಕಾರಿಯನ್ನು ಎಷ್ಟು ಬೆಲೆಗೆ ಮಾರುತ್ತಿ ?

हम कब, क्यों, कितना, कौन जैसे प्रश्न वाचक **(Question tag Words)** शब्दों का प्रयोग कर प्रश्न पूछने का तरीका सीख चुके हैं । अब कुछ आज्ञा सूचक वाक्यों का अध्ययन करेंगे ।

तुम क्या समझते हो ?	निनु ऐनेंदु तिळिदुकोंडिरुवे ?	ನೀನು ಏನೆಂದು ತಿಳಿದುಕೊಂಡಿರುವೆ ?
इसको उधर / वहाँ रखो	अदन्नु अल्लि इडु	ಅದನ್ನು ಅಲ್ಲಿ ಇಡು.
आपको क्या मालूम है ?	निमगे ऐनु गोत्तिदे ?	ನಿಮಗೆ ಏನು ಗೊತ್ತಿದೆ ?
धीरे जाओ	निधानवागि होगु	ನಿಧಾನವಾಗಿ ಹೋಗು
जल्दी जाओ	बेग होगु	ಬೇಗ ಹೋಗು
इसे / इसको सम्भालिये	आतनन्नु संभाळिसि	ಆತನನ್ನು ಸಂಭಾಳಿಸಿ
चुपचाप रहो	सुम्मनिरु	ಸುಮ್ಮನಿರು
यहाँ / इधर आओ	इल्लि बा	ಇಲ್ಲಿ ಬಾ
खामोश	निश्शब्द	ನಿಶ್ಶಬ್ದ
यहाँ / इधर देखो	इल्लि नोडु	ಇಲ್ಲಿ ನೋಡು
देखो / देखिए	नोडु / नोडिरि	ನೋಡು / ನೋಡಿರಿ
हठो / हठिए	होरडि / होरडिरि	ಹೊರಡಿ / ಹೊರಡಿರಿ
हठाइए	तोलगु	ತೊಲಗು
कोशिश करो	प्रयत्निसु	ಪ್ರಯತ್ನಿಸು
तैयार रहिए	सिद्धवागिरि	ಸಿದ್ಧವಾಗಿರಿ
यह खाओ	इदन्नु तिन्नु	ಇದನ್ನು ತಿನ್ನು
उसको छोड़ो	अवनन्नु बिडु	ಅವನನ್ನು ಬಿಡು
इसको छोड़ दो	अवनन्नु बिट्टु बिडु	ಅವನನ್ನು ಬಿಟ್ಟು ಬಿಡು
धीरे धीरे चलो	निधान, निधानवागि नडे	ನಿಧಾನ, ನಿಧಾನವಾಗಿ ನಡೆ.
तुम यहाँ रूको	नीनु इल्लि निंतुको	ನೀನು ಇಲ್ಲಿ ನಿಂತುಕೋ
सोच समझकर बोलो	योचिसि, अर्थ माडिकोंडु हेळु ಯೋಚಿಸಿ, ಅರ್ಥ ಮಾಡಿಕೊಂಡು ಹೇಳು	
देखकर चलो	नोडिकोंडु नडे	ನೋಡಿಕೊಂಡು ನಡೆ
भूलना मत / मत भूलो	मरेयबेड	ಮರೆಯಬೇಡ
बोलना मत / मत बोलो	मातनाडबेड	ಮಾತನಾಡಬೇಡ
मत बताना	हेळबेड	ಹೇಳಬೇಡ

असली बात बताओ	निजवाद विषय हेळु	ನಿಜವಾದ ವಿಷಯ ಹೇಳು
देर से मत जाना	आलसियंते होगबेड	ಆಲಸಿಯಂತೆ ಹೋಗಬೇಡ
मुझे परेशान मत करो	नन्नन्नु काडिसबेड	ನನ್ನನ್ನು ಕಾಡಿಸಬೇಡ
मुझे जाने दो	नन्नन्नु होगलुबिड्डु	ನನ್ನನ್ನು ಹೋಗಲುಬಿಡು
वापस जाइए	वापास् होगि	ವಾಪಸ್ ಹೋಗಿ
पढ़ो, लिखो आगे बढ़ो	ओदि, बरेयिरि, जीवनदल्लि मुंदे बन्नि ಓದಿ, ಬರೆಯಿರಿ, ಜೀವನದಲ್ಲಿ ಮುಂದೆ ಬನ್ನಿ	
आप थोड़ा समझ लेना	तावु स्वल्प अर्थ माडिकोळ्ळबेकु ತಾವು ಸ್ವಲ್ಪ ಅರ್ಥ ಮಾಡಿಕೊಳ್ಳಬೇಕು	
तुम मुझे समझाओ	निवु ननगे तिळिर्सा हेळि ನೀವು ನನಗೆ ತಿಳಿಸಿ ಹೇಳಿ	

अब हम कुछ क्रोध से सम्बन्धित बातें सीखेंगे । क्रोध वाले वाक्यों के अंत में आनेवाली क्रिया शब्द को हम हल्का छोडते है । उदाहरण : करो (माडु ಮಾಡು), रहो (इरु ಇರು), बोलो (मातनाडु ಮಾತನಾಡು)

ಕ್ರೋಧ-ಸಿಟ್ಟಿಗೆ ಸಂಬಂಧಿಸಿದ ಮಾತುಗಳನ್ನು ಕಲಿಯೋಣ. ಇಂಥ ವಾಕ್ಯಗಳಲ್ಲಿ ಬರುವ ಕ್ರಿಯಾಶಬ್ದವನ್ನು ನಾವು ಬಿಟ್ಟು ಬಿಡುತ್ತೇವೆ.

ಉದಾ : ಕರೋ(ಮಾಡು), ರಹೋ(ಇರು), ಬೋಲೋ (ಮಾತನ್ನಾಡು)

तुमको अकल नहीं है	निगे बुद्धि इल्ल	ನಿನಗೆ ಬುದ್ಧಿ ಇಲ್ಲ
तुम मेरी बात सुनो	नीनु नन्न मातु केळिसिको	ನೀನು ನನ್ನ ಮಾತು ಕೇಳಿಸಿಕೋ
सीधी तरह बातें करो	नेरवागि मातनाडु	ನೇರವಾಗಿ ಮಾತನಾಡು
फिजुल बातें मत करो	अनवश्य मातनाडबेड	ಅನವಶ್ಯ ಮಾತನಾಡಬೇಡ
नाराज मत हो	सिट्टागबेड	ಸಿಟ್ಟಾಗಬೇಡ
गुस्सा मत करो	कोप माडिकोळ्ळबेड	ಕೋಪ ಮಾಡಿಕೊಳ್ಳಬೇಡ
मैं क्या करूँ	नानेनु माडलि ?	ನಾನೇನು ಮಾಡಲಿ?
मेरी नजर से दूर हो जाओ ।	नन्न कण्णिन मुंदिनिंद मरेयागु	ನನ್ನ ಕಣ್ಣಿನ ಮುಂದಿನಿಂದ ಮರೆಯಾಗು

वह बेकार है	आत केलसविल्लदव	ಆತ ಕೆಲಸವಿಲ್ಲದವ
मैं तुमको कभी भी माफ नहीं करूँगा ।	नानु निन्नन्नु एंदेंदू क्षमिसुवुदिल्ल	
	ನಾನು ನಿನ್ನನ್ನು ಎಂದೆಂದೂ ಕ್ಷಮಿಸುವುದಿಲ್ಲ	
घूर कर देखना अच्छा नहीं है ।	कोपदिंद नोडुवुदु ओळ्ळेयदल्ल	
	ಕೋಪದಿಂದ ನೋಡುವುದು ಒಳ್ಳೆಯದಲ್ಲ	
वह बकवास करती है ।	आत बोगळे बिडुत्ताने	ಆತ ಬೊಗಳೆ ಬಿಡುತ್ತಾನೆ
मेरी बोलचाल बन्द है ।	नन्न मातु बंद् आगिदे	ನನ್ನ ಮಾತು ಬಂದ್ ಆಗಿದೆ
फिजुल झगड़ा मत करो	अनवश्य जगळ माडबेड	ಅನವಶ್ಯ ಜಗಳ ಮಾಡಬೇಡ
तुम पर यकीन नहीं है ।	निन्न मेले नंबिके इल्ल	ನಿನ್ನ ಮೇಲೆ ನಂಬಿಕೆ ಇಲ್ಲ
गलती किसकी है ?	तप्पु यारदु ?	ತಪ್ಪು ಯಾರದು ?
गलती किस की भी नहीं है	तप्पु यारद्दू अल्ल	ತಪ್ಪು ಯಾರದ್ದೂ ಅಲ್ಲ
सीधी बात करो ।	नेरवागि मातन्नाडु	ನೇರವಾಗಿ ಮಾತನ್ನಾಡು
सीधा खड़े रहो ।	तेट्टगे निंतुको	ನೆಟ್ಟಗೆ ನಿಂತುಕೋ
आप मुझसे बात मत कीजिए ।	नीवु नन्न जोते मातन्नाडबेडि	ನೀವು ನನ್ನ ಜತೆ ಮಾತನ್ನಾಡಬೇಡಿ
वह बहुत सुस्त है ।	आत बहळ सुस्तागिद्दाने	ಆತ ಬಹಳ ಸುಸ್ತಾಗಿದ್ದಾನೆ
तुम अपना वादा भूल गये क्या ?	नीनु नम्म नडुविन ओप्पंद मरेतेया ?	
	ನೀನು ನಮ್ಮ ನಡುವಿನ ಒಪ್ಪಂದ ಮರೆತೆಯಾ?	
कैसे आदमी हो तुम ?	नीनेंथ मनुष्य ?	ನೀನೆಂಥ ಮನುಷ್ಯನಯ್ಯಾ ?
मुझ से बच कर नहीं जा सकते ।	नन्निंद तप्पिसिकोळ्ळलु साध्यविल्ल	
	ನನ್ನಿಂದ ತಪ್ಪಿಸಿಕೊಳ್ಳಲು ಸಾಧ್ಯವಿಲ್ಲ	
वे लोग अचानक झगड़ा करने लगे	आ जन सुम्मसुम्मने जगळ कायुत्तारे	
	ಆ ಜನ ಸುಮ್ಮಸುಮ್ಮನೆ ಜಗಳ ಕಾಯುತ್ತಾರೆ	
परेशान मत करो	कंगालगबेड	ಕಂಗಾಲಾಗಬೇಡ
घबराओ मत	गाबरि आगबेड	ಗಾಬರಿ ಆಗಬೇಡ

तुम जान बुझकर कर रहे हो । नीनु बेकंतले हीगे माडुतिद्दी

ನೀನು ಬೇಕಂತಲೇ ಹೀಗೆ ಮಾಡುತ್ತಿದ್ದೀ

ये / यह सब तुम्हारी वजह से ही हो रहा है । इदेल्ल निन्निंदागिये आगुत्तिदे

ಇದೆಲ್ಲ ನಿನ್ನಿಂದಾಗಿಯೇ ಆಗುತ್ತಿದೆ

अभी तक हम प्रश्नवाचक, आज्ञावाक्य और क्रोध सम्बन्धी शब्दों के बारे में थोडा सीख लिया हैं । अब हम कुछ सरल वाक्य सीखेंगे । ಕೆಲವು ಸರಳ ವಾಕ್ಯಗಳ ಬಗ್ಗೆ ತಿಳಿದುಕೊಳ್ಳೋಣ.

अंदर आईए	ओळगे बन्नि	ಒಳಗೆ ಬನ್ನಿ
बैठिये	कुळितुकोळ्ळि	ಕುಳಿತುಕೊಳ್ಳಿ
आपका नाम क्या है ?	निम्म हेसरेनु ?	ನಿಮ್ಮ ಹೆಸರೇನು ?
मेरा नाम गौरीनाथ है ।	नन्न हेसरु गौरिनाथ	ನನ್ನ ಹೆಸರು ಗೌರಿನಾಥ
आपका नाम बहुत अच्छा है ।	निम्म हेसरु तुंबा चेन्नागिदे	ನಿಮ್ಮ ಹೆಸರು ತುಂಬಾ ಚೆನ್ನಾಗಿದೆ
शुक्रिया	धन्यवादगळु	ಧನ್ಯವಾದಗಳು
आप कहाँ रहते है ?	निवु एल्लिद्दीरि ?	ನೀವು ಎಲ್ಲಿದ್ದೀರಿ ?
हम बेंगलूर में रहते है ।	नानु बेंकळूरिनल्लिद्देवे	ನಾನು ಬೆಂಗಳೂರಿನಲ್ಲಿದ್ದೇವೆ
क्या काम करते हैं आप ?	निवु ऐनु केलस माडुत्तीरि ?	ನೀವು ಏನು ಕೆಲಸ ಮಾಡುತ್ತೀರಿ ?
मैं पत्रकार हूँ ।	नानु पत्रकर्त	ನಾನು ಪತ್ರಕರ್ತ
आपकी उम्र क्या है ?	निम्म वयस्सु एष्टु ?	ನಿಮ್ಮ ವಯಸ್ಸು ಎಷ್ಟು ?
क्या खाते हैं आप ?	निवु ऐनु तिन्नुविरि ?	ನೀವು ಏನು ತಿನ್ನುವಿರಿ ?
मैं कुछ भी नहीं खाता हूँ ।	नानु ऐनन्नू तिन्नुवुदिल्ल	ನಾನು ಏನನ್ನೂ ತಿನ್ನುವುದಿಲ್ಲ
पानी पीता हूँ ।	नीरु कुडियुत्तेन्	ನೀರು ಕುಡಿಯುತ್ತೇನೆ
खाना लाओ ।	ऊट तेगेदुकोंडु बा	ಊಟ ತೆಗೆದುಕೊಂಡು ಬಾ
मैंने अभी चाय पी है	नानु ईग ताने चहा कुडिदिरुवे	ನಾನು ಈಗ ತಾನೇ ಚಹಾ ಕುಡಿದಿರುವೆ
परवाह नहीं ।	परवागिल्ल	ಪರವಾಗಿಲ್ಲ
बेफिक्र	भयबेड	ಭಯಬೇಡ

बाद में देख लेंगे ।	अनंतर नोडोण	ಅನಂತರ ನೋಡೋಣ
खाना खायेंगे ।	ऊट माडोण	ಊಟ ಮಾಡೋಣ
आपको क्या चाहिए ।	निमगेनु बेकु ?	ನಿಮಗೇನು ಬೇಕು ?
आप वहाँ आइए	नीवु अल्लिगे बन्नि	ನೀವು ಅಲ್ಲಿಗೆ ಬನ್ನಿ
आपने क्या कहा ?	नीवु ऐनु हेळिदिरि ?	ನೀವು ಏನು ಹೇಳಿದಿರಿ ?
मैं कुछ भी नहीं बोला ।	नानु ऐनू हेळलिल्ल	ನಾನು ಏನೂ ಹೇಳಲಿಲ್ಲ
आप क्या करते है ?	नीवु ऐनु माडुत्तिरि ?	ನೀವು ಏನು ಮಾಡುತ್ತೀರಿ ?
मैं कुछ भी नहीं करता हूँ ।	नानु ऐनू माडुत्तिल्ल	ನಾನು ಏನೂ ಮಾಡುತ್ತಿಲ್ಲ
आपकी जिन्दगी अच्छी है ।	निम्म जीवन चेन्नागिदे	ನಿಮ್ಮ ಜೀವನ ಚೆನ್ನಾಗಿದೆ
रहने दो	इरलि बिडु	ಇರಲಿ ಬಿಡು
रहने नहीं देता हूँ ।	इरलु बिडुवुदिल्ल	ಇರಲು ಬಿಡುವುದಿಲ್ಲ
मैं छोड़ता हूँ ।	नानु होगुत्तेने	ನಾನು ಹೋಗುತ್ತೇನೆ
मैं नहीं छोड़ता हूँ ।	नानु होगलु बिडुवुदिल्ल	ನಾನು ಹೋಗಲು ಬಿಡುವುದಿಲ್ಲ
मुझे भूख लग रही हैं ।	ननगे हसिवागुत्तिदे	ನನಗೆ ಹಸಿವಾಗುತ್ತಿದೆ
कितनी भूख है ?	एष्टु हसिवु ?	ಎಷ್ಟು ಹಸಿವು ?
थोड़ी भूख ।	स्वल्प हसिवु	ಸ್ವಲ್ಪ ಹಸಿವು

भाग - ४
ಭಾಗ -4
PART - 4

साधारण बातचीत
साधारण संभाषणे
ಸಾಧಾರಣ ಸಂಭಾಷಣೆ

हमें थोड़े वक्त के अन्तराल के पश्चात दूसरों से मुलाकात करनी है। इस दौरान हमें अपनी व्यवहारिक शैली ऊँची रखनी चाहिये इसलिए इस अभिवादन के पश्चात ही बातचीत प्राप्य करेंगे।

ನಮ್ಮ ದೈನಂದಿನ ಜೀವನದಲ್ಲಿ ಹಲವು ಜನರನ್ನು ಭೇಟಿಯಾಗುತ್ತೇವೆ. ಸಂಬಂಧಗಳನ್ನು ಉತ್ತಮವಾಗಿ ಇಟ್ಟುಕೊಳ್ಳಲು ಸೂಕ್ತ ಭಾಷೆ–ದೇಹಭಾಷೆ ಅಗತ್ಯ.

1. अभिवादन / वंदने / ವಂದನೆ

अभिवादन	वंदने	ವಂದನೆ
नमस्ते / नमस्कार	नमस्ते / नमस्कार	ನಮಸ್ತೆ / ನಮಸ್ಕಾರ
शुभदिन	शुभदिन	ಶುಭದಿನ
शुभोदय	शुभोदय	ಶುಭೋದಯ
आप कैसे है ?	हेगिद्दीरि ?	ನೀವು ಹೇಗಿದ್ದೀರಿ ?
मैं कुशल हूँ।	नानु चेन्नागिद्देने ?	ನಾನು ಚೆನ್ನಾಗಿದ್ದೇನೆ
मैं खैरियत से हूँ।	नानु क्षेमवागिद्देने	ನಾನು ಕ್ಷೇಮವಾಗಿದ್ದೇನೆ
आपसे मिल कर	निम्मन्नु भेटियागिद्दरिंद	ನಿಮ್ಮನ್ನು ಭೇಟಿಯಾಗಿದ್ದರಿಂದ
मैं खुश हूँ	ननगे खुषियायितु	ನನಗೆ ಖುಷಿಯಾಯಿತು
हमे आपसे मिले काफी दिन हो गये।	नावु भेटियागि तुंबा दि आगित्तु	ನಾವು ಭೇಟಿಯಾಗಿ ತುಂಬಾ ದಿನ ಆಗಿತ್ತು
बहुत दिनों के बाद हम मिले।	बहळ दिनद बळिक भेटियागिद्देवे	ಬಹಳ ದಿನದ ಬಳಿಕ ಭೇಟಿಯಾಗಿದ್ದೇವೆ.
तुमसे / आपसे अचानक मिलकर मैं प्रसन्न हुआ।	निम्मन्नु अकस्मात्तागि भेटि आगिद्दरिंद संतोष आयितु.	ನಿಮ್ಮನ್ನು ಅಕಸ್ಮಾತ್ತಾಗಿ ಭೇಟಿ ಆಗಿದ್ದರಿಂದ ಸಂತೋಷ ಆಯಿತು.

2. शिष्टाचार सम्बन्धी वाक्य– ಶಿಷ್ಟಾಚಾರಕ್ಕೆ ಸಂಬಂಧಿಸಿದ ವಾಕ್ಯ (Courtesy and Tradition)

1. अतिथि महोदय, आइये अंदर पधारिये। — अतिथी महोदयरे, बन्नि ओळगे बन्नि
   ಅತಿಥಿ ಮಹೋದಯರೇ, ಬನ್ನಿ ಒಳಗೆ ಬನ್ನಿ

2. आइये, आराम से बैठिये। — बन्नि आरामवागि कुळितुकोळ्ळि
   ಬನ್ನಿ, ಆರಾಮವಾಗಿ ಕುಳಿತುಕೊಳ್ಳಿ

3.	बेटा, इधर एक गिलास पानी लाओ	मगु, ओंदु लोट नीरु ता ಮಗು, ಒಂದು ಲೋಟ ನೀರು ತಾ
4.	कृपया कष्ट न करें ।	दयविट्टु तोंदरे तेगेदुकौळ्ळबेडि ದಯವಿಟ್ಟು ತೊಂದರೆ ತೆಗೆದುಕೊಳ್ಳಬೇಡಿ.
5.	इसमें कोई कष्ट नहीं है साब ।	इदरल्लि तोंदरे ऐनू इल्ल ಇದರಲ್ಲಿ ತೊಂದರೆ ಏನೂ ಇಲ್ಲ
6.	हम आपकी क्या मदद कर सकते है ?	नानु निमगेनु सहाय माडबहुदु ? ನಾನು ನಿಮಗೇನು ಸಹಾಯ ಮಾಡಬಹುದು ?
7.	कुछ भी नही चाहता मैं ।	ननगेनू बेड ನನಗೇನೂ ಬೇಡ
8.	ठीक है । कृपया और थोड़ी देर रूकिये ।	सरि दयविट्टु इन्नू स्वल्प होत्तु इरि. ಸರಿ, ದಯವಿಟ್ಟು ಇನ್ನೂ ಸ್ವಲ್ಪ ಹೊತ್ತು ಇರಿ.
9.	मुझे माफ कीजिये साब. बस एक बार आपको देखने के लिए आया था ।	दयविट्टु क्षमिसि. निम्मन्नु ओम्मे नोडिकोंडु होगोण एंदु बंदिद्दे ದಯವಿಟ್ಟು ಕ್ಷಮಿಸಿ. ನಿಮ್ಮನ್ನು ಒಮ್ಮೆ ನೋಡಿಕೊಂಡು ಹೋಗೋಣ ಎಂದು ಬಂದಿದ್ದೆ
10.	आपकी इजाज़त हो तो फिर मिलूँगा. ठीक है ना ।	अगत्यविद्दल्लि मत्ते सिगोण, सरिये ? ಅಗತ್ಯವಿದ್ದಲ್ಲಿ ಮತ್ತೆ ಸಿಗೋಣ, ಸರಿಯೇ ?
11.	ओ. के. जरूर ।	सरि. खंडितवागियू ಸರಿ. ಖಂಡಿತವಾಗಿಯೂ

3. मोची / चम्मार / ಚಮ್ಮಾರ (Cobbler)

मेरे चप्पल का फीता टूट गया है ।	नन्न चप्पलिय पट्टि कित्तु होगिदे ನನ್ನ ಚಪ್ಪಲಿಯ ಪಟ್ಟಿ ಕಿತ್ತು ಹೋಗಿದೆ
इसे निकाल कर दूसरा डालना । डाल रहे हो क्या?	अदन्नु तेगेदु बेरे पट्टि हाकबेकु, हाकुत्तिद्दीरा ? ಅದನ್ನು ತೆಗೆದು ಬೇರೆ ಪಟ್ಟಿ ಹಾಕಬೇಕು, ಹಾಕುತ್ತಿದ್ದೀರಾ?

हां साब ?	हौदु, सार् । ಹೌದು, ಸಾರ್ !
कितने हुये ?	एष्टु आगुत्तदे ? ಎಷ್ಟು ಆಗುತ್ತದೆ ?
दस रूपये साब ।	हत्तु रूपायि ಹತ್ತು ರೂಪಾಯಿ
इस चप्पल में जो कील है उसे निकालकर सी देना ।	ई चप्पलि कूड कित्तु होगिदे. अदन्नु तेगेदु होलियबेकु. ಈ ಚಪ್ಪಲಿ ಕೂಡ ಕಿತ್ತು ಹೋಗಿದೆ. ಅದನ್ನು ತೆಗೆದು ಹೊಲಿಯಬೇಕು
कैसे सीना है साब ?	हेगे हौलियबेकु सार् ? ಹೇಗೆ ಹೊಲಿಯಬೇಕು ಸಾರ್ ?
चमड़े या रेग्जिन से सीना ?	चर्मदिंद होलियबेका ? अथवा रेक्सिन्निंद होलियबेका ? ಚರ್ಮದಿಂದ ಹೊಲಿಯಬೇಕಾ ? ಅಥವಾ ರೆಕ್ಸಿನ್‌ನಿಂದ ಹೊಲಿಯಬೇಕಾ ?
चमड़ा रखकर सीना अच्छा रहेगा । समझ में आया क्या ?	चर्मदिंद होलिदरे चेन्नागिरुत्तदे । अर्थवायिता ? ಚರ್ಮದಿಂದ ಹೊಲಿದರೆ ಚೆನ್ನಾಗಿರುತ್ತದೆ. ಅರ್ಥವಾಯಿತಾ ?
यह चप्पल अच्छा नहीं दिख रहा हैं पालिश करो ।	ई चप्पलि चेन्नागि काणिसुत्तिल्ल. पालिश् माडु. ಈ ಚಪ್ಪಲಿ ಚೆನ್ನಾಗಿ ಕಾಣಿಸುತ್ತಿಲ್ಲ, ಪಾಲಿಶ್ ಮಾಡು.
अब मैं इस पर बढ़िया पालिश करता हूँ फिर इसकी चमक आप देखना ।	नानीग पालिश् माडुत्तेने. हेगे होळेयुत्तदे एंबुदन्नु नीवे नोडि ನಾನೀಗ ಪಾಲಿಶ್ ಮಾಡುತ್ತೇನೆ. ಹೇಗೆ ಹೊಳೆಯುತ್ತದೆ ಎಂಬುದನ್ನು ನೀವೇ ನೋಡಿ.
तुम सिर्फ पुराने चप्पल की मरम्मत ही करते हो क्या ?	नीनु हळे चप्पलि मात्रवे दुरस्ति माडुववना ? ನೀನು ಹಳೆ ಚಪ್ಪಲಿ ಮಾತ್ರವೇ ದುರಸ್ತಿ ಮಾಡುವವನಾ?

वैसा कुछ भी नहीं है साब	हगेनू इल्ल. होस चप्पलिगळन्नु तयारु माडुत्तेने.
नया चप्पल भी बनाता हूँ।	ಹಾಗೇನೂ ಇಲ್ಲ, ಹೊಸ ಚಪ್ಪಲಿಗಳನ್ನು ತಯಾರು ಮಾಡುತ್ತೇನೆ.

4. बैंक में / वैंकनल्लि / ಬ್ಯಾಂಕ್‌ನಲ್ಲಿ (In the Bank)

क्षमा करिए साब।	सार्, इल्लि नोडि ಸಾರ್, ಇಲ್ಲಿ ನೋಡಿ
मैं इस बैंक में बचत खाता खोलना चाहता हूँ।	नानु ई बैंकनल्लि उळिताय खाते तेरेयबेकेंन्दुकोंडिद्दिने। ನಾನು ಈ ಬ್ಯಾಂಕ್‌ನಲ್ಲಿ ಉಳಿತಾಯ ಖಾತೆ ತೆರೆಯಬೇಕೆಂದು ಕೊಂಡಿದ್ದೇನೆ.
ठीक है जी !	सरि हागे माडि। ಸರಿ ಹಾಗೆ ಮಾಡಿ !
मैं आपको एक आवेदन पत्र देता हूँ।	नानु निमगे ओंदु अर्जि कोडुत्तेने ನಾನು ನಿಮಗೆ ಒಂದು ಅರ್ಜಿ ಕೊಡುತ್ತೇನೆ
इसको कैसे भरना है साब ?	इदन्नु हेगे भर्ति माडुवुदु ? ಇದನ್ನು ಹೇಗೆ ಭರ್ತಿ ಮಾಡುವುದು ?
इस अच्छी प्रकार से पढ़ने पश्चात सही ढंग से भरिए।	इदन्नु संपूर्ण ओदि सरियागि भर्ति माडबेकु ಇದನ್ನು ಪೂರ್ಣ ಓದಿ ಸರಿಯಾಗಿ ಭರ್ತಿ ಮಾಡಬೇಕು
इस पत्र के साथ और कुछ देना है क्या ?	ई अर्जि जते बेरेनादरू कोडबेका ? ಈ ಅರ್ಜಿ ಜತೆ ಬೇರೇನಾದರೂ ಕೊಡಬೇಕಾ ?
इस आवेदन पत्र के साथ एक हजार रूपयें जमा करना।	ई अर्जि जतेगे साविर रू. जमा माडबेकु ಈ ಅರ್ಜಿ ಜತೆಗೆ ಸಾವಿರ ರೂ. ಜಮಾ ಮಾಡಬೇಕು.
और कुछ साब !	मत्तेनादरू ? ಮತ್ತೇನಾದರೂ ?
हमारे पुराने बैंक ग्राहक का आवेदन पत्र पर जमानत देना जरूरी है।	ई ब्यांकिन हळेय ग्राहकरोब्बरु सहि हाकबेकु ಈ ಬ್ಯಾಂಕಿನ ಹಳೆಯ ಗ್ರಾಹಕರೊಬ್ಬರು ಸಹಿ ಹಾಕಬೇಕು

मतलब !	अंदरे ಅಂದರೆ
कुछ नहीं । आवेदन पत्र में हस्ताक्षर करेगा बस ।	ऐनू इल्ल । अर्जियल्लि सहि हाकि परिचयिसबेकु । ಏನೂ ಇಲ್ಲ! ಅರ್ಜಿಯಲ್ಲಿ ಸಹಿ ಹಾಕಿ ಪರಿಚಯಿಸಬೇಕು
ये सब होने के बाद आप पास बुक देते हैं क्या ?	इदेल्ल आद बळिक नीवु पास्बुक् कोडुत्तीरा ? ಇದೆಲ್ಲ ಆದ ಬಳಿಕ ನೀವು ಪಾಸ್‌ಬುಕ್ ಕೊಡ್ತೀರಾ ?
हाँ ! जरूर !	हौदु, खंडितवागि । ಹೌದು . ಖಂಡಿತವಾಗಿ !
मेल ट्रान्सफर का क्या उपयोग है ?	मेल् ट्रान्सफर्निंद ऐनुपयोग ? ಮೇಲ್ ಟ್ರಾನ್ಸ್‌ಫರ್‌ನಿಂದ ಏನುಪಯೋಗ ?
यह डी.डी. से बहुत आसान है ।	अदु डिडिगिंत बहळ सुलभ ಅದು ಡಿ.ಡಿ.ಗಿಂತ ಬಹಳ ಸುಲಭ.
अब आप यहाँ नगद डिपाजिट करोगे तो, वह सीधा आप लोगों के खाते में जमा हो जाता है ।	नीवु इल्लि नगदन्नु संदाय माडिदरे अल्लि निम्मवर खातेगे जमे आगुत्तदे । ನೀವು ಇಲ್ಲಿ ನಗದನ್ನು ಸಂದಾಯ ಮಾಡಿದರೆ ಅಲ್ಲಿ ನಿಮ್ಮವರ ಖಾತೆಗೆ ಜಮೆ ಆಗುತ್ತದೆ.
मैं एक जमीन खरीदना चाहता हूँ ।	नानु जमीनु खरीदिसबेकु एंदुकोंडिद्देने. ನಾನು ಜಮೀನು ಖರೀದಿಸಬೇಕು ಎಂದುಕೊಂಡಿದ್ದೇನೆ.
आपके बैंक में ऋण सुविधा हैं क्या ?	निम्म बैंकिनलि साल सौलभ्य इदेया ? ನಿಮ್ಮ ಬ್ಯಾಂಕಿನಲ್ಲಿ ಸಾಲ ಸೌಲಭ್ಯ ಇದೆಯಾ ?
आप यह फार्म भर दीजिए । ऋण मिल जायेगा ।	नीवु ई फार्म तुंबि. साल सिगलिदे । ನೀವು ಈ ಫಾರ್ಮ್ ತುಂಬಿ. ಸಾಲ ಸಿಗಲಿದೆ.
गहनों को सुरक्षित रखने के लिए आपके पास लॉकर सुविधा है क्या ?	आभरणगळन्नु इडलु लाकर सौलभ्य इदेये ? ಆಭರಣಗಳನ್ನು ಇಡಲು ಲಾಕರ್ ಸೌಲಭ್ಯ ಇದೆಯೇ ?

5. दर्जी की दुकान / टैलर अंहडि / ಟೈಲರ್ ಅಂಗಡಿ (Tailoring Shop)

बोलिये साब ! क्या सीलाना है ?	हेळि सार् । ऐनु होलियबेकु ? ಹೇಳಿ ಸಾರ್ ! ಏನು ಹೊಲಿಯಬೇಕು ?
सूट की सिलाई क्या लोगे ?	सूट् होलियलु एष्टागुत्तदे ? ಸೂಟ್ ಹೊಲಿಯಲು ಎಷ್ಟಾಗುತ್ತದೆ ?
दो हजार लेता हूँ ।	एरडु साविर आगुत्तदे ಎರಡು ಸಾವಿರ ಆಗುತ್ತದೆ.
यह बहुत ज्यादा है	अदु तुंबा हेच्चायितु । ಅದು ತುಂಬಾ ಹೆಚ್ಚಾಯಿತು.
उसमें बहुत काम होता है ।	सूट् हौलियलु हेच्चु केलस आगलिदे । ಸೂಟ್ ಹೊಲಿಯಲು ಹೆಚ್ಚು ಕೆಲಸ ಆಗಲಿದೆ.
मेरे कमीज के दो बटन टूट गये है । नये वाले टांक दीजिए ।	नन्न शर्टन एरडु गुंडि कित्तु होगिदे होसदु हाकिकोडि । ನನ್ನ ಶರ್ಟ್‌ನ ಎರಡು ಗುಂಡಿ ಕಿತ್ತು ಹೋಗಿದೆ ಹೊಸದು ಹಾಕಿಕೊಡಿ.
मैं एक कमीज बनवाना चाहता हूँ ।	नानु ओंदु शर्ट होलिसिकोळ्ळबेकु । ನಾನು ಒಂದು ಶರ್ಟ್ ಹೊಲಿಸಿಕೊಳ್ಳಬೇಕು.
मेरा नाप ले लीजिये ।	नन्न अळते तेगेदुकोळ्ळि ನನ್ನ ಅಳತೆ ತೆಗೆದುಕೊಳ್ಳಿ.
चुस्त नहीं, ढीली सिलाइये ।	बिगियागि बेड. सरियागि होलियिरि ಬಿಗಿಯಾಗಿ ಬೇಡ. ಸರಿಯಾಗಿ ಹೊಲಿಯಿರಿ.
कमीज के लिए कितना कपड़ा चाहिए ?	शर्टगे एष्टु बट्टेबेकु ? ಶರ್ಟ್‌ಗೆ ಎಷ್ಟು ಬಟ್ಟೆ ಬೇಕು ?
ढाई मीटर कपड़ा चाहिए ।	एरडूवरे मीटर् बट्टेबेकु ಎರಡೂವರೆ ಮೀಟರ್ ಬಟ್ಟೆ ಬೇಕು.

आपकी कमीज अभी सी रहे हैं साब ।	निम्म शर्ट ईग होलियुत्तिद्देने ನಿಮ್ಮ ಶರ್ಟ್ ಈಗ ಹೊಲಿಯುತ್ತಿದ್ದೇನೆ.
पटलून कैसा बनेगा ?	प्यांट् हेगे होलियुवे ? ಪ್ಯಾಂಟ್ ಹೇಗೆ ಹೊಲಿಯುವೆ ?
पटलून पेट के नीचे है ।	प्यांट् होट्टे केळगिदे ಪ್ಯಾಂಟ್ ಹೊಟ್ಟೆ ಕೆಳಗಿದೆ.
पटलून पेट पर ज्यादा फीट ।	प्यांट् होट्टे मेले इरबेकु ಪ್ಯಾಂಟ್ ಹೊಟ್ಟೆ ಮೇಲೆ ಇರಬೇಕು.
ये दोनों कब तक तैयार होंगे ?	ई एरडू यावाग सिद्धवागुत्तदे ? ಈ ಎರಡೂ ಯಾವಾಗ ಸಿದ್ಧವಾಗುತ್ತದೆ ?
पोंगल/त्योहार के पहले दे दूँगा ।	पोंगल्गे मुन्नवे कोडुवे । ಪೊಂಗಲ್‌ಗೆ ಮುನ್ನವೇ ಕೊಡುವೆ.
आप फट गये सो भी सीते क्या ?	नीवु हळेय बट्टेगळन्नु होलियुविरा ? ನೀವು ಹಳೆಯ ಬಟ್ಟೆಗಳನ್ನು ಹೊಲಿಯುವಿರಾ ?
नहीं साब ! उसमें काम ज्यादा । कमाई कम है ।	इल्ल सार् । अदरल्लि केलस हेच्चु गळकि कडिमे । ಇಲ್ಲ ಸಾರ್. ಅದರಲ್ಲಿ ಕೆಲಸ ಹೆಚ್ಚು, ಗಳಿಕೆ ಕಡಿಮೆ.
रेडीमेड के आने के बाद हमारी आमदनी कम हो गयी ।	रेडिमेड् बट्टेगळु बंद बळिक नम्म गळिके कडिमे आगिदे । ರೆಡಿಮೇಡ್ ಬಟ್ಟೆಗಳು ಬಂದ ಬಳಿಕ ನಮ್ಮ ಗಳಿಕೆ ಕಡಿಮೆ ಆಗಿದೆ.

6. नाई की दुकान / क्षौरिकन अंगडि / ಕ್ಷೌರಿಕನ ಅಂಗಡಿ (Barber Shop)

बाल काटने को कितना लेते हो ?	कूदलु कत्तरिसलु एष्टु हण तेगेदुकोळ्ळुवे ? ಕೂದಲು ಕತ್ತರಿಸಲು ಎಷ್ಟು ಹಣ ತೆಗೆದುಕೊಳ್ಳುವೆ?
चालीस रूपये ।	नलवत्तु रूपायि ನಲವತ್ತು ರೂಪಾಯಿ.

हाँ ! चालीस रूपये क्या ?	ओ नलवत्तु रूपायि ऐके ?	ಓ ! ನಲವತ್ತು ರೂಪಾಯಿ ಏಕೆ ?
दाढ़ी को कितना लेते हो ?	शेविंग्गे एष्टु ?	ಶೇವಿಂಗ್‌ಗೆ ಎಷ್ಟು ?
दस रुपये	हत्तु रूपायि	ಹತ್ತು ರೂಪಾಯಿ.
यह सब देखकर ऐसा लगता है गृहस्थ जीवन से सन्यासी बन जाऊँ।	इदन्नु नोडिदरे गृहस्त जीवनकिंत सन्यासि आगुवुदु ओळितु एन्निसुत्तदे	ಇದನ್ನು ನೋಡಿದರೆ ಗೃಹಸ್ಥ ಜೀವನಕ್ಕಿಂತ ಸನ್ಯಾಸಿ ಆಗುವುದು ಒಳಿತು ಎನ್ನಿಸುತ್ತದೆ.
मेरे बाल कम करो।	नन्न कूदलु गिड्ड माडि	ನನ್ನ ಕೂದಲು ಗಿಡ್ಡ ಮಾಡಿ.
मेरे बाल कट करिए।	नन्न कूदलु कत्तरिसि	ನನ್ನ ಕೂದಲು ಕತ್ತರಿಸಿ.
उसके साथ दाढी भी बनाओ।	अदर जते शेविंग् कूडा माडि	ಅದರ ಜತೆ ಶೇವಿಂಗ್ ಕೂಡಾ ಮಾಡಿ.
दाढ़ी बनाने के समय शेवर, ट्रिम्मर जैसे यन्त्रों को इस्तेमाल नहीं करना।	शेविंग् माडुवाग शेवर्, ट्रिमर् मत्तितर यंत्र बळसबारदु	ಶೇವಿಂಗ್ ಮಾಡುವಾಗ ಶೇವರ್, ಟ್ರಿಮ್ಮರ್ ಮತ್ತಿತರ ಯಂತ್ರ ಬಳಸಬಾರದು.
मेरे बाल कुछ कुछ झड़ रहे है।	नन्न कूदलु स्वल्प स्वल्पवे उदुरुत्तिदे	ನನ್ನ ಕೂದಲು ಸ್ವಲ್ಪ ಸ್ವಲ್ಪವೇ ಉದುರುತ್ತಿದೆ.
यह आपका खानदानी परंपरा है शायद।	इदु परंपरेयिंद बंदद्देनो ?	ಇದು ಪರಂಪರೆಯಿಂದ ಬಂದದ್ದೇನೋ ?
बाल बढ़ने के लिए कुछ किया क्या ?	कूदलु बेळेयलु ऐनादरू माडिद्दीरा ?	ಕೂದಲು ಬೆಳೆಯಲು ಏನಾದರೂ ಮಾಡಿದ್ದೀರಾ?
कई इस्तेमाल किये। मगर फायदा कुछ भी नहीं मिला हैं।	एनेलल माडिदे। आदरू यावुदे प्रयोजन आगिल्ल	ಏನೆಲ್ಲ ಮಾಡಿದೆ. ಆದರೂ ಯಾವುದೇ ಪ್ರಯೋಜನ ಆಗಿಲ್ಲ.

तुम्हारा उस्तरा तेज नहीं चल रहा है ।	निन्न कत्ति वेगवागि केलस माडुत्तिल्ल ನಿನ್ನ ಕತ್ತಿ ವೇಗವಾಗಿ ಕೆಲಸ ಮಾಡುತ್ತಿಲ್ಲ.
दाढ़ी बनाते समय खरोंच नहीं लगनी चाहिये ।	शेव् माडुवाग गाय माडबेड ಶೇವ್ ಮಾಡುವಾಗ ಗಾಯ ಮಾಡಬೇಡ.
मेरी मूँछें भी ठीक करो ।	मीसेयन्नु सरियागि कत्तरिसु ಮೀಸೆಯನ್ನು ಸರಿಯಾಗಿ ಕತ್ತರಿಸು.
तुम्हारे उस्तरे ने काट दिया है ।	निन्न कत्ति गाय माडिदे ನಿನ್ನ ಕತ್ತಿ ಗಾಯ ಮಾಡಿದೆ.
वहाँ पर थोड़ी डेठाल लगा दूँगा ।	अदर मेले स्वल्प डेटाल् हाकुवे ಅದರ ಮೇಲೆ ಸ್ವಲ್ಪ ಡೆಟಾಲ್ ಹಾಕುವೆ.
सिर पर थोड़ा तेल लगा दो ।	तले मेले स्वल्प एण्णे हाकु ತಲೆ ಮೇಲೆ ಸ್ವಲ್ಪ ಎಣ್ಣೆ ಹಾಕು.
मेरे नाखून काट दो ।	नन्न उगुरु कत्तरिसु ನನ್ನ ಉಗುರು ಕತ್ತರಿಸು.
सबेरे कितने बजे दुकान खोलते हो ?	बेळग्गे एष्टु गंटेगे अंगडि तेरेयुवे ? ಬೆಳಗ್ಗೆ ಎಷ್ಟು ಗಂಟೆಗೆ ಅಂಗಡಿ ತೆರೆಯುವೆ ?
रविवार को बहुत भीड़ रहती है ।	भानुवार हेच्चु जन इरुत्तारे ಭಾನುವಾರ ಹೆಚ್ಚು ಜನ ಇರುತ್ತಾರೆ.
मंगलवार को हम दुकान नहीं खोलते ।	मंगळवार नावु अंगडि तेरेयुवुदिल्ल ಮಂಗಳವಾರ ನಾವು ಅಂಗಡಿ ತೆರೆಯುವುದಿಲ್ಲ.

7. चश्मे की दुकान / कन्नडकद अंगडि / ಕನ್ನಡಕದ ಅಂಗಡಿ (Opticals Shop)

मेरे ऐनक की फ्रेम टूट गई है ।	नन्न कन्नडकद फ्रेम् ओडेदु होगिदे ನನ್ನ ಕನ್ನಡಕದ ಫ್ರೇಮ್ ಒಡೆದುಹೋಗಿದೆ.
इस मजबूत फ्रेम का दाम क्या है ?	इ भर्जरियाद फ्रेम्न बेले एष्टु ? ಈ ಭರ್ಜರಿಯಾದ ಫ್ರೇಮ್‌ನ ಬೆಲೆ ಎಷ್ಟು ?

कुछ फ्रेमों के नमूने दिखाइए ।	केलवु फ्रेम्गळ नमूने तोरिसि ಕೆಲವು ಫ್ರೇಮ್‌ಗಳ ನಮೂನೆ ತೋರಿಸಿ.
यह पहन कर देखिए ।	इदन्नु धरिसि नोडि ಇದನ್ನು ಧರಿಸಿ ನೋಡಿ.
इस फ्रेम में तो आप बहुत अच्छे दिखते है ।	नीवु ई फ्रेमिनल्लि बहळ सुंदरवागि काणुत्तिद्दीरि ನೀವು ಈ ಫ್ರೇಮಿನಲ್ಲಿ ಬಹಳ ಸುಂದರವಾಗಿ ಕಾಣುತ್ತಿದ್ದೀರಿ.
आजकल धूप ज्यादा है ।	इंदु बिसिलु जास्ति इदे ಇಂದು ಬಿಸಿಲು ಜಾಸ್ತಿ ಇದೆ.
उसलिए कुछ दिनों के लिए ठंडे चष्मे पहनिये ।	इदक्कागि केलवु दिनगळिगागि तंपु कन्नडक धरिसिरि ಇದಕ್ಕಾಗಿ ಕೆಲವು ದಿನಗಳಿಗಾಗಿ ತಂಪು ಕನ್ನಡ ಧರಿಸಿರಿ.
मुझे अक्सर आँखों से पानी/आँसु आता है ।	ननगे आगाग कण्णिनिंद नीरु बरुत्तदे ನನಗೆ ಆಗಾಗ ಕಣ್ಣಿನಿಂದ ನೀರು ಬರುತ್ತದೆ.
मुझे दृष्टि दोष है शायद ।	ननगे दृष्टि दोषविदे ನನಗೆ ದೃಷ್ಟಿ ದೋಷವಿದೆ.
पढ़ते समय मुझे आँख में दर्द होता है ।	ओदुवाग कण्णिनल्लि नोवु आगुत्तदे. ಓದುವಾಗ ಕಣ್ಣಿನಲ್ಲಿ ನೋವು ಆಗುತ್ತದೆ.
यहाँ कंम्प्यूटर द्वारा आँख की जांच करते है क्या?	इल्लि कंप्यूटर् मूलक कण्णु परीक्षे माडलागुत्तदेये? ಇಲ್ಲಿ ಕಂಪ್ಯೂಟರ್ ಮೂಲಕ ಕಣ್ಣು ಪರೀಕ್ಷೆ ಮಾಡಲಾಗುತ್ತದೆಯೇ ?
उसके लिए स्पेशालिस्ट आयेंगे ।	अदक्कागि स्पेषलिस्ट् बरुत्तारे ಅದಕ್ಕಾಗಿ ಸ್ಪೆಷಲಿಸ್ಟ್ ಬರುತ್ತಾರೆ.
वे लोग शाम को आयेंगे ।	अवरु संजे बरुत्तारा ? ಅವರು ಸಂಜೆ ಬರುತ್ತಾರಾ ?
डाक्टर से मिलने मैं आज शाम को आऊँगा ।	डाक्टर् भेटि माडि संजे बरुत्तेने ಡಾಕ್ಟರ್ ಭೇಟಿ ಮಾಡಿ ಸಂಜೆ ಬರುತ್ತೇನೆ.

आपकी शिकायत क्या है ?	निम्म समस्ये एनु ? ನಿಮ್ಮ ಸಮಸ್ಯೆ ಏನು ?
मुझे दूर के अक्षर और चीजें स्पष्ट नहीं दिखती है ।	ननगे दूरद अक्षर मत्तु वस्तुगळु स्पष्टवागि काणुवुदिल्ल । ನನಗೆ ದೂರದ ಅಕ್ಷರ ಮತ್ತು ವಸ್ತುಗಳು ಸ್ಪಷ್ಟವಾಗಿ ಕಾಣುವುದಿಲ್ಲ.
आँख की जाँच आप मुफ्त में करते हैं क्या ?	कण्णिन परीक्षे उचितवागि माडुविरा ? ಕಣ್ಣಿನ ಪರೀಕ್ಷೆ ಉಚಿತವಾಗಿ ಮಾಡುವಿರಾ ?
जाँच तो मुफ्त में करते है । मगर ऐनक मुफ्त में नहीं देते ।	परीक्षे उचितवागि माडुत्तेवे आदरे कन्नडक उचितवागि कोडुवुदिल्ल ಪರೀಕ್ಷೆ ಉಚಿತವಾಗಿ ಮಾಡುತ್ತೇವೆ. ಆದರೆ, ಕನ್ನಡಕ ಉಚಿತವಾಗಿ ಕೊಡುವುದಿಲ್ಲ.
वह तो मुझे भी मालूम है ।	अदु ननगू गोत्तु ಅದು ನನಗೂ ಗೊತ್ತು.
फिर संदेह क्या है ?	हागिद्दल्लि संदेह एके बंतु ? ಹಾಗಿದ್ದಲ್ಲಿ ಸಂದೇಹ ಏಕೆ ಬಂತು ?
हाँ ! कुछ नहीं ! कुछ भी संदेह करो तो संदेह जैसा ही रहता है ?	हागेनू इल्ल ಹಾಗೇನೂ ಇಲ್ಲ. यावुदादरू संदेह बंदल्लि अदु हागेये उळिदु बिडुत्तदे । ಯಾವುದಾದರೂ ಸಂದೇಹ ಬಂದಲ್ಲಿ ಅದು ಹಾಗೆಯೇ ಉಳಿದು ಬಿಡುತ್ತದೆ.
इसलिए संदेह छोड़ कर हम पर विश्वास/ यकीन रखिये ।	हिगागि संदेह तोरेदु नम्म मेले विश्वासविरिसि ಹೀಗಾಗಿ ಸಂದೇಹ ತೊರೆದು ನಮ್ಮ ಮೇಲೆ ವಿಶ್ವಾಸವಿರಿಸಿ.
आप मे जो कुछ कहा वह बिलकुल ठीक है ।	नीवु हेळिद मातु सरियागिदे ನೀವು ಹೇಳಿದ ಮಾತು ಸರಿಯಾಗಿದೆ.

8. सड़क पर / रस्तेयल्लि / ರಸ್ತೆಯಲ್ಲಿ (On the Road)

यह रास्ता कहाँ जाता है ?	ई रस्ते एल्लिगे होगुत्तदे ? ಈ ರಸ್ತೆ ಎಲ್ಲಿಗೆ ಹೋಗುತ್ತದೆ ?
यह कहीं भी नहीं जाता, हम ही जाते हैं ।	इदु एल्लिगू होगुवुदिल्ल. नावे होगबेकु ಇದು ಎಲ್ಲಿಗೂ ಹೋಗುವುದಿಲ್ಲ, ನಾವೇ ಹೋಗಬೇಕು
आपकी बात पर मुझे हँसी आ रही है ।	निम्म मातिगे ननगे नगु बरुत्तिदे ನಿಮ್ಮ ಮಾತಿಗೆ ನನಗೆ ನಗು ಬರುತ್ತಿದೆ.
पास में कोई अच्छा सा होटल है क्या ?	हत्तिरदल्लि यावुदादरू ओळ्ळेय होटेल् इदेये ? ಹತ್ತಿರದಲ್ಲಿ ಯಾವುದಾದರೂ ಒಳ್ಳೆಯ ಹೋಟೆಲ್ ಇದೆಯೇ?
ऑ है । मगर वहाँ का पानी अच्छा नहीं है ।	इदे । आदरे, अल्लि नीरु चेन्नागिल्ल ಇದೆ. ಆದರೆ, ಅಲ್ಲಿ ನೀರು ಚೆನ್ನಾಗಿಲ್ಲ.
इस सड़क में कई स्पीड ब्रेकर्स हैं ।	ई रस्तेयल्लि तुंब स्पीड् ब्रेकर्‌गळु इवे ಈ ರಸ್ತೆಯಲ್ಲಿ ತುಂಬ ಸ್ಪೀಡ್ ಬ್ರೇಕರ್‌ಗಳು ಇವೆ.
इस सड़क पर अकेले मोटार बाइक पर जाना अच्छा लगता है ।	ई रस्तेयल्लि ओंटियागि मोटार् बैक्‌नल्लि होगलु खुषि आगुत्तदे ಈ ರಸ್ತೆಯಲ್ಲಿ ಒಂಟಿಯಾಗಿ ಮೋಟಾರ್ ಬೈಕ್‌ನಲ್ಲಿ ಹೋಗಲು ಖುಷಿ ಆಗುತ್ತದೆ.
वैसा क्यों ?	अदु हेगे ? ಅದು ಹೇಗೆ ?
क्यों मालूम ? थोड़ा ऊपर, नीचे होते हुए आप जोश में आ सकते हैं ।	ऐकेंदु गोत्तिल्लवे ? स्वल्प मेले, केळगे आदरे नीवु वेगवागि 'मेले' होगबहुदु । ಏಕೆಂದು ಗೊತ್ತಿಲ್ಲವೇ ? ಸ್ವಲ್ಪ ಮೇಲೆ, ಕೆಳಗೆ ಆದರೆ ನೀವು ವೇಗವಾಗಿ 'ಮೇಲೆ' ಹೋಗಬಹುದು !

इस सड़क के दोनों ओर एक पेड़ भी नहीं है ।	ई रस्तेय एरडू बदि ओंदे ओंदु मर कूडा इल्ल ಈ ರಸ್ತೆಯ ಎರಡೂ ಬದಿ ಒಂದೇ ಒಂದು ಮರ ಕೂಡಾ ಇಲ್ಲ.
पेड़ नहीं है तो क्या ? वहाँ एक नल है देखो ।	मर इल्लदिद्दरे ऐनंते ? इल्लि ओंदु नल्लि इदे नोडु ಮರ ಇಲ್ಲದಿದ್ದರೆ ಏನಂತೆ ? ಇಲ್ಲಿ ಒಂದು ನಲ್ಲಿ ಇದೆ ನೋಡು.
नल है तो क्या ? उसमें पानी भी रहना चाहिए ?	नल्लि इद्दरे ऐनंते ? अदरल्लि नीरु इरबेकल्लवे ? ನಲ್ಲಿ ಇದ್ದರೆ ಏನಂತೆ? ಅದರಲ್ಲಿ ನೀರು ಇರಬೇಕಲ್ಲವೇ?
हाँ सबका होना अच्छा होता है ।	हौदु । इदरिंद एल्लरिगू ओळ्ळेयदागुत्तदे । ಹೌದು. ಇದರಿಂದ ಎಲ್ಲರಿಗೂ ಒಳ್ಳೆಯದಾಗುತ್ತದೆ.
तुमको नमस्कार करता हूँ । वह सब छोड़ दो ।	निमगे नमस्कार माडुत्तेने । इदन्नेल्ल बिट्टु बिडि । ನಿಮಗೆ ನಮಸ್ಕಾರ ಮಾಡುತ್ತೇನೆ. ಇದನ್ನೆಲ್ಲ ಬಿಟ್ಟು ಬಿಡಿ.
इस सड़क द्वारा मैं रेल्वे स्टेशन को जा सकता हूँ क्या ?	ई दारिय मूलक रैल्वे निल्दाणक्के होगबहुदे । ಈ ದಾರಿಯ ಮೂಲಕ ರೈಲ್ವೆ ನಿಲ್ದಾಣಕ್ಕೆ ಹೋಗಬಹುದೇ?
हाँ ! सीधा जाइए ।	हौदु । नेरवागि होगि । ಹೌದು. ನೇರವಾಗಿ ಹೋಗಿ
यह सड़क बहुत अच्छी है ।	ई रस्ते बहळ चेन्नागिदे । ಈ ರಸ್ತೆ ಬಹಳ ಚೆನ್ನಾಗಿದೆ.
यह सही है तो तुम तुम्हारा मुँह उसी में देख लो ।	अदु सरि इद्दरे निम्म मुखवन्नु अदरल्लि नोडिकोळ्ळि ಅದು ಸರಿ ಇದ್ದರೆ ನಿಮ್ಮ ಮುಖವನ್ನು ಅದರಲ್ಲಿ ನೋಡಿಕೊಳ್ಳಿ
आपको कुछ भी लेना हो तो इस दुकान में पूछ कर लीजिए ।	निमगेनादरू बेकागिद्दल्लि ई अंगडियल्लि केळि ನಿಮಗೇನಾದರೂ ಬೇಕಾಗಿದ್ದಲ್ಲಿ ಈ ಅಂಗಡಿಯಲ್ಲಿ ಕೇಳಿ

9. फलों की दुकान / हण्णिन अंगडि / ಹಣ್ಣಿನ ಅಂಗಡಿ (Fruit Shop)

यह फल कैसे दे रहे हो ?	ई हण्णन्नु एष्टु बेलेगे कोडुत्ती ? ಈ ಹಣ್ಣನ್ನು ಎಷ್ಟು ಬೆಲೆಗೆ ಕೊಡುತ್ತೀ ?
अच्छे दाम में दे रहा हूँ।	ओळ्ळेय बेलेगे कोडुत्तिद्देने। ಒಳ್ಳೆಯ ಬೆಲೆಗೆ ಕೊಡುತ್ತಿದ್ದೇನೆ.
अच्छा दाम का मतलब क्या है ?	ओळ्ळेय बेले एंदरे ऐनर्थ ? ಒಳ್ಳೆಯ ಬೆಲೆ ಎಂದರೆ ಏನರ್ಥ ?
इसका मतलब मुझे देना, आपको लेना है।	इदरर्थ-नानु कोडुत्तेने नीवु तेगेदुकोळ्ळुत्तीरि एंदु। ಇದರರ್ಥ-ನಾನು ಕೊಡುತ್ತೇನೆ ನೀವು ತೆಗೆದುಕೊಳ್ಳುತ್ತೀರಿ ಎಂದು.
ये फल तो कच्चे दिख रहे है ?	ई हण्णु दोरगायियंते काणुत्तिदे। ಈ ಹಣ್ಣು ದೋರಗಾಯಿಯಂತೆ ಕಾಣುತ್ತಿದೆ.
ये अभी ठीक से पके नहीं है शायद।	इदिन्नू संपूर्ण हण्णागिल्ल। ಇದಿನ್ನೂ ಸಂಪೂರ್ಣ ಹಣ್ಣಾಗಿಲ್ಲ!
शक मत करो।	संशय पडबेडि। ಸಂಶಯ ಪಡಬೇಡಿ.
तो क्या करूं। सीधा खरीद लूं क्या ?	मत्तेनु माडुवुदु ? सुम्मने खरीदिसबेके ? ಮತ್ತೇನು ಮಾಡುವುದು? ಸುಮ್ಮನೆ ಖರೀದಿಸಬೇಕೆ?
वैसे नहीं ! नाराज नहीं होना।	हागल्ल सिट्टागबेडि। ಹಾಗಲ್ಲ, ಸಿಟ್ಟಾಗಬೇಡಿ.
नाराज नहीं ! खरीदते समय थोड़ा देख लेना चाहिये या नहीं !	सिट्टागिल्ल. खरीदिसुवाग स्वल्प नोडबेकु ताने ? ಸಿಟ್ಟಾಗಿಲ್ಲ, ಖರೀದಿಸುವಾಗ ಸ್ವಲ್ಪ ನೋಡಬೇಕು ತಾನೇ ?
तुम्हारे पास अच्छे संतरे हैं क्या ?	निन्न बळि उत्तमवाद कित्तळे हण्णु इदेये ? ನಿನ್ನ ಬಳಿ ಉತ್ತಮವಾದ ಕಿತ್ತಳೆ ಹಣ್ಣು ಇದೆಯೇ ?

है माँ ! आज ही ताजा मंगवाये ।	इदे. ताजा हण्णु खरीदिसि । ಇದೆ. ತಾಜಾ ಹಣ್ಣು ಖರೀದಿಸಿ.
ये तो कुछ हरे दिख रहे हैं ।	इदु स्वल्प कायियंते काणिसुत्तिदे । ಇದು ಸ್ವಲ್ಪ ಕಾಯಿಯಂತೆ ಕಾಣಿಸುತ್ತಿದೆ.
मैं तो आपको चुनकर पके हुए दे दूँगा ।	हण्णागिरुवुदन्नु आय्दु कोडुत्तेने । ಹಣ್ಣಾಗಿರುವುದನ್ನು ಆಯ್ದು ಕೊಡುತ್ತೇನೆ.
मालकी इसकी खूबी देखकर बात कीजिए ।	पदार्थद गुणमट्ट नोडि मातन्नाडि । ಪದಾರ್ಥದ ಗುಣಮಟ್ಟ ನೋಡಿ ಮಾತನ್ನಾಡಿ.
खूबी तो ठीक है । मगर दाम ही अच्छा नहीं है ।	मालु चेन्नागिदे । आदरे बेले चेन्नागिल्ल । ಮಾಲು ಚೆನ್ನಾಗಿದೆ. ಆದರೆ ಬೆಲೆ ಚೆನ್ನಾಗಿಲ್ಲ.
अमरूद देखकर अभी खाने को दिल कर रहा है ।	सीबेहण्णु नोडिदरे ईगले तिन्नुव आसे आगुत्तीदे । ಸೀಬೆಹಣ್ಣು ನೋಡಿದರೆ ಈಗಲೇ ತಿನ್ನುವ ಆಸೆ ಆಗುತ್ತಿದೆ.
लेकिन इन पर काले धब्बे है ।	आदरे, हण्णिन मेले कप्पु चुक्केगळु इवे । ಆದರೆ, ಹಣ್ಣಿನ ಮೇಲೆ ಕಪ್ಪು ಚುಕ್ಕೆಗಳು ಇವೆ.
नंजनगूड्ड केले बहुत अच्छे हैं ।	नंजनगूडु बाळे तुंबा चेन्नागिदे । ನಂಜನಗೂಡು ಬಾಳೆ ತುಂಬಾ ಚೆನ್ನಾಗಿದೆ.

10. सब्जी की दुकान / कूरगायला दुकाणं ತರಕಾರಿ ಅಂಗಡಿ (Vegetable Shop)

कैसे दे रहे हो ?	बेले एष्टिदे ? ಬೆಲೆ ಎಷ್ಟಿದೆ ?
किसका ?	यावुदरद्दु ? ಯಾವುದರದ್ದು ?
बैंगन कैसे दे रहे हो ?	बदनेकायि बेले एष्टु ? ಬದನೆಕಾಯಿ ಬೆಲೆ ಎಷ್ಟು ?
ये बहुत ताजा है	इदु बहळ ताजा इदे । ಇದು ಬಹಳ ತಾಜಾ ಇದೆ.

माल ताजा है या नहीं मालूम नहीं, मगर दाम तो ताजा है ।	पदार्थ ताजा इदेयो इल्लवो आदरे बेले मात्र ताजा इदे । ಪದಾರ್ಥ ತಾಜಾ ಇದೆಯೋ ಇಲ್ಲವೋ ಗೊತ್ತಿಲ್ಲ, ಆದರೆ, ಬೆಲೆ ಮಾತ್ರ ತಾಜಾ ಇದೆ.
ऐसी बाते क्यों करते हो ?	ई रीति एके मातन्नाडुविरि । ಈ ರೀತಿ ಏಕೆ ಮಾತನ್ನಾಡುವಿರಿ.
नहीं तो क्या ? कल तुम्ही ने पन्द्रह रूपये में डेढ़ किलो शकरकंद दिया था ?	मत्तेनु माडलि ? नेन्ने नीने १५ रू.गे ओंदूवरे के.जि. गेणसु कोट्टिद्दे । ಮತ್ತೇನು ಮಾಡಲಿ? ನೆನ್ನೆ ನೀನೇ 15ರೂ.ಗೆ ಒಂದೂವರೆ ಕೆ.ಜಿ. ಗೆಣಸು ಕೊಟ್ಟಿದ್ದೆ.
पूरे बाजार में घूम कर इसका दाम पता करें तो आपको वास्तविक कीमत का अंदाजा मिलेगा ।	इडी बजार्नल्लि सुत्ति बेले हेगिदे एंबुदन्नु तिळिदुकोंडरे, निमगे गोत्तागुत्तदे । ಇಡೀ ಬಜಾರ್‌ನಲ್ಲಿ ಸುತ್ತಿ ಬೆಲೆ ಹೇಗಿದೆ ಎಂಬುದನ್ನು ತಿಳಿದುಕೊಂಡರೆ, ನಿಮಗೇ ಗೊತಾಗುತ್ತದೆ.
ये सभी ताजा सब्जियाँ है क्या ?	इवेल्ल ताजा तरकारिगळु ताने ? ಇವೆಲ್ಲ ತಾಜಾ ತರಕಾರಿಗಳು ತಾನೆ ?
जी हाँ ! ताजा है ।	औदु. एल्लवू ताजा इवे । ಹೌದು. ಎಲ್ಲವೂ ತಾಜಾ ಇವೆ.
मेरे पास खराब नहीं रहते है ।	नानु केट्ट तरकारि इडुवुदिल्ल । ನಾನು ಕೆಟ್ಟ ತರಕಾರಿ ಇಡುವುದಿಲ್ಲ.
पेठा कहाँ से लाया ?	बूदुगुंबळकायि एल्लिंद तंदे ? ಬೂದುಗುಂಬಳಕಾಯಿ ಎಲ್ಲಿಂದ ತಂದೆ ?

11. पंसारी की दुकान / किराणि अंगडि / ಕಿರಾಣಿ ಅಂಗಡಿ (Grocery Shop)

आपके पास अचार में लगने वाली सब चीजें मिलती है क्या ?	तम्म बळि उप्पिनकायि माडलु बळसुव एल्ल पदार्थ इदेये ? ತಮ್ಮ ಬಳಿ ಉಪ್ಪಿನಕಾಯಿ ಮಾಡಲು ಬಳಸುವ ಎಲ್ಲ ಪದಾರ್ಥ ಇದೆಯೇ ?
हाँ जरूर ।	हौदु, इदे । ಹೌದು, ಇದೆ.
आधा किलो सरसों का तेल दीजिए ।	अर्ध के.जि. सासिवे एण्णे कोडि । ಅರ್ಧ ಕೆ.ಜಿ. ಸಾಸಿವೆ ಎಣ್ಣೆ ಕೊಡಿ.
और क्या ?	मत्तेनु बेकु ? ಮತ್ತೇನು ಬೇಕು ?
मेथी, धनियाँ, हींग, लहसून है क्या ?	मेंत्य, दनिय, इंगु, बेळ्ळुळ्ळि इदेये ? ಮೆಂತ್ಯ, ದನಿಯ, ಇಂಗು, ಬೆಳ್ಳುಳ್ಳಿ ಇದೆಯೇ ?
चावल बेचते है क्या ?	अक्कि मारुत्तीरा ? ಅಕ್ಕಿ ಮಾರುತ್ತೀರಾ ?
बासमती चावल क्या रेट है ?	बासुमति अक्कि बेले एष्टु ? ಬಾಸ್ಮತಿ ಅಕ್ಕಿ ಬೆಲೆ ಎಷ್ಟು ?
एक बार इधर ही मैं घर गृहस्थी में लगने वाली कुछ चीजें खरीद कर ले गया	औम्मे नानु निम्म अंगडियल्लि मनेगे बेकाद एल्ल वस्तु खरीदिसिद्दे । ಒಮ್ಮೆ ನಾನು ನಿಮ್ಮ ಅಂಗಡಿಯಲ್ಲಿ ಮನೆಗೆ ಬೇಕಾದ ಎಲ್ಲ ವಸ್ತು ಖರೀದಿಸಿದ್ದೆ.
आटा अच्चा नहि लग रहा है ?	हिट्टु अष्टेनू चेन्नागिल्ल अन्निसुत्तिदे । ಹಿಟ್ಟು ಅಷ್ಟೇನೂ ಚೆನ್ನಾಗಿಲ್ಲ ಅನ್ನಿಸುತ್ತಿದೆ.
मुझे इल्दी, लौंग, किसमिस, इलायची आदि चाहिए ।	ननगे अरिशिन, लवंग, एलक्कि, द्रक्षी बेकु । ನನಗೆ ಅರಿಶಿನ, ಲವಂಗ, ದ್ರಾಕ್ಷಿ, ಏಲಕ್ಕಿ ಬೇಕು.

बेसन, मूँगफली, तिल, साबूदाना ये वस्तयें एक-एक किलो देना ।	कडलेहिट्टु, शेंगा, एळ्ळु, साबूदानि तला ओंदु के.जि. कोडु । ಕಡಲೆಹಿಟ್ಟು, ಶೇಂಗಾ, ಎಳ್ಳು, ಸಾಬೂದಾನಿ ತಲಾ ಒಂದು ಕೆ.ಜಿ. ಕೊಡು.
देखे तो यह तराजू ठीक नहीं लग रहा है ।	नोडिदरे ई तक्कडि सरि इल्ल अन्निसुत्तिदे । ನೋಡಿದರೆ, ಈ ತಕ್ಕಡಿ ಸರಿ ಇಲ್ಲ ಅನ್ನಿಸುತ್ತಿದೆ.
नहीं जी । ठीक है । आपको अच्छी तरह फिर से तौलकर देता हूँ ।	हागेनू इल्ल. सरियागिये इदे । इन्नोम्मे सरियागि तूक माडिकोडुत्तेने । ಹಾಗೇನೂ ಇಲ್ಲ. ಸರಿಯಾಗಿಯೇ ಇದೆ. ಇನ್ನೊಮ್ಮೆ ಸರಿಯಾಗಿ ತೂಕ ಮಾಡಿಕೊಡುತ್ತೇನೆ.
परसों दिया हुआ (सो) उडद दाल घटियाँ किस्म का था	मोन्ने कोट्टिद्द उद्दिनबेळे चेन्नागिरलिल्ल । ಮೊನ್ನೆ ಕೊಟ್ಟಿದ್ದ ಉದ್ದಿನಬೇಳೆ ಚೆನ್ನಾಗಿರಲಿಲ್ಲ.
हमारी चीजों को खराब कहनेवाला अभी तक कोई नहीं है	नम्मल्लिन पदार्थगळु चेन्नागिल्ल एंदु इल्लियवरेगे यारू हेळिल ನಮ್ಮಲ್ಲಿನ ಪದಾರ್ಥಗಳು ಚೆನ್ನಾಗಿಲ್ಲ ಎಂದು ಇಲ್ಲಿಯವರೆಗೆ ಯಾರೂ ಹೇಳಿಲ್ಲ.
आपके पास की चीजों में कुछ मीलावट तो नहीं है ?	निम्मल्लिन पदार्थगळल्लि स्वल्प कूडा कलबेरके इल्लवे ? ನಿಮ್ಮಲ್ಲಿನ ಪದಾರ್ಥಗಳಲ್ಲಿ ಸ್ವಲ್ಪ ಕೂಡಾ ಕಲಬೆರಕೆ ಇಲ್ಲವೇ ?
यह बात आप पक्का कह सकते हैं क्या ?	नीवु ई मातन्नु खात्रि माडिकोंडु हेळुत्तिद्दीरा ? ನೀವು ಈ ಮಾತನ್ನು ಖಾತ್ರಿ ಮಾಡಿಕೊಂಡು ಹೇಳುತ್ತಿದ್ದೀರಾ ?
इस पनीर के पाकेट में कोई उपहार है क्या ?	ई पन्निर् प्याकेट् खरीदिसिदरे बेरे आफर् एनादरू इदेये ? ಈ ಪನ್ನೀರ್ ಪ್ಯಾಕೆಟ್ ಖರೀದಿಸಿದರೆ ಬೇರೆ ಆಫರ್ ಏನಾದರೂ ಇದೆಯೇ ?

12. कपड़े की दुकान / बट्टे अंगडि / ಬಟ್ಟೆ ಅಂಗಡಿ (Cloth Shop)

आयिये, आयिये, अंदर आयिये, यहाँ बैठिये ।	बन्नि बन्नि ओळगे बन्नि. इल्लि कुळितुकोळ्ळि । ಬನ್ನಿ ಬನ್ನಿ ಒಳಗೆ ಬನ್ನಿ. ಇಲ್ಲಿ ಕುಳಿತುಕೊಳ್ಳಿ.
आपको क्या चाहिये ? क्या दिखाना है बोलिये ।	निमगेनु बेकु ? एनु तोरिसबेकु हेळि । ನಿಮಗೇನು ಬೇಕು ? ಏನು ತೋರಿಸಬೇಕು ಹೇಳಿ.
हमें साडी दिखाइये ।	नमगे सीरे बेकु । ನಮಗೆ ಸೀರೆ ಬೇಕು.
किस कीमत में चाहिए जी ?	बेले एष्टिरबेकु ? ಬೆಲೆ ಎಷ್ಟಿರಬೇಕು ?
कोई सस्ती सी ।	कडिमे बेलेयदु । ಕಡಿಮೆ ಬೆಲೆಯದು.
आपके पास रेश्मी साड़ियाँ हैं क्या ?	निम्म बळि रेष्मे सीरे इदेया ? ನಿಮ್ಮ ಬಳಿ ರೇಷ್ಮೆ ಸೀರೆ ಇದೆಯಾ ?
है । लेकिन महँगी है ।	इदे. आदरे बेले हेच्चु इदे । ಇದೆ. ಆದರೆ ಬೆಲೆ ಹೆಚ್ಚು ಇದೆ.
आप ये साडियाँ कहाँ से लाते हो ?	नीवु सीरेगळन्नु एल्लिंद तरुत्तीरि ? ನೀವು ಸೀರೆಗಳನ್ನು ಎಲ್ಲಿಂದ ತರುತ್ತೀರಿ ?
कई प्रांतों से लाते हैं ।	नाना प्रंत्यगळिंद तरुत्तेवे । ನಾನಾ ಪ್ರಾಂತ್ಯಗಳಿಂದ ತರುತ್ತೇವೆ.
इस साडी की क्या कीमत है?	इ सीरेय बेले एष्टु ? ಈ ಸೀರೆಯ ಬೆಲೆ ಎಷ್ಟು ?
यह नमूना मुझे पसंद नहीं है ।	इ नमूने ननगे इष्टविल्ल । ಈ ನಮೂನೆ ನನಗೆ ಇಷ್ಟವಿಲ್ಲ.
यह पसंद नहीं तो दूसरी साड़ी दिखाता हूँ ।	इदु इष्टविल्लदिद्दरे बेरेयदन्नु तोरिसुत्तेने । ಇದು ಇಷ್ಟವಿಲ್ಲದಿದ್ದರೆ ಬೇರೆಯದನ್ನು ತೋರಿಸುತ್ತೇನೆ.
यह वह (ये, वो) नहीं. रोजमर्रा के लिए मुझे कुछ साड़ियाँ दिखाइये ।	अदु इदु बेड. समारंभक्के केलवु सीरे तोरिसु । ಅದು ಇದು ಬೇಡ. ಸಮಾರಂಭಕ್ಕೆ ಕೆಲವು ಸೀರೆ ತೋರಿಸು

साड़ी कितनी लम्बी है ?	सीरे एष्टु उद्द इदे ? ಸೀರೆ ಎಷ್ಟು ಉದ್ದ ಇದೆ ?
हमारी सभी साडीयाँ छः मीटर लंबी है ।	नम्म बळिय एल्ल सीरेगळु ६ मी. उद्द इवे । ನಮ್ಮ ಬಳಿಯ ಎಲ್ಲ ಸೀರೆಗಳು 6 ಮೀ. ಉದ್ದ ಇವೆ.
मुझे एक कपड़ा चाहिए ।	ननगे ओंदु बट्टे बेकिदे । ನನಗೆ ಒಂದು ಬಟ್ಟೆ ಬೇಕಿದೆ.
लेकिन (मगर) मैं जितना चाहता हूँ, उतना नाप कर देना ।	आदरे, ननग् बेकिरुवष्टन्ने कत्तरिसि कोडबेकु । ಆದರೆ, ನನಗೆ ಬೇಕಿರುವಷ್ಟನ್ನೇ ಕತ್ತರಿಸಿ ಕೊಡಬೇಕು.
यहाँ के कपडे देखकर तो सभी खरीदने को मन कर रहा है ।	इल्लिरुव बट्टेगळन्नु नोडिदरे एल्लवन्नू खरीदिसुव मनस्सागुत्तिदे । ಇಲ್ಲಿರುವ ಬಟ್ಟೆಗಳನ್ನು ನೋಡಿದರೆ ಎಲ್ಲವನ್ನೂ ಖರೀದಿಸುವ ಮನಸ್ಸಾಗುತ್ತಿದೆ.
देर क्यों जी ! अभी खरीद दीजिए ।	तडवेके? ईगले खरीदिसि । ತಡವೇಕೆ? ಈಗಲೇ ಖರೀದಿಸಿ.
मेरे पास पैसे कम पड़ गये हैं, नहीं तो मैं अभी तक सब खरीद लेता ।	नन्न बळि हेच्चु हणविल्ल । इद्दिद्दरे एल्लवन्नू खरीदिसि बिडुत्तिद्दे । ನನ್ನ ಬಳಿ ಹೆಚ್ಚು ಹಣವಿಲ್ಲ. ಇದ್ದಿದ್ದರೆ ಎಲ್ಲವನ್ನೂ ಖರೀದಿಸಿ ಬಿಡುತ್ತಿದ್ದೆ.
आपके पास पैसे नहीं तो भी परवाह नहीं जी । बाद में भी दे सकते हैं ।	निम्म बळि हण इरबेकेंदेनू इल्ल । अनंतर नीडबहुदु । ನಿಮ್ಮ ಬಳಿ ಹಣ ಇರಬೇಕೆಂದೇನೂ ಇಲ್ಲ, ಅನಂತರ ನೀಡಬಹುದು.
वह कैसे ?	अदु हेगे ? ಅದು ಹೇಗೆ ?

हम क्रेडिट कार्ड स्वीकार करते है ।

नावु क्रेडिट् कार्ड तेगेदुकोळ्ळुत्तेवे ।

ನಾವು ಕ್ರೆಡಿಟ್ ಕಾರ್ಡ್ ತೆಗೆದುಕೊಳ್ಳುತ್ತೇವೆ.

आहाँ ! नहीं जी ! भागते हुए दूध क्यों पीना ?

आहाँ । ओडुत्त हालु कुडियुवुदेके ?

ಆಹಾ. ಓಡುತ್ತ ಹಾಲು ಕುಡಿಯುವುದೇಕೆ ?

अच्छी बात है ! सब लोग आप जैसे होते तो यह दुतिया कितनी सुंदर होती ।

सरियाद मातु. एल्लरू निम्मंते इदिद्दरे जगत्तु एष्टु सुंदरवागिरुत्तित्तु ।

ಸರಿಯಾದ ಮಾತು. ಎಲ್ಲರೂ ನಿಮ್ಮಂತೆ ಇದ್ದಿದ್ದರೆ ಜಗತ್ತು ಎಷ್ಟು ಸುಂದರವಾಗಿರುತ್ತಿತ್ತು.

13. बाजार / मार्केट / ಮಾರ್ಕೆಟ್ (Market)

इस शहर में बाजार कहाँ है ?

ई नगरदल्लि मारुकट्टे एल्लिदे ?

ಈ ನಗರದಲ್ಲಿ ಮಾರುಕಟ್ಟೆ ಎಲ್ಲಿದೆ ?

कौन सा बाजार ?

याव मारुकट्टे ? ಯಾವ ಮಾರುಕಟ್ಟೆ ?

कौन सा बाजार मतलब ?

याव मारुकट्टे एंदरे एनर्थ ?

ಯಾವ ಮಾರುಕಟ್ಟೆ ಎಂದರೆ ಏನರ್ಥ ?

मतलब, मछली का बाजार, सब्जी का बाजार या कपड़े का बाजार ।

अंदरे, मीनिन मारुकट्टे, तरकारि मारुकट्टे अतवा बट्टे मारुकट्टे अंत ।

ಅಂದರೆ, ಮೀನಿನ ಮಾರುಕಟ್ಟೆ, ತರಕಾರಿ ಮಾರುಕಟ್ಟೆ ಅಥವಾ ಬಟ್ಟೆ ಮಾರುಕಟ್ಟೆನಾ ಅಂತ.

यहाँ (इधर) इतने बाजार होते है मुझे मालूम नहीं है ।

इल्लि एष्टोंदु मारुकट्टे इदे एंदु ननगे गोत्तिरलिल्ल ।

ಇಲ್ಲಿ ಇಷ್ಟೊಂದು ಮಾರುಕಟ್ಟೆ ಇದೆ ಎಂದು ನನಗೆ ಗೊತ್ತಿರಲಿಲ್ಲ.

मुझे साधारण बाजार जाना है ।

ननगे जनरल् मारुकट्टेगे होगबेकिदे ।

ನನಗೆ ಜನರಲ್ ಮಾರುಕಟ್ಟೆಗೆ ಹೋಗಬೇಕಿದೆ.

इस तरफ से गये तो मोन्डा मार्केट आता है।	ई कडे होदरे मारुकट्टे सिगुत्तदे। ಈ ಕಡೆ ಹೋದರೆ ಮಾರುಕಟ್ಟೆ ಸಿಗುತ್ತದೆ.
वहाँ (उधर) आपको सभी चीजें मिल जायेगी।	अल्लि निमगे एल्ल सामानु सिगुत्तदे। ಅಲ್ಲಿ ನಿಮಗೆ ಎಲ್ಲ ಸಾಮಾನು ಸಿಗುತ್ತದೆ.
आपके पास पाँच सौ रूपये के छुट्टे पैसे हैं क्या ?	निम्म बळि 500 रू.ग् चिल्लरे इदेये ? ನಿಮ್ಮ ಬಳಿ 500 ರೂ.ಗೆ ಚಿಲ್ಲರೆ ಇದೆಯೇ ?
इधर है सो सब चीजें बहुत महँगी लग रही है।	इल्लिंद नोडिदरे वस्तुगळेल्ल चेन्नागिवे एन्निसुत्तिदे। ಇಲ್ಲಿಂದ ನೋಡಿದರೆ ವಸ್ತುಗಳೆಲ್ಲ ಚೆನ್ನಾಗಿವೆ ಎನ್ನಿಸುತ್ತಿದೆ.
वह सब आपका भ्रम है।	अदु निम्म भ्रमे। ಅದು ನಿಮ್ಮ ಭ್ರಮೆ.
वही है क्या ?	अदेनु ? ಅದೇನು ?
इसके बिना कुछ भी नहीं है ?	अदु बिट्टरे बेरेनू इल्ल। ಅದು ಬಿಟ್ಟರೆ ಬೇರೇನೂ ಇಲ್ಲ.
इधर क्या अनमोल चीज मिलती है ?	इल्लि अमूल्य वस्तुगळु सिगुत्तवेये ? ಇಲ್ಲಿ ಅಮೂಲ್ಯ ವಸ್ತುಗಳು ಸಿಗುತ್ತವೆಯೇ ?
यहाँ लकड़ी से बनायी गई गुड़िया भी मिलती है।	इल्लि मरदिंद माडिद गौंबेगळु सिगुत्तवे। ಇಲ್ಲಿ ಮರದಿಂದ ಮಾಡಿದ ಗೊಂಬೆಗಳು ಸಿಗುತ್ತವೆ.
मुझे चंदन की लकड़ी से बनायी गई एक टोकरी चाहिए।	ननगे श्रीगंधदिंद माडिद बुट्टि बेकु। ನನಗೆ ಶ್ರೀಗಂಧದಿಂದ ಮಾಡಿದ ಬುಟ್ಟಿ ಬೇಕು.
वह तो नहीं मिलती. मगर हाथी दाँत की चीजें तो मिलती है।	इदु सिगुवुदिल्ल. आदरे दंतदिंद माडिद वस्तु सिगुत्तदे। ಇದು ಸಿಗುವುದಿಲ್ಲ, ಆದರೆ ದಂತದಿಂದ ಮಾಡಿದ ವಸ್ತು ಸಿಗುತ್ತದೆ.
अब तो देखकर ही जायेंगे।	अदन्नु नोडिकौंडु होगोण। ಅದನ್ನು ನೋಡಿಕೊಂಡು ಹೋಗೋಣ.

14. बस स्टैण्ड / बस स्टैण्ड / ಬಸ್ ಸ್ಟ್ಯಾಂಡ್ (Bus Stand)

यहाँ बस स्टैण्ड कहाँ है ?	इल्लि बसस्ट्यांड एल्लिदे ? ಇಲ್ಲಿ ಬಸ್‌ಸ್ಟ್ಯಾಂಡ್ ಎಲ್ಲಿದೆ ?
यहां से आधा किलो मीटर दूर हैं ।	इल्लिंद अर्ध कि.मि. दूरदल्लिदे । ಇಲ್ಲಿಂದ ಅರ್ಧ ಕಿ.ಮಿ. ದೂರದಲ್ಲಿದೆ.
प्रार्थना पर बस रोकने की जगह कहाँ है ?	रिक्वेस्ट स्टाप् एल्लिदे ? ರಿಕ್ವೆಸ್ಟ್ ಸ್ಟಾಪ್ ಎಲ್ಲಿದೆ ?
जहाँ देखें वहाँ बस है ।	एल्लि नोडिदरू अल्लि बस इदे । ಎಲ್ಲಿ ನೋಡಿದರೂ ಅಲ್ಲಿ ಬಸ್ ಇದೆ.
लेकिन हाथ देने से एक बस भी नहीं रूक रही है ।	आदरे, कै तोरिसिदरे याव बसन्नू निल्लिसुत्तिल्ल । ಆದರೆ, ಕೈ ತೋರಿಸಿದರೆ ಯಾವ ಬಸ್ಸನ್ನೂ ನಿಲ್ಲಿಸುತ್ತಿಲ್ಲ.
वह ऑटो नहीं है । जो जहाँ हाथ उठे वहाँ रोक दें !	अदु आटो अल्ल । एल्लि कै तोरिसिदरे अल्लि निल्लिसलु । ಅದು ಆಟೋ ಅಲ್ಲ. ಎಲ್ಲಿ ಕೈ ತೋರಿಸಿದರೆ ಅಲ್ಲಿ ನಿಲ್ಲಿಸಲು.
जहाँ लोग खड़े है वहाँ बस रोकना चाहिये या नहीं ?	एल्लि जनरु इरुत्तारो अल्लि निल्लिसबेकल्लवे ? ಎಲ್ಲಿ ಜನರು ಇರುತ್ತಾರೋ ಅಲ್ಲಿ ಬಸ್ ನಿಲ್ಲಿಸಬೇಕಲ್ಲವೇ?
वैसे रोकते हुए गये तो बस एक मीटर भी आगे नहीं बढ़ सकती है ।	हागे निल्लिसुत्तिद्दरे बस औंदु मीटर् कूडा मुंदे होगुवुदिल्ल । ಹಾಗೆ ನಿಲ್ಲಿಸುತ್ತಿದ್ದರೆ ಬಸ್ ಒಂದು ಮೀಟರ್ ಕೂಡಾ ಮುಂದೆ ಹೋಗುವುದಿಲ್ಲ.
उस बस में बहुत ज्यादा यात्री है ।	ई बसनल्लि हेच्चु प्रयाणिकरु इद्दारे । ಈ ಬಸ್‌ನಲ್ಲಿ ಹೆಚ್ಚು ಪ್ರಯಾಣಿಕರು ಇದ್ದಾರೆ.
वे लोग कैसे हैं वह देखो ।	आ जन हेगिद्दारे अल्लि नोडु । ಆ ಜನ ಹೇಗಿದ್ದಾರೆ ಅಲ್ಲಿ ನೋಡು.

वे सब खड़े है ।	अवरेल्ला नितुकौंडिद्दारे । ಅವರೆಲ್ಲಾ ನಿಂತುಕೊಂಡಿದ್ದಾರೆ.
सिटी बस का थे !	अदु सिटि बस । ಅದು ಸಿಟಿ ಬಸ್.
टिकट कहाँ लेना है ?	टिकेट् एल्लि तेगेदुकोळ्ळबेकु ? ಟಿಕೆಟ್ ಎಲ್ಲಿ ತೆಗೆದುಕೊಳ್ಳಬೇಕು ?
काउंटर में लीजिये ।	कौंटर्नल्लि तेगेदुकोळ्ळि । ಕೌಂಟರ್‌ನಲ್ಲಿ ತೆಗೆದುಕೊಳ್ಳಿ.
बस के अंदर नहीं देते है क्या ?	बसन ओळगडे कोड्डुवुदिल्लवे ? ಬಸ್‌ನ ಒಳಗಡೆ ಕೊಡುವುದಿಲ್ಲವೇ ?
जिलों को जाने वाली बस का स्टैण्ड कहाँ है ?	जिल्लेगळिगे होगुव बसगळ निल्दाण एल्लिदे ? ಜಿಲ್ಲೆಗಳಿಗೆ ಹೋಗುವ ಬಸ್‌ಗಳ ನಿಲ್ದಾಣ ಎಲ್ಲಿದೆ ?
इधर ही रहो । मैं एक बार समय सारिणी को देख कर आता हूँ ।	इल्ले इरि । नानु वेळापट्टियन्नु नोडिकोंडु बरुत्तेने । ಇಲ್ಲೇ ಇರಿ. ನಾನು ವೇಳಾಪಟ್ಟಿಯನ್ನು ನೋಡಿಕೊಂಡು ಬರುತ್ತೇನೆ.
यहाँ से राज्य में चारो ओर जाने वाली बसें मिलती है क्या ?	इल्लि राज्यद नाल्कू कडेगे होगुव बसगळु सिगुत्तवेये ? ಇಲ್ಲಿ ರಾಜ್ಯದ ನಾಲ್ಕೂ ಕಡೆಗೆ ಹೋಗುವ ಬಸ್‌ಗಳು ಸಿಗುತ್ತವೆಯೇ ?
नहीं मिलती है ।	इल्लि सिगुवुदिल्ल । ಇಲ್ಲಿ ಸಿಗುವುದಿಲ್ಲ.
थोड़ी दूर जाने के बाद बस बदलनी पड़ेगी ।	स्वल्प दूरहोद बळिक बस बदलिसबेकु । ಸ್ವಲ್ಪ ದೂರಹೋದ ಬಳಿಕ ಬಸ್ ಬದಲಿಸಬೇಕು.
हैदराबाद से राजमंड्रि जाने को कितना समय लगता है ?	हैदराबादनिंद राजमंड्रिगे होगलु एष्टु समय बेकु ? ಹೈದರಾಬಾದ್‌ನಿಂದ ರಾಜಮಂಡ್ರಿಗೆ ಹೋಗಲು ಎಷ್ಟು ಸಮಯ ಬೇಕು ?

नौ घंटे लगते है ।

ओंबत्तु गंटे बेकागुत्तदे ।

ಒಂಬತ್ತು ಗಂಟೆ ಬೇಕಾಗುತ್ತದೆ.

आजकल बस में यात्रा करना बेहद कठिन हो गया ।

ईग बस प्रयाण कठिणवागि बिट्टिदे ।

ಈಗ ಬಸ್ ಪ್ರಯಾಣ ಕಠಿಣವಾಗಿ ಬಿಟ್ಟಿದೆ.

मुझे खटारा बस में चढ़ना पसंद नहीं है ।

लडकासि बस हत्तुवुदु ननगे इष्टवागुवुदिल्ल ।

ಲಡಕಾಸಿ ಬಸ್ ಹತ್ತುವುದು ನನಗೆ ಇಷ್ಟವಾಗುವುದಿಲ್ಲ.

15. हमारा राज्य / मना राष्ट्रं / ನಮ್ಮ ರಾಜ್ಯ (Our State)

हमारा राज्यका नाम कर्नाटक है ।

नम्म राज्यद हेसरु कर्नाटक ।

ನಮ್ಮ ರಾಜ್ಯದ ಹೆಸರು ಕರ್ನಾಟಕ.

राज्य मे तीस जिले है ।

राज्यदल्लि 30 जिल्लेगळिवे ।

ರಾಜ್ಯದಲ್ಲಿ 30 ಜಿಲ್ಲೆಗಳಿವೆ.

राज्य मे तीन प्रांत हैं वे करावळि, मलेनाडु और बयलु सीमे ।

राज्यवन्नु भौगोळिकवागि 3 भागवागि विंगडिसबहुदु । अवु करावळि, मलेनाडु हागू बयलुसीमे ।

ರಾಜ್ಯವನ್ನು ಭೌಗೋಳಿಕವಾಗಿ 3 ಭಾಗವಾಗಿ ವಿಂಗಡಿಸಬಹುದು. ಅವು, ಕರಾವಳಿ, ಮಲೆನಾಡು ಹಾಗೂ ಬಯಲುಸೀಮೆ.

इन तीनो प्रान्त मे लोगा एक भाषा बोलते है । परंतु बोली भाषा अलग होती है ।

ई प्रांत्यगळल्लि मातन्नाडुव भाषे कन्नड । आदरे आडु नुडि बेरे.

ಈ ಪ್ರಾಂತ್ಯಗಳಲ್ಲಿ ಮಾತನ್ನಾಡುವ ಭಾಷೆ ಕನ್ನಡ. ಆದರೆ ಆಡು ನುಡಿ ಬೇರೆ.

करावळि मे मंगळूर, उदुपि और उत्तर कन्नड जिले है । मलेनाडु पश्चिम धाठ और बयलुसीमा ज्याद विस्तार है ।

करावळियु मंगळूरु, उडुपि हागू उत्तरकन्नड जिल्लेगळन्नु ओळगोंडिदे । उत्तरकन्नड श्रेणियन्नु हागू बयलुसीमे व्याप्तियन्नु हेच्चु विस्तार होंदिदे ।

ಕರಾವಳಿಯು ಮಂಗಳೂರು, ಉಡುಪಿ ಹಾಗೂ ಉತ್ತರಕನ್ನಡ ಜಿಲ್ಲೆಗಳನ್ನು ಒಳಗೊಂಡಿದೆ. ಮಲೆನಾಡು ಪಶ್ಚಿಮ ಘಟ್ಟದ ಶ್ರೇಣಿಯನ್ನು ಹಾಗೂ ಬಯಲುಸೀಮೆ ವ್ಯಾಪ್ತಿಯಲ್ಲಿ ಹೆಚ್ಚು ವಿಸ್ತಾರ ಹೊಂದಿದೆ.

देश कि विस्तीर्ण मे राज्य प्रतिशत 5.83 (1,91,976 च.कि.लोमीठर) व्याप्ति और जनसंख्या मे आठवा स्थान (6.13 करोड) मे है

राज्यवु देशद वट्टु विस्तिर्णदल्लि शे. 5.83 (1,91,976 च.कि.मि.) व्याप्ति होंदिद्दु, 7ने दोड्ड राज्यवागिदे । जनसंख्ये (6.13 कोटि) यल्लि 8ने दोड्ड राज्य ।

ರಾಜ್ಯವು ದೇಶದ ಒಟ್ಟು ವಿಸ್ತೀರ್ಣದಲ್ಲಿ ಶೇ. 5.83 (1,91,976 ಚ.ಕಿ.ಮೀ.) ವ್ಯಾಪ್ತಿ ಹೊಂದಿದ್ದು, 7ನೇ ದೊಡ್ಡ ರಾಜ್ಯವಾಗಿದೆ. ಜನಸಂಖ್ಯೆ (6.13 ಕೋಟಿ)ಯಲ್ಲಿ 8ನೇ ದೊಡ್ಡ ರಾಜ್ಯ.

राज्य मे दो नदि व्यवस्ता है । उत्तर दिशमे क्रष्णा भीम, घठप्रभा, मलप्रभा, वेदवति, तुंगभद्र) और पश्चिम दिश मे कावेरि (हेमावति, शिंषा, अर्कावति, कबिनि, लक्ष्म्णतीर्थ) नदि व्यवस्ता है ।

राज्यदल्लि एरडु नदि व्यवस्थे इदे। अवु कृष्ण (भीम, घटप्रभा, मलप्रभा, वेदवति, तुंगभद्रा) उत्तरदिक्किनल्लि हागू कावेरि (हेमावति, शिंषा, अर्कावति, कबिनि, लक्मणतीर्थ) पश्चिमदिकिनल्लिवे । एरडू बंगाळ कोल्लियन्न सेरुत्तवे ।

ರಾಜ್ಯದಲ್ಲಿ ಎರಡು ನದಿ ವ್ಯವಸ್ಥೆ ಇದೆ. ಅವು ಕೃಷ್ಣಾ (ಭೀಮ, ಘಟಪ್ರಭಾ, ಮಲಪ್ರಭಾ, ವೇದವತಿ, ತುಂಗಭದ್ರಾ) ಉತ್ತರದಿಕ್ಕಿನಲ್ಲಿ ಹಾಗೂ ಕಾವೇರಿ (ಹೇಮಾವತಿ, ಶಿಂಷಾ, ಅರ್ಕಾವತಿ, ಕಬಿನಿ, ಲಕ್ಷ್ಮಣತೀರ್ಥ) ಪಶ್ಚಿಮದಿಕ್ಕಿನಲ್ಲಿವೆ. ಎರಡೂ ಪೂರ್ವದಲ್ಲಿ ಬಂಗಾಳಕೊಲ್ಲಿಯನ್ನು ಸೇರುತ್ತವೆ.

नवेंबर 1, 1956 मे राज्य कि स्तापना हुआ । 1973 मे कर्नाटक नाम दिया गया ।

नवेंबर 1, 1956रल्लि राज्य स्थापनेयायितु । 1973रल्लि कर्नाटक एंदु नामकरण माडलायितु ।

ನವೆಂಬರ್ 1, 1956ರಲ್ಲಿ ರಾಜ್ಯ ಸ್ಥಾಪನೆಯಾಯಿತು. 1973ರಲ್ಲಿ ಕರ್ನಾಟಕ ಎಂದು ನಾಮಕರಣ ಮಾಡಲಾಯಿತು.

राज्य कि 8 दिश मे अरेबियन समुंदर, गोवा, महाराष्ट्, तेलंगाण, आंद्रप्रदेश, तमिळनाडु और केरळ राज्य है ।

राज्यद सुत्तमुत्त 8 दिक्किनल्लि अरेबियन् समुद्र, गोवा, महाराष्ट, तेलंगाण, आंध्रप्रदेश, तमिळुना हागू केरळ राज्यगळिवे ।

	ರಾಜ್ಯದ ಸುತ್ತಮುತ್ತ 8 ದಿಕ್ಕಿನಲ್ಲಿ ಅರೇಬಿಯನ್ ಸಮುದ್ರ ಗೋವಾ, ಮಹಾರಾಷ್ಟ್ರ, ತೆಲಂಗಾಣ, ಆಂಧ್ರಪ್ರದೇಶ, ತಮಿಳುನಾಡು ಹಾಗೂ ಕೇರಳ ರಾಜ್ಯಗಳಿವೆ.
बेंगळूर राज्य कि राजदानि है ।	बेंगळूरु कर्नाटकद राजधानि । ಬೆಂಗಳೂರು ಕರ್ನಾಟಕದ ರಾಜಧಾನಿ
उसको 'सिलिकान सिटि' केहते है । देश-विदेश कि ऍटि, ऍटिइस और बिपिवो कंपनि इदर रहते है	बेंगळूरन्नु 'सिलिकान् सिटि' एन्नलागुत्तदे । देश-विदेशद ऍटि, ऍटिएस् बिपिओ कचेरिगळु इल्लिवे । ಬೆಂಗಳೂರನ್ನು 'ಸಿಲಿಕಾನ್ ಸಿಟಿ' ಎನ್ನಲಾಗುತ್ತದೆ. ದೇಶ–ವಿದೇಶದ ಐಟಿ, ಐಟಿಇಎಸ್, ಬಿಪಿಒ ಕಚೇರಿಗಳು ಇವೆ.
राज्य मे ज्यादा प्रशिद्ध मंदिर, चर्च, मसजिद-दर्ग है	राज्यदल्लि हलवु सुप्रसिद्ध देवालयगळु, मसीदि, दर्गा, चर्चगळु इवे । ರಾಜ್ಯದಲ್ಲಿ ಹಲವು ಸುಪ್ರಸಿದ್ಧ ದೇವಾಲಯಗಳು, ಮಸೀದಿ, ದರ್ಗಾ, ಚರ್ಚ್‌ಗಳು ಇವೆ.
कर्नाटिक शंति चाहनेवालो के राज्य है ।	कर्नाटक शांति प्रियर राज्य । ಕರ್ನಾಟಕವು ಶಾಂತಿ ಪ್ರಿಯರ ರಾಜ್ಯ.
देश मे कर्नाटकको एक विशिष्ट स्थान भाप्त है ।	देशद भूपटदल्लि कर्नाटकक्के विशिष्ट स्थानविदे । ದೇಶದ ಭೂಪಟದಲ್ಲಿ ಕರ್ನಾಟಕಕ್ಕೆ ವಿಶಿಷ್ಟ ಸ್ಥಾನವಿದೆ.

16. जलपान गृह फलहारशाला ಉಪಾಹಾರ ಗೃಹ (Tiffin Centre)

भाई साब ! इसके आस पास कोई अच्छा जलपान गृह है क्या ?	यजमानरे, समीपदल्लि ओळ्ळेय होटेल् इदेया ? ಯಜಮಾನರೇ, ಸಮೀಪದಲ್ಲಿ ಒಳ್ಳೆಯ ಹೋಟೆಲ್ ಇದೆಯಾ ?
है साब ! सीधा जाकर के दाईं तरफ मुड़ियें ।	इदे. नेरवागि होगि एडगडे सिगलिदे । ಇದೆ. ನೇರವಾಗಿ ಹೋಗಿ ಎಡಗಡೆ ಸಿಗಲಿದೆ.
हम सब मिलकर एक अच्छे होटल में जायेंगे ।	नावेल्ल ओट्टागि ओळ्ळेय होटेल् ओंदक्के होगोण । ನಾವೆಲ್ಲ ಒಟ್ಟಾಗಿ ಒಳ್ಳೆಯ ಹೋಟೆಲ್ ಒಂದಕ್ಕೆ ಹೋಗೋಣ.
अभी नहीं थोड़ी देर के बाद देखेंगे ।	ईग बेड. स्वल्प होत्तिन नंतर नोडोण । ಈಗ ಬೇಡ, ಸ್ವಲ್ಪ ಹೊತ್ತಿನ ನಂತರ ನೋಡೋಣ.
नास्ता सबेरे करते हैं । दोपहर में नहीं ।	उपाहार बेळग्गे माडुत्तारे. मध्याह्न अल्ल । ಉಪಾಹಾರ ಬೆಳಗ್ಗೆ ಮಾಡುತ್ತಾರೆ. ಮಧ್ಯಾಹ್ನ ಅಲ್ಲ.
आप क्या लेंगे ?	नावु ऐनु तेगेदुकोळ्ळोण ? ನಾವು ಏನು ತೆಗೆದುಕೊಳ್ಳೋಣ ?
मुझे इडली, डोसा चाहिए ।	नमगे इल्डि, दोसे बेकु । ನಮಗೆ ಇಡ್ಲಿ, ದೋಸೆ ಬೇಕು.
साम्बर गरम है क्या ?	सांबारु बिसि इदेया ? ಸಾಂಬಾರು ಬಿಸಿ ಇದೆಯಾ ?
पहले पानी लाओ ।	मोदलु नीरु तंदुकोडु । ಮೊದಲು ನೀರು ತಂದುಕೊಡು.
यह मेज साफ करो ।	ई मेजु स्वच्छगोळिसु । ಈ ಮೇಜು ಸ್ವಚ್ಛಗೊಳಿಸು.

इधर काफी गंदगी है ।	ई जाग स्वच्छवागिल्ल । ಈ ಜಾಗ ಸ್ವಚ್ಛವಾಗಿಲ್ಲ.
उधर अच्छा है वहाँ बैठेंगे ।	एल्लि शुचियागिदेयो अल्लि कुळितुकोळ्ळोण । ಎಲ್ಲಿ ಶುಚಿಯಾಗಿದೆಯೋ ಅಲ್ಲಿ ಕುಳಿತುಕೊಳ್ಳೋಣ.
यहाँ पंखा है लेकिन नहीं घूमता. लाईट है, नहीं जलता हैं ।	इल्लि फ्यान् इदे. तिरुगुतिल्ल. दीप इदे, बेळगुत्तिल्ल । ಇಲ್ಲಿ ಫ್ಯಾನ್ ಇದೆ, ತಿರುಗುತ್ತಿಲ್ಲ. ದೀಪ ಇದೆ, ಬೆಳಗುತ್ತಿಲ್ಲ.
मुझे थोड़ा दूध चाहिए ।	ननगे स्वल्प हालु बेकु । ನನಗೆ ಸ್ವಲ್ಪ ಹಾಲು ಬೇಕು.
दूध पसंद है । मगर उसमें चीनी डालना पसंद नहीं है ।	हलु चेन्नागिदे. आदरे, अदरल्लि सक्करे हाकुवुदु सरियल्ल । ಹಾಲು ಚೆನ್ನಾಗಿದೆ. ಆದರೆ, ಅದರಲ್ಲಿ ಸಕ್ಕರೆ ಹಾಕುವುದು ಸರಿಯಲ್ಲ.
दोसा में प्याज डालना ।।	दोसेयल्लि ईरुळ्ळि हाकबेकु । ದೋಸೆಯಲ್ಲಿ ಈರುಳ್ಳಿ ಹಾಕಬೇಕು.
सबसे अच्छा मसाला दोसा है ।	एल्लक्किंत चेन्नागिरुव मसाले दोसे । ಎಲ್ಲಕ್ಕಿಂತ ಚೆನ್ನಾಗಿರುವ ಮಸಾಲೆ ದೋಸೆ.
यहाँ अच्छी चीजें मिलती है क्या ?	इल्लि ओळ्ळेय वस्तुगळु सिगुत्तवेये ? ಇಲ್ಲಿ ಒಳ್ಳೆಯ ವಸ್ತುಗಳು ಸಿಗುತ್ತವೆಯೇ ?
इधर एक बार खा लिया तो बस ।	इल्लि ओम्मे तिंदरे मुगियितु । ಇಲ್ಲಿ ಒಮ್ಮೆ ತಿಂದರೆ ಮುಗಿಯಿತು.
बार-बार इधर ही खाने को मन करता है ।	मत्ते मत्ते इल्लिगे बरबेकेंदु मनस्सागुत्तदे । ಮತ್ತೆ ಮತ್ತೆ ಇಲ್ಲಿಗೆ ಬರಬೇಕೆಂದು ಮನಸ್ಸಾಗುತ್ತದೆ.

17. होटेल् ಹೋಟೆಲ್ (Hotel)

मुझे भूख लग रही है ।	ननगे हसिवागुत्तिदे ।	ನನಗೆ ಹಸಿವಾಗುತ್ತಿದೆ.
इधर एक ही भोजनालय है ।	इल्लिरुवुदु ओंदे भोजनशाले ।	ಇಲ್ಲಿರುವುದು ಒಂದೇ ಭೋಜನಶಾಲೆ.
वहाँ पर खाना अच्छा है क्या ?	इल्लि ऊट चेन्नागिदेये ?	ಇಲ್ಲಿ ಊಟ ಚೆನ್ನಾಗಿದೆಯೇ ?
स्वाद अच्छा है ।	स्वाद चेन्नागिदे ।	ಸ್ವಾದ ಚೆನ್ನಾಗಿದೆ.
क्या चाहिए साब ?	निमगेनु बेकु ?	ನಿಮಗೇನು ಬೇಕು ?
मुझे मेनू की सूची चाहिए ।	ननगे मेनु बेकु ।	ನನಗೆ ಮೆನು ಬೇಕು.
मुझे साऊथ इंडियन खाना चाहिए ।	ननगे दक्षिण भारतद ऊट बेकु ?	ನನಗೆ ದಕ್ಷಿಣ ಭಾರತದ ಊಟ ಬೇಕು ?
आपको साऊथ इंडियन भोजन ज्यादा पसंद है क्या ?	निमगे दक्षिण भारतद ऊट तुंबा इष्टवे ?	ನಿಮಗೆ ದಕ್ಷಿಣ ಭಾರತದ ಊಟ ತುಂಬಾ ಇಷ್ಟವೇ ?
मुझे बहुत पसंद है ।	हौदु, तुंबा इष्ट ।	ಹೌದು, ತುಂಬಾ ಇಷ್ಟ
किसलिए उतना पसंद है आपको ?	अष्टोंदु इष्टवागलु कारणवेनु ?	ಅಷ್ಟೊಂದು ಇಷ್ಟವಾಗಲು ಕಾರಣವೇನು?
उस खाने में मुझे छः स्वाद मिलते है ।	आ ऊटदल्लि ननगे ६ स्वादगळु सिगुत्तवे ।	ಆ ಊಟದಲ್ಲಿ ನನಗೆ 6 ಸ್ವಾದಗಳು ಸಿಗುತ್ತವೆ.
मतलब ?	अंदरे	ಅಂದರೆ
जैसे चावल लीजिए वह फीका रहता है ।	यावुदे अन्न तेगेदुकोळ्ळि अदु चेन्नागिरुत्तदे ।	ಯಾವುದೇ ಅನ್ನ ತೆಗೆದುಕೊಳ್ಳಿ,ಅದು ಚೆನ್ನಾಗಿರುತ್ತದೆ.

उसमें तूर दाल, घी, अचार मिलाये तो स्वाद कैसा लगता है मालूम ?

अदरल्लि तोगरिबेळे, तुप्प, उप्पिनकायि बेरेसिदरे रुचि हेगिरुत्तदे गोत्ता ?

ಅದರಲ್ಲಿ ತೊಗರಿಬೇಳೆ, ತುಪ್ಪ, ಉಪ್ಪಿನಕಾಯಿ ಬೆರೆಸಿದರೆ ರುಚಿ ಹೇಗಿರುತ್ತದೆ ಗೊತ್ತಾ ?

नहीं बता सकता हूँ मैं ।

ननगे गोत्तिल्ल । ನನಗೆ ಗೊತ್ತಿಲ್ಲ.

तुम ही खाकर समझ लो ।

नीनु कूड तिंदु तिळिदुको ।

ನೀನು ಕೂಡ ತಿಂದು, ತಿಳಿದುಕೋ.

भोजन में गुझिया भी हैं ।

ऊटदल्लि कजिकायि कूड इदे ।

ಊಟದಲ್ಲಿ ಕರ್ಜಿಕಾಯಿ ಕೂಡ ಇದೆ.

खाली गुझिया नहीं साब, पूड़ी, छोंका बात, सूखी सब्जी भी देंगे ।

कर्जिकायि मात्रवल्ल, पूरि, पुदीनाबात्, तरकारि पल्य कूडा कोडुत्तेवे ।

ಕರ್ಜಿಕಾಯಿ ಮಾತ್ರವಲ್ಲ, ಪೂರಿ, ಪುದೀನಾಬಾತ್ ತರಕಾರಿ ಪಲ್ಯ ಕೂಡಾ ಕೊಡುತ್ತೇವೆ.

धन्यवाद भाई, मुझे अच्छा खाना खिलाया ।

धन्यवाद. ननगे ओळ्ळेय ऊट कोट्टे ।

ಧನ್ಯವಾದ. ನನಗೆ ಒಳ್ಳೆಯ ಊಟ ಕೊಟ್ಟೆ.

मैं कितना बख्शीस दूँ ?

नानु एष्टु टिप्स कोडलि ?

ನಾನು ಎಷ್ಟು ಟಿಪ್ಸ್ ಕೊಡಲಿ ?

वह आपकी मर्जी है साब !

अदु निमगे बिट्टद्दु ।

ಅದು ನಿಮಗೆ ಬಿಟ್ಟದ್ದು.

इधर सेवा थोड़ी सुस्त / धीमी है ।

इल्लि सर्वीस् स्वल्प निधान ।

ಇಲ್ಲಿ ಸರ್ವೀಸ್ ಸ್ವಲ್ಪ ನಿಧಾನ.

18. डाकघर तपाला कार्यालय ಅಂಚೆ ಕಚೇರಿ (Post Office)

डाकघर कहाँ है ?	अंचे कचेरि एल्लिदे ? ಅಂಚೆ ಕಚೇರಿ ಎಲ್ಲಿದೆ ?
थोड़ा सीधा जा के बाईं तरफ पलटे तो एक चढ़ाई आती है।	स्वल्प मुंदे होगि बलक्के तिरुगिदरे एत्तरद प्रदेश बरुत्तदे। ಸ್ವಲ್ಪ ಮುಂದೆ ಹೋಗಿ ಬಲಕ್ಕೆ ತಿರುಗಿದರೆ ಎತ್ತರದ ಪ್ರದೇಶ ಬರುತ್ತದೆ.
वह चढ़कर दाईं ओर देखे तो लाल बोर्ड पर सफेद अक्षरों में लिखा दिखता है।	अदन्नु हत्ति एडक्के तिरुगिदरे बिळि अक्षरदिंद बरेद केंपु फलक सिगुत्तदे। ಅದನ್ನು ಹತ್ತಿ ಎಡಕ್ಕೆ ತಿರುಗಿದರೆ ಬಿಳಿ ಅಕ್ಷರದಿಂದ ಬರೆದ ಕೆಂಪು ಫಲಕ ಸಿಗುತ್ತದೆ.
मैं इस चिट्ठी को जल्दी से भेजना चाहता हूँ।	नानु ई पत्रवन्नु बेग कळिसबेकु। ನಾನು ಈ ಪತ್ರವನ್ನು ಬೇಗ ಕಳಿಸಬೇಕು.
स्पीड पोस्ट में भेजिए।	स्पीट् पोसस्टनल्लि कळिसि। ಸ್ಪೀಡ್‌ಪೋಸ್ಟ್‌ನಲ್ಲಿ ಕಳಿಸಿ.
लिफाफे पर कितने का डाक टिकट चिपकाना है साब?	कवर् मेले एष्टु मौल्यद अंचेचीटि अंटिसबेकु ? ಕವರ್ ಮೇಲೆ ಎಷ್ಟು ಮೌಲ್ಯದ ಅಂಚೆಚೀಟಿ ಅಂಟಿಸಬೇಕು?
टिकट चिपकाने की जरूरत नहीं है।	अदक्के स्टांप् अंटिसुव अगत्यविल्ल ಅದಕ್ಕೆ ಸ್ಟ್ಯಾಂಪ್ ಅಂಟಿಸುವ ಅಗತ್ಯವಿಲ್ಲ.
कृपया, आप इस लिफाफे को तौलते हैं क्या ?	नीवु ई कवर्न्नु तूक माडुविरा ? ನೀವು ಈ ಕವರ್‌ನ್ನು ತೂಕ ಮಾಡುವಿರಾ ?
इसके भार के (वजन के) अनुसार आप इसके उपर अस्सी रूपये का टिकट चिपकाइये।	तूकक्के अनुगुणवागि नीवु ८० रू.न अंचेचिटि अंटिसबेकु। ತೂಕಕ್ಕೆ ಅನುಗುಣವಾಗಿ ನೀವು 80 ರೂ.ನ ಅಂಚೆಚೀಟಿ ಅಂಟಿಸಬೇಕು.

पत्र जल्दी पहुँचने के लिए पिनकोड नंबर सही लिखना जरूरी है ।	पत्र बेग तलुपबेक्ंदरे पिन्कोड् संख्येयन्नु सरियागि बरेयबेकु । ಪತ್ರ ಬೇಗ ತಲುಪಬೇಕೆಂದರೆ ಪಿನ್‌ಕೋಡ್ ಸಂಖ್ಯೆಯನ್ನು ಸರಿಯಾಗಿ ಬರೆಯಬೇಕು.
बुक पोस्ट लिफाफा है तो बन्द नहीं करना ।	बुक्पोस्ट लकोटेगळन्नु अंटिसबारदु । ಬುಕ್‌ಪೋಸ್ಟ್ ಲಕೋಟೆಗಳನ್ನು ಅಂಟಿಸಬಾರದು.
मनीआर्डर कब तक लेते हैं ?	मनियाडर एष्टु गंटेवरेगे तेगेदुकोळ्ळुत्तीरि ? ಮನಿಯಾರ್ಡರ್ ಎಷ್ಟು ಗಂಟೆವರೆಗೆ ತೆಗೆದುಕೊಳ್ಳುತ್ತೀರಿ?
तीन बजे तक स्वीकार करते हैं ।	मूरु गंटेवरेगे तेगेदुकोळ्ळुत्तेवे । ಮೂರು ಗಂಟೆವರೆಗೆ ತೆಗೆದುಕೊಳ್ಳುತ್ತೇವೆ.
हजार रुपये भेजने के लिये कितना शुल्क है ?	साविर रू. कळिसलु एष्टु शुल्क ? ಸಾವಿರ ರೂ. ಕಳಿಸಲು ಎಷ್ಟು ಶುಲ್ಕ ?
पचास रुपये है ।	५० रूपायि । 50 ರೂಪಾಯಿ.
मनीआर्डर पत्र कैसे भरना हैं साब ?	मनियार्डर् फारं हेगे तुंबबेकु ? ಮನಿಯಾರ್ಡರ್‌ಫಾರಂ ಹೇಗೆ ತುಂಬಬೇಕು ?
उसे कैसा भरना है उसमें उसे तीन भाषाओं में लिखा है	मनियार्डर् फारं हेगे तुंबबेकेंदु मूरु भाषेगळल्लि तिळिसलागिदे । ಮನಿಯಾರ್ಡರ್ ಫಾರಂ ಹೇಗೆ ತುಂಬಬೇಕೆಂದು ಮೂರು ಭಾಷೆಗಳಲ್ಲಿ ತಿಳಿಸಲಾಗಿದೆ.
पोस्ट कब निकालते है ?	पोस्ट यावाग तेगेयुत्तारे ? ಪೋಸ್ಟ್ ಯಾವಾಗ ತೆಗೆಯುತ್ತಾರೆ ?
अबका पोस्ट तो निकाल दिया ।	इंदु पोस्ट तेगेदागिदे । ಇಂದು ಪೋಸ್ಟ್ ತೆಗೆದಾಗಿದೆ.

अगला तो दोपहर में चार बजे निकलता है ।	मध्याह्न ४ गंटेगे मत्तोम्मे तेगेयलागुत्तदे । ಮಧ್ಯಾಹ್ನ 4 ಗಂಟೆಗೆ ಮತ್ತೊಮ್ಮೆ ತೆಗೆಯಲಾಗುತ್ತದೆ.
आज चिट्ठियों का वितरण करते हैं क्या ?	इंदु पत्रगळ वितरणे माडुत्तीरा ? ಇಂದು ಪತ್ರಗಳ ವಿತರಣೆ ಮಾಡುತ್ತೀರಾ ?
क्यों नहीं करते ? जरूर करते है ।	याके माडुवुदिल्ल ? खंडित माडुत्तेवे । ಯಾಕೆ ಮಾಡುವುದಿಲ್ಲ ? ಖಂಡಿತ ಮಾಡುತ್ತೇವೆ.

19. रैल्वे स्टेषन् / ರೈಲ್ವೆ ಸ್ಟೇಷನ್ (Railway Station)

आज मैं राजमन्द्री जाना चाहता हूँ ।	नानु इंदु राजमंड्रिगे होगलु इच्छिसिद्देने । ನಾನು ಇಂದು ರಾಜಮಂಡ್ರಿಗೆ ಹೋಗಲು ಇಚ್ಛಿಸಿದ್ದೇನೆ.
कैसा जाना चाहते हैं ? रेल से या बस से ?	हेगे होगुवे ? रैलु अथवा बसनल्लि ? ಹೇಗೆ ಹೋಗುವೆ? ರೈಲು ಅಥವಾ ಬಸ್‌ನಲ್ಲಿ ?
रेल द्वारा तो नौ घंटे में आराम से जा सकते है ।	रैलिनल्लादरे ९ गंटेयल्लि आरामवागि होगबहुदु । ರೈಲಿನಲ್ಲಾದರೆ 9 ಗಂಟೆಯಲ್ಲಿ ಆರಾಮವಾಗಿ ಹೋಗಬಹುದು.
आप आरक्षण करा लिये हैं क्या ?	नीवु रिसर्वेषन् माडिसिद्दीरा । ನೀವು ರಿಸರ್ವೇಷನ್ ಮಾಡಿಸಿದ್ದೀರಾ ?
हाँ ! हो गया ।	हौदु । आगिदे । ಹೌದು. ಆಗಿದೆ.
खिड़की के पास सीट मिली है ।	किटकि पक्कद सीटु सिक्किदे । ಕಿಟಕಿ ಪಕ್ಕದ ಸೀಟು ಸಿಕ್ಕಿದೆ.
आप आपके सीट में बैठे या दूसरों के सीट पर बैठे हैं देख लिजिए ।	नीवु निम्म सीट्नल्लि कुळितिद्दीरो, बेरेयवर सिटनल्लि कुळितिद्दीरो, सरियागि नोडि । ನೀವು ನಿಮ್ಮ ಸೀಟ್‌ನಲ್ಲಿ ಕುಳಿತಿದ್ದೀರೋ, ಬೇರೆಯವರ ಸೀಟ್‌ನಲ್ಲಿ ಕುಳಿತಿದ್ದೀರೋ, ಸರಿಯಾಗಿ ನೋಡಿ.

मैं सब देखकर बैठा हूँ ।	नानु एल्लवन्नू नोडियॆ कुळितिद्दॆने । ನಾನು ಎಲ್ಲವನ್ನೂ ನೋಡಿಯೇ ಕುಳಿತಿದ್ದೇನೆ.
वह खिडकी बंद कर लो नहीं तो कचरा अंदर आ जायेगा है ।	आ किटकियन्नु मुच्चि । इल्लवादरे कस ओळगे बरुत्तदे । ಆ ಕಿಟಕಿಯನ್ನು ಮುಚ್ಚಿ, ಇಲ್ಲವಾದರೆ ಕಸ ಒಳಗೆ ಬರುತ್ತದೆ.
खाने का डिब्बा किस तरफ है ?	अडुगे व्यागन् एल्लिदे ? ಅಡುಗೆ ವ್ಯಾಗನ್ ಎಲ್ಲಿದೆ ?
वह उस तरफ है ।	आ कडे इदे । ಆ ಕಡೆ ಇದೆ.
मैं कल रात की गाड़ी से मुंबई जाऊँगा ।	नानु नाळे रात्रीय गाडियल्लि मुंबैगे होगुत्तेने । ನಾನು ನಾಳೆ ರಾತ್ರಿಯ ಗಾಡಿಯಲ್ಲಿ ಮುಂಬೈಗೆ ಹೋಗುತ್ತೇನೆ.
मुंबई को एक ही गाड़ी जाती है क्या ?	मुंबयिगे इरुवुदु ओंदे गाडि अल्लवे ? ಮುಂಬಯಿಗೆ ಇರುವುದು ಒಂದೇ ಗಾಡಿ ಅಲ್ಲವೇ?
एक ही गाड़ी जाती है ।	हौदु । ओंदु गाडि मात्रविदे । ಹೌದು. ಒಂದು ಗಾಡಿ ಮಾತ್ರವಿದೆ.
है, तो कोई बात नहीं ।	हागादरे पर्वागिल्ल । ಹಾಗಾದರೆ ಪರ್ವಾಗಿಲ್ಲ.
नहीं तो बीच में गाड़ी बदलना पड़ेगा ।	ल्लिवादरे मध्यदल्लि गाडि बदलिसबेकागुत्तदे । ಇಲ್ಲವಾದರೆ ಮಧ್ಯದಲ್ಲಿ ಗಾಡಿ ಬದಲಿಸಬೇಕಾಗುತ್ತದೆ.
मैं आपके साथ स्टेशन को जाऊँगा ।	नानु निम्म जते निल्दाणक्के बरुत्तेन् । ನಾನು ನಿಮ್ಮ ಜತೆ ನಿಲ್ದಾಣಕ್ಕೆ ಬರುತ್ತೇನೆ.
ऐसा है तो तुम जल्दी तैयार हो जाना ।	हागिद्दरे, नीनु बेग सिद्धनागु । ಹಾಗಿದ್ದರೆ, ನೀನು ಬೇಗ ಸಿದ್ಧವಾಗು.
वे लोग गाड़ी नहीं पकड़ सके ।	आ जनरिगे गाडि हिडियलु आगलिल्ल । ಆ ಜನರಿಗೆ ಗಾಡಿ ಹಿಡಿಯಲು ಆಗಲಿಲ್ಲ.

आज गाड़ी बहुत देर से आ रही है ।	इंदु गाडि बहळ तडवागि बंदिदे । ಇಂದು ಗಾಡಿ ಬಹಳ ತಡವಾಗಿ ಬಂದಿದೆ.
खाने के लिए गाड़ी से उतरने की जरूरत नहीं है ।	ऊट-तिंडिगागि गाडियिंद इळियबेकागिल्ल । ಊಟ-ತಿಂಡಿಗಾಗಿ ಗಾಡಿಯಿಂದ ಇಳಿಯಬೇಕಾಗಿಲ್ಲ.
खाना गाड़ी में ही मिलता है ।	ऊट गाडियल्ले सिगुत्तदे । ಊಟ ಗಾಡಿಯಲ್ಲೇ ಸಿಗುತ್ತದೆ.
खाना अच्छा मिले तो कितनी भी दूर हो कोई बात नहीं मैं आसानी से सफर कर सकता हूँ ।	ऊट-तिंडि चेन्नागिरुवुदु सिक्कल्लि नानु एष्टु दूरद प्रयाणवादरू आरामवागि होगुत्तेने । ಊಟ-ತಿಂಡಿ ಚೆನ್ನಾಗಿರುವುದು ಸಿಕ್ಕಲ್ಲಿ ನಾನು ಎಷ್ಟು ದೂರದ ಪ್ರಯಾಣವಾದರೂ ಆರಾಮವಾಗಿ ಹೋಗುತ್ತೇನೆ.

20. आटगळु ಆಟಗಳು (Sports)

आप कौन सा खेल खेलते है ?	नीवु याव आट आडुत्तिरि ? ನೀವು ಯಾವ ಆಟ ಆಡುತ್ತೀರಿ ?
मैं शतरंज खेलता हूँ ?	नानु चेस् आडुत्तेने । ನಾನು ಚೆಸ್ ಆಡುತ್ತೇನೆ.
आपको कौन सा खेल पसंद है ।	निमगे याव आट इष्ट ? ನಿಮಗೆ ಯಾವ ಆಟ ಇಷ್ಟ ?
मैं पतंग उड़ा सकता हूँ ।	नानु गाळिपट हारिसबल्ले । ನಾನು ಗಾಳಿಪಟ ಹಾರಿಸಬಲ್ಲೆ.
वे लोग किस खेल के कुशल खिलाडी हैं ?	अवरेल्ल याव आटदल्लि कुशलरु । ಅವರೆಲ್ಲ ಯಾವ ಆಟದಲ್ಲಿ ಕುಶಲರು ?

वे लोग कबड्डी अच्छा खेलते हैं ।	अवरु कबड्डि चेन्नागि आडुत्तारे । ಅವರು ಕಬಡ್ಡಿ ಚೆನ್ನಾಗಿ ಆಡುತ್ತಾರೆ.
आजकल क्रिकेट को अधिक प्रोत्साहन मिल रहा है ।	ईग क्रिकेटगे हेच्चु प्रौत्साह सिगुत्तिदे । ಈಗ ಕ್ರಿಕೆಟ್‌ಗೆ ಹೆಚ್ಚು ಪ್ರೋತ್ಸಾಹ ಸಿಗುತ್ತಿದೆ.
आज या कल नहीं, हमेशा उसको प्रोत्साहन मिलता है. आपको नहीं मालूम ?	ईग मत्तु हिंदे मात्रवल्ल यावागलू क्रिकेटगे प्रौत्साह सिगुत्तदे । इदु निमगे गोत्तिल्लवे ? ಈಗ ಮತ್ತು ಹಿಂದೆ ಮಾತ್ರವಲ್ಲ, ಯಾವಾಗಲೂ ಕ್ರಿಕೆಟ್‌ಗೆ ಪ್ರೋತ್ಸಾಹ ಸಿಗುತ್ತದೆ. ಇದು ನಿಮಗೆ ಗೊತ್ತಿಲ್ಲವೇ?
आप जो बोल रहे हैं वह सच है ।	नीवु हेळुत्तिरुवुदु सत्य । ನೀವು ಹೇಳುತ್ತಿರುವುದು ಸತ್ಯ.
क्रिकेट के अलावा कोई दूसरा खेल नहीं है क्या ?	क्रिकेट होरतुपडिसि बेरे आट इल्लवेनु ? ಕ್ರಿಕೆಟ್ ಹೊರತುಪಡಿಸಿ ಬೇರೆ ಆಟ ಇಲ್ಲವೇನು ?
मुझे ऊँची कूद पसंद है ।	ननगे नेगेत इष्ट । ನನಗೆ ನೆಗೆತ ಇಷ್ಟ
तुम उसमें अच्छा कर सकते हो ?	नीवु चेन्नागि आडबल्लिरा ? ನೀವು ಚೆನ್ನಾಗಿ ಆಡಬಲ್ಲಿರಾ ?
नहीं ! नहीं ! मैं अच्छा देख सकता हूँ ।	इल्ल, इल्ल, नानु चेन्नागि नोडुत्तेने । ಇಲ್ಲ, ಇಲ್ಲ, ನಾನು ಚೆನ್ನಾಗಿ ನೋಡುತ್ತೇನೆ.
वह कौन है आपको मालूम है ?	आत यारु गोत्ते ? ಆತ ಯಾರು ಗೊತ್ತೆ ?
मालूम है । तेज धावक है ।	गोत्तिदे. वेगद आटगार । ಗೊತ್ತಿದೆ. ವೇಗದ ಓಟಗಾರ.
आपके कालेज में रोजाना खेलने के लिए पीरियड है क्या ?	निम्म कालेजिनल्लि आटवाडलु पीरियड् इदेये ? ನಿಮ್ಮ ಕಾಲೇಜಿನಲ್ಲಿ ಆಟವಾಡಲು ಪೀರಿಯಡ್ ಇದೆಯೇ ?

189

जी हाँ ! हर रोज हम चार बजे मैदान में जाते हैं ।	इदे । प्रतिदिन ४ गंटेगे मैदानक्के होगुत्तेवे । ಇದೆ. ಪ್ರತಿದಿನ 4 ಗಂಟೆಗೆ ಮೈದಾನಕ್ಕೆ ಹೋಗುತ್ತೇವೆ.
आप लोग उधर कौन-कौन से खेल खेलते हैं ?	नीवु अल्लि याव याव आट आडुविरि ? ನೀವು ಅಲ್ಲಿ ಯಾವ ಯಾವ ಆಟ ಆಡುವಿರಿ ?
आप नहीं हँसोगे तो मैं बोलूं ।	नीवु नगुवुदिल्ल एंदरे हेळुत्तेने । ನೀವು ನಗುವುದಿಲ್ಲ ಎಂದರೆ ಹೇಳುತ್ತೇನೆ.
मैं नहीं हँसूगा बोलो ।	नानु नगुवुदिल्ल. हेळि ನಾನು ನಗುವುದಿಲ್ಲ. ಹೇಳಿ.
वहाँ हम कंचे भी खेलते हैं ।	नावु अल्लि गोलिआट कूड आडुत्तेवे । ನಾವು ಅಲ್ಲಿ ಗೋಲಿಆಟ ಕೂಡ ಆಡುತ್ತೇವೆ.
उसको तैरना पसंद है ।	अवनिगे ईजुवुदु इष्ट । ಅವನಿಗೆ ಈಜುವುದು ಇಷ್ಟ
लेकिन पानी नहीं है ।	आदरे, नीरु इल्ल । ಆದರೆ, ನೀರು ಇಲ್ಲ.
खेलों में कौन हारेगा, कौन जीतेगा किसी को भी मालूम नहीं है ।	आटदल्लि यारु गेल्लुत्तारे, यारु सोलुत्तारे एंबुदु यारिगू गोत्तिरुवुदिल्ल । ಆಟದಲ್ಲಿ ಯಾರು ಗೆಲ್ಲುತ್ತಾರೆ, ಯಾರು ಸೋಲುತ್ತಾರೆ ಎಂಬುದು ಯಾರಿಗೂ ಗೊತ್ತಿರುವುದಿಲ್ಲ.
एक चीज तो पक्की है कि खिलाडियों का स्वास्थ्य अच्छा रहता है ।	ओंदंतू निज. क्रिडाळुगळ आरोग्य उत्तमवागिरुत्तदे । ಒಂದಂತೂ ನಿಜ. ಕ್ರೀಡಾಳುಗಳ ಆರೋಗ್ಯ ಉತ್ತಮವಾಗಿರುತ್ತದೆ.

21. स्वास्थ्य आरोग्य ಆರೋಗ್ಯ (Health)

आप कैसे हैं ?	नीवु हेगिद्दिरि ?	ನೀವು ಹೇಗಿದ್ದೀರಿ ?
ठीक नहीं हूँ।	सरियागिल्ल।	ಸರಿಯಾಗಿಲ್ಲ.
क्या हुआ ?	एनायितु ?	ಏನಾಯಿತು ?
आखिर मुझे पेट में दर्द हो रहा है।	नन्न होट्टे नोयुत्तिदे।	ನನ್ನ ಹೊಟ್ಟೆ ನೋಯುತ್ತಿದೆ.
क्यों हो रहा है ?	एतक्के ?	ಏತಕ್ಕೆ ?
वह मालूम होता तो इतनी परेशानी क्यों होती ?	ऐकेंदु गोत्तिद्दरे इष्टेके ओद्दाडबेकित्तु ?	ಏಕೆಂದು ಗೊತ್ತಿದ್ದರೆ ಇಷ್ಟೇಕೆ ಒದ್ದಾಡಬೇಕಿತ್ತು ?
बार-बार आ रही तो पेट में कुछ गड़बड़ जैसा मालूम पड़ता है।	आगाग बरुत्तिद्दु, होट्टेयल्लि किरिकिरि मामूलि आगुत्तिदे।	ಆಗಾಗ ಬರುತ್ತಿದ್ದು, ಹೊಟ್ಟೆಯಲ್ಲಿ ಕಿರಿಕಿರಿ ಮಾಮೂಲಿ ಆಗುತ್ತಿದೆ.
इसके पहले तो आप अच्छे थे।	इदक्के मोदलु नीवु आरोग्यवागि इद्दिरि।	ಇದಕ್ಕೆ ಮೊದಲು ನೀವು ಆರೋಗ್ಯವಾಗಿ ಇದ್ದಿರಿ.
मुझे एक धंधे में (व्यापार में) नुकसान हुआ है।	ननगे व्यापारदल्लि नष्ट उंटायितु।	ನನಗೆ ವ್ಯಾಪಾರದಲ್ಲಿ ನಷ್ಟ ಉಂಟಾಯಿತು.
उस घबराहट में समय कुछ नहीं खाया।	ई गडिबिडियल्लि केलवु दि सरियागि ऊट माडलिल्ल।	ಈ ಗಡಿಬಿಡಿಯಲ್ಲಿ ಕೆಲವು ದಿನ ಸರಿಯಾಗಿ ಊಟ ಮಾಡಲಿಲ್ಲ.
कौन सी दवा ली है ?	याव औषध तेगेदुकोंडिरि ?	ಯಾವ ಔಷಧ ತೆಗೆದುಕೊಂಡಿರಿ ?
कई दवाइयाँ ली है।	अनेक औषध तेगेदुकोंडिद्दिने।	ಅನೇಕ ಔಷಧ ತೆಗೆದುಕೊಂಡಿದ್ದೇನೆ.
आपके बच्चे कैसे हैं ?	निम्म मक्कळु हेगिद्दारे ?	ನಿಮ್ಮ ಮಕ್ಕಳು ಹೇಗಿದ್ದಾರೆ ?

छोटे बच्चे को सिर मे दर्द, बड़े बच्चे को खाँसी है	सणवनिगे तलेनोवु, दोड्डवनिगे केम्मु ಸಣ್ಣವನಿಗೆ ತಲೆನೋವು, ದೊಡ್ಡವನಿಗೆ ಕೆಮ್ಮು
इसका मतलब क्या है मालूम ?	इदर अर्थ एनु एंदु गोत्ते ? ಇದರ ಅರ್ಥ ಏನು ಎಂದು ಗೊತ್ತೆ ?
आप लोग स्वास्थ्य के नियमों का पालन नहीं कर रहे हैं ।	नीवु आरोग्य नियमगळन्नु पालिसुत्तिल्ल । ನೀವು ಆರೋಗ್ಯ ನಿಯಮಗಳನ್ನು ಪಾಲಿಸುತ್ತಿಲ್ಲ.
क्या करें ?	एनु माडबेकु ? ಏನು ಮಾಡಬೇಕು ?
हर दिन सुबह में एक डेढ़ लीटर पानी पीजिए ?	प्रतिदिन बेळग्गे ओंदूवरे लीटर् नीरु कुडियिरि । ಪ್ರತಿದಿನ ಬೆಳಗ್ಗೆ ಒಂದೂವರೆ ಲೀಟರ್ ನೀರು ಕುಡಿಯಿರಿ.
सुबह में पानी पीयें तो मुझे चक्कर आते हैं ।	बेळग्गे नीरु कुडिदरे नन्न तले तिरुगुत्तदे । ಬೆಳಗ್ಗೆ ನೀರು ಕುಡಿದರೆ ನನ್ನ ತಲೆ ತಿರುಗುತ್ತದೆ.
आप सीगरेट पीते हैं क्या ?	नीवु सिगरेटु सेदुविरा ? ನೀವು ಸಿಗರೇಟು ಸೇದುವಿರಾ ?
तुम कुछ गोलियाँ देते हो क्या ?	नीवु यावुदादरू मात्रे कोडुविरा ? ನೀವು ಯಾವುದಾದರೂ ಮಾತ್ರೆ ಕೊಡುವಿರಾ?
मैं तो नहीं देता हूँ मगर वे देते है ।	नानु कोडुवुदिल्ल, अवरु कोडुत्तारे । ನಾನು ಕೊಡುವುದಿಲ್ಲ, ಅವರು ಕೊಡುತ್ತಾರೆ.
स्वास्थ्य ही सब कुछ है । वह बात सबसे महत्वपूर्ण है ।	एल्लक्किंत आरोग्य मुख्यवादुदु । ಎಲ್ಲಕ್ಕಿಂತ ಆರೋಗ್ಯ ಮುಖ್ಯವಾದುದು. ಅದು ಅತ್ಯಂತ ಮಹತ್ವಪೂರ್ಣ.

22. हकीम वैद्य ವೈದ್ಯ (Doctor)

यहाँ बैठिये ।	इल्लि कुळितुकोळ्ळि । ಇಲ್ಲಿ ಕುಳಿತುಕೊಳ್ಳಿ.
समस्या क्या है ?	समस्ये ऐनु ? ಸಮಸ್ಯೆ ಏನು ?
श्वांस लेते समय दर्द हो रहा है ।	उसिरु एळेदुकोळ्ळुवाग नोवागुत्तदे । ಉಸಿರು ಎಳೆದುಕೊಳ್ಳುವಾಗ ನೋವಾಗುತ್ತದೆ.
श्वांस लीजिए ।	श्वास एळेदुकोळ्ळि । ಶ್ವಾಸ ಎಳೆದುಕೊಳ್ಳಿ.
यह समस्या कब से है ?	ई समस्ये यावागिनिंद इदे ? ಈ ಸಮಸ್ಯೆ ಯಾವಾಗಿನಿಂದ ಇದೆ ?
सात महीने से ।	ऐळु तिंगळिनिंद । ಏಳು ತಿಂಗಳಿನಿಂದ.
और क्या समस्या है आपको ?	मत्तेनु समस्ये इदे ? ಮತ್ತೇನು ಸಮಸ್ಯೆ ಇದೆ?
भूख नहीं लग रही है ।	हसिवु आगुवुदिल्ल । ಹಸಿವು ಆಗುವುದಿಲ್ಲ.
कुछ भी करने को मन नहीं करता है ।	याव केलस माडलू उत्साहविल्ल । ಯಾವ ಕೆಲಸ ಮಾಡಲೂ ಉತ್ಸಾಹವಿಲ್ಲ.
एक सवाल पूछा तो सौ जवाब दे दिया ।	ओंदु प्रश्ने केळिदरे नूरु उत्तर कोट्टिरुवे । ಒಂದು ಪ್ರಶ್ನೆ ಕೇಳಿದರೆ ನೂರು ಉತ್ತರ ಕೊಟ್ಟಿರುವೆ.
क्या करें साब ? समस्याओं से तो मैं जूझ ही रहा हूँ ।	ऐनु माडलि हेळि ? समस्येगळोंदिगे होराडुतिद्देने । ಏನು ಮಾಡಲಿ ಹೇಳಿ? ಸಮಸ್ಯೆಗಳೊಂದಿಗೆ ಹೋರಾಡುತ್ತಿದ್ದೇನೆ.
सबसे पहला और सबसे बड़ी दवा क्या है मालूम, आप बातें कम करना ।	एल्लकिंत मोदलिन हागू दोड्ड औषध यावुदु गोत्ते ? नीवु मातु कडिमे माडबेकु । ಎಲ್ಲಕ್ಕಿಂತ ಮೊದಲಿನ ಹಾಗೂ ದೊಡ್ಡ ಔಷಧ ಯಾವುದು ಗೊತ್ತೇ? ನೀವು ಮಾತು ಕಡಿಮೆ ಮಾಡಬೇಕು.

आहार के बारे में जागरूक रहिये ।	आहारद बग्गे जागरूकते वहिसि । ಆಹಾರದ ಬಗ್ಗೆ ಜಾಗರೂಕತೆ ವಹಿಸಿ.
थोड़े दिनों तक दो बार ही खाना खाईए ।	केलवु दिनगळवरेगे एरडु होत्तु मात्र ऊट माडि । ಕೆಲವು ದಿನಗಳವರೆಗೆ ಎರಡು ಹೊತ್ತು ಮಾತ್ರ ಊಟ ಮಾಡಿ.
घबराइए मत ।	हेदरबेडि । ಹೆದರಬೇಡಿ.
उपवास की आवश्यकता नहीं है ।	उपवासद अवश्यकते इल्ल । ಉಪವಾಸದ ಅವಶ್ಯಕತೆ ಇಲ್ಲ.
मैं गोलियाँ दे रहा हूँ ।	नानु मात्रे कोडुतिहेने । ನಾನು ಮಾತ್ರೆ ಕೊಡುತ್ತಿದ್ದೇನೆ.
आप उनको समय पर मैं जैसा बोलूं वैसे लीजिए ।	इवन्नु हेळिद समयक्के सरियागि तेगेदुकोळ्ळि । ಇವನ್ನು ಹೇಳಿದ ಸಮಯಕ್ಕೆ ಸರಿಯಾಗಿ ತೆಗೆದುಕೊಳ್ಳಿ.
आपको जुकाम तो नहीं है ना ?	निमगे नेगडि इल्ल ताने ? ನಿಮಗೆ ನೆಗಡಿ ಇಲ್ಲ ತಾನೇ ?
हर दिन सुबह में व्यायाम भी शुरू किजिये ।	प्रतिदि बेळग्गे व्यायाम शुरुमाडि । ಪ್ರತಿದಿನ ಬೆಳಗ್ಗೆ ವ್ಯಾಯಾಮ ಶುರುಮಾಡಿ.
धन्यवाद हकीम साब !	धन्यवाद, डाक्टर । ಧನ್ಯವಾದ, ಡಾಕ್ಟರ್.

23. मनोरंजन / मनोरंजने / ಮನರಂಜನೆ (Entertainment)

आजकल कई लोग मनोरंजन के लिए बहुत खर्च कर रहे है ।	इंदु मनोरंजन्गागि जन हेच्चु हण खर्चु माडुत्तिद्दारे । ಇಂದು ಮನೋರಂಜನೆಗಾಗಿ ಜನ ಹೆಚ್ಚು ಹಣ ಖರ್ಚು ಮಾಡುತ್ತಿದ್ದಾರೆ.
इस यांत्रिक जीवन में सब को ज्यादा तनाव हो रहा है ।	यांत्रिक जीवनदिंद एल्लरू हेच्चु ओत्तडक्के सिलुकिद्दारे । ಯಾಂತ್ರಿಕ ಜೀವನದಿಂದ ಎಲ್ಲರೂ ಹೆಚ್ಚು ಒತ್ತಡಕ್ಕೆ ಸಿಲುಕಿದ್ದಾರೆ.

हर एक आदमी सुख से जीना चाहता है । | एल्लरू सुखवागि जीविसलु बयसुत्तारे ।
ಎಲ್ಲರೂ ಸುಖವಾಗಿ ಜೀವಿಸಲು ಬಯಸುತ್ತಾರೆ.

मगर सोचने और सुख की को कोई रिश्तेदारी नहीं रहती है । | आदरे आलोचने मत्तु सुखद नडुवे संबंधविल्ल ।
ಆದರೆ ಆಲೋಚನೆ ಮತ್ತು ಸುಖದ ನಡುವೆ ಸಂಬಂಧವಿಲ್ಲ.

इसलिये मनोरंजन के पीछे भागते है । | इदक्कागि मनरंजने हिंदे धाविसुत्तारे ।
ಇದಕ್ಕಾಗಿ ಮನರಂಜನೆ ಹಿಂದೆ ಧಾವಿಸುತ್ತಾರೆ.

कुछ लोगों को संगीत पसंद है । | केलवरिगे संगीत इष्टवागुत्तदे ।
ಕೆಲವರಿಗೆ ಸಂಗೀತ ಇಷ್ಟವಾಗುತ್ತದೆ.

और कुछ लोगों को सिनेमा पसंद है । | इन्नु केलवरिगे सिनेमा इष्टवागुत्तदे ।
ಇನ್ನು ಕೆಲವರಿಗೆ ಸಿನೆಮಾ ಇಷ್ಟವಾಗುತ್ತದೆ.

ये सब किसलिए ? | इदेल्ल ऐतक्के ? ಇದೆಲ್ಲ ಏತಕ್ಕೆ ?

मानसिक शान्ती के लिए । | मानसिक शांतिगागि । ಮಾನಸಿಕ ಶಾಂತಿಗಾಗಿ.

मन में चिन्ता और तनाव जितना रहता है उतना ही वह मनोरंजन की ओर खींचता है । | मनस्सिनल्लि एष्टु चिंते मत्तु दुगुड इरुत्तदो अष्टे प्रमाणदल्लि मनरंजने कडेगे होगुत्तारे ।
ಮನಸ್ಸಿನಲ್ಲಿ ಎಷ್ಟು ಚಿಂತೆ ಮತ್ತು ದುಗುಡ ಇರುತ್ತದೋ ಅಷ್ಟೇ ಪ್ರಮಾಣದಲ್ಲಿ ಮನರಂಜನೆ ಕಡೆಗೆ ಹೋಗುತ್ತಾರೆ.

क्योंकि मालूम है जितना देर मन मनोरंजन में लगा होता है उतनी देर वह प्रसन्न रहता है | एष्टु होत्तु मनरंजनेयल्लि मुळुगिरुत्तेवो अष्टरवरेगे मनस्सु प्रसन्नवागिरुत्तदे ।
ಎಷ್ಟು ಹೊತ್ತು ಮನರಂಜನೆಯಲ್ಲಿ ಮುಳುಗಿರುತ್ತೇವೋ ಅಷ್ಟರವರೆಗೆ ಮನಸ್ಸು ಪ್ರಸನ್ನವಾಗಿರುತ್ತದೆ.

उधर देखो बच्चे क्या कर रहे हैं ?	अल्लि नोडि, मक्कळु ऐनु माडुत्तिद्दारे ? ಅಲ್ಲಿ ನೋಡಿ, ಮಕ್ಕಳು ಏನು ಮಾಡುತ್ತಿದ್ದಾರೆ?
बच्चें झूले पर खेल रहे हैं ।	आ मक्कळु उय्यालेयल्लि आट आडुत्तिद्दारे । ಆ ಮಕ್ಕಳು ಉಯ್ಯಾಲೆಯಲ್ಲಿ ಆಟ ಆಡುತ್ತಿದ್ದಾರೆ.
उन लोगों को देखो ।	आ जनरन्नु नोडि । ಆ ಜನರನ್ನು ನೋಡಿ.
वे लोग बहुत खुश है	अवरु बहळ खुषियागिद्दारे । ಅವರು ಬಹಳ ಖುಷಿಯಾಗಿದ್ದಾರೆ.
यह तो मुझे भी मालूम है ।	अदु ननगू गोत्तिदे । ಅದು ನನಗೂ ಗೊತ್ತಿದೆ.
कारण क्या है ? यह बताओ मुझे ।	कारण ऐनु ? ननगे हेळु ।ಕಾರಣ ಏನು ? ನನಗೆ ಹೇಳು.
उनके पास ज्यादा धन है । इसलिए उनके दिल में खुशी रहती है ।	अवर बळि हणविदे । इदरिंद अवन हृदयदल्लि खषि तुंबिदे । ಅವರ ಬಳಿ ಹಣವಿದೆ. ಇದರಿಂದ ಹೃದಯದಲ್ಲಿ ಖುಷಿ ತುಂಬಿದೆ.
वैसा मत सोचो ।	आरीति योचने माडबेड । ಆ ರೀತಿ ಯೋಚನೆ ಮಾಡಬೇಡ.
मन को थोड़ा आराम दो ।	मनस्सिगे स्वल्प विश्रंति नीडु । ಮನಸ್ಸಿಗೆ ಸ್ವಲ್ಪ ವಿಶ್ರಾಂತಿ ನೀಡು.
इसलिए प्रत्येक आदमी और औरत को खेल या संगीत में मन लगाना पडता है	इदक्कागि पुरुष मत्तु स्त्रियरु क्रिडे इल्लवे संगीतदल्लि मनस्सु इडबेकु । ಇದಕ್ಕಾಗಿ ಪುರುಷ ಮತ್ತು ಸ್ತ್ರೀಯರು ಕ್ರೀಡೆ ಇಲ್ಲವೆ ಸಂಗೀತದಲ್ಲಿ ಮನಸ್ಸು ಇಡಬೇಕು.
तुम सुखदायक जीवन चाहते हो तो आज से नटन, नृत्य, खेल या संगीत सीखने के लिए तैयार हो जावो ।	निनगे संतसकर जीवन बेकिद्दरे इंदिनिंदले नटने, नृत्य, क्रिडे इल्लवे संगीत कलिकेगे सिद्धते माडिको । ನಿನಗೆ ಸಂತಸಕರ ಜೀವನ ಬೇಕಿದ್ದರೆ ಇಂದಿನಿಂದಲೇ ನಟನೆ, ನೃತ್ಯ, ಕ್ರೀಡೆ ಇಲ್ಲವೇ ಸಂಗೀತ ಕಲಿಕೆಗೆ ಸಿದ್ಧತೆ ಮಾಡಿಕೋ.

24. बेकरी ಬೇಕರಿ (Bakery)

हमें आज एक अच्छे बेकरी को जाना है	नानु इवत्तु ओंदु ओळ्ळेय बेकरिगे होगबेकु । ನಾನು ಇವತ್ತು ಒಂದು ಒಳ್ಳೆಯ ಬೇಕರಿಗೆ ಹೋಗಬೇಕು.
किसलिए ? कुछ विशेष है क्या ?	ऐनक्के ? ऐनादरू विशेषविदेये ? ಏನಕ್ಕೆ ? ಏನಾದರೂ ವಿಶೇಷವಿದೆಯೇ?
जी हाँ ! हमारा बेटे का जन्म दिन है ।	हौदु. नन्न मगन हुट्टुहब्ब इदे । ಹೌದು. ನನ್ನ ಮಗನ ಹುಟ್ಟುಹಬ್ಬ ಇದೆ.
उसी गली में एक बेकरी है ।	आ गल्लियल्लि ओंदु बेकरि इदे । ಆ ಗಲ್ಲಿಯಲ್ಲಿ ಒಂದು ಬೇಕರಿ ಇದೆ.
वह नानबाई ताजा रोटियाँ बेचता है	अल्लि ताजा तिनिसु मारलागुत्तदे । ಅಲ್ಲಿ ತಾಜಾ ತಿನಿಸು ಮಾರಲಾಗುತ್ತದೆ.
ठीक है । उसके पास जायेंगे ।	सरि. अल्लिगे होगोण । ಸರಿ. ಅಲ್ಲಿಗೆ ಹೋಗೋಣ.
आप एक बर्थ डे केक का आर्डर ले सकते हैं क्या ?	हुट्टिद हब्बद केक् आर्डर् तेगेदुकोळ्ळलु साध्यवे । ಹುಟ್ಟಿದ ಹಬ್ಬದ ಕೇಕ್ ಆರ್ಡರ್ ತೆಗೆದುಕೊಳ್ಳಲು ಸಾಧ್ಯವೇ ?
बिलकुल ले सकता हूँ साब !	खंडित तेगेदुकोळ्ळुत्तेने । ಖಂಡಿತ ತೆಗೆದುಕೊಳ್ಳುತ್ತೇನೆ.
किस प्रकार का केक होना साब ?	याव रीतिय केक् बेकु ? ಯಾವ ರೀತಿಯ ಕೇಕ್ ಬೇಕು ?
आप के पास कितने प्रकार के केक मिलते है ?	निम्म बळि एष्टु विधद केक् दोरेयुत्तदे ? ನಿಮ್ಮ ಬಳಿ ಎಷ್ಟು ವಿಧದ ಕೇಕ್ ದೊರೆಯುತ್ತದೆ ?

सादा केक, बटर केक, स्पेशल केक, अंडा केक, बिना अंडा केक, सभी तरह के केक मिलते हैं हमारे पास ।	सादा केक्, बटर् केक्, स्पेषल् केक्, मोट्टे केक्, मोट्टे हाकद केक्, एल्ल तरह केक् सिगुत्तदे । ಸಾದಾ ಕೇಕ್, ಬಟರ್ ಕೇಕ್, ಸ್ಪೆಷಲ್ ಕೇಕ್, ಮೊಟ್ಟೆ ಕೇಕ್, ಮೊಟ್ಟೆ ಹಾಕದ ಕೇಕ್, ಎಲ್ಲ ತರಹ ಕೇಕ್ ಸಿಗುತ್ತದೆ.
केक के लिए एडवांस दीजिए ।	केक्गे मुंगड पावतिसि । ಕೇಕ್‌ಗೆ ಮುಂಗಡ ಪಾವತಿಸಿ.
केक के उपर क्या लिखना है भी बताइये ।	केक् मेले ऐनु बरेयबेकु एंदु तिळिसिबिडि । ಕೇಕ್ ಮೇಲೆ ಏನು ಬರೆಯಬೇಕು ಎಂದು ತಿಳಿಸಿಬಿಡಿ.
मुझे एक जैम का बॉटल और एक दजन अंडे दीजिए ।	ओंदु बाटलि जाम् १२ मोट्टे कोडि । ಒಂದು ಬಾಟಲಿ ಜಾಮ್, 12 ಮೊಟ್ಟೆ ಕೊಡಿ.
आपने मुझे कल ताजा वस्तुयें नहीं दी थी ।	नेन्ने नीवु ननग् ताजा तिनिसु नीडिरलिल्ल । ನೆನ್ನೆ ನೀವು ನನಗೆ ತಾಜಾ ತಿನಿಸು ನೀಡಿರಲಿಲ್ಲ.
यह बात मैं नहीं मानूंगा ।	इदन्नु नानु ओप्पुवुदिल्ल । ಇದನ್ನು ನಾನು ಒಪ್ಪುವುದಿಲ್ಲ.
मैं सच बोल रहा हूँ ।	नानु निज हेळुत्तिद्दने । ನಾನು ನಿಜ ಹೇಳುತ್ತಿದ್ದೇನೆ.
हम कभी भी खराब चीजें दुकान में नहीं रखते है ।	नावु एंदू केट्टु होद पदार्थ अंगडियल्लि इट्टुकोळ्ळवुदिल्ल । ನಾವು ಎಂದೂ ಕೆಟ್ಟು ಹೋದ ಪದಾರ್ಥ ಅಂಗಡಿಯಲ್ಲಿ ಇಟ್ಟುಕೊಳ್ಳುವುದಿಲ್ಲ.
मै उसे लाकर दिखाउं क्या ?	नानु आ वस्तुगळन्नु तंदु तोरिसले । ನಾನು ಆ ವಸ್ತುಗಳನ್ನು ತಂದು ತೋರಿಸಲೇ ?
नाराज मत हो साब।	सिट्टागबेडि सार् । ಸಿಟ್ಟಾಗಬೇಡಿ ಸಾರ್.
कितनी भी अच्छी चीज रखो फिर भी खराब हो जाती है साब ।	एष्टे चेन्नागिरुव वस्तुगळन्नु इट्टुकोंडरू हाळागि होगुत्तवे । ಎಷ್ಟೇ ಚೆನ್ನಾಗಿರುವ ವಸ್ತುಗಳನ್ನು ಇಟ್ಟುಕೊಂಡರೂ, ಹಾಳಾಗಿ ಹೋಗುತ್ತವೆ.

ठीक है ।	अदु सरि । ಅದು ಸರಿ.
मुझे एक ऐस क्रीम दो ।	ननगे ओंदु ऍस्क्रिं बेकु । ನನಗೆ ಒಂದು ಐಸ್‌ಕ್ರೀಮ್ ಬೇಕು.
उसको दो पेस्ट्रीयाँ एक डिब्बे में रखकर भेज दो	अवनिगे एरडु पेस्ट्दल्लि इट्टु कळिसु। ಅವನಿಗೆ ಎರಡು ಪೇಸ್ಟ್ರಿಯನ್ನು ಡಬ್ಬದಲ್ಲಿ ಇಟ್ಟು ಕಳಿಸು ಕಳುಹಿಸು.

25. मरम्मत / दुरस्ति / ದುರಸ್ತಿ (Repair)

भाई साब ! हमारा कंप्यूटर काम नहीं कर रहा है ।	सोदरा, नम्म कंप्यूटर् केलस माडुत्तिल्ल । ಸೋದರ, ನಮ್ಮ ಕಂಪ್ಯೂಟರ್ ಕೆಲಸ ಮಾಡುತ್ತಿಲ್ಲ.
आपके कंप्यूटर में क्या खराबी है ?	निम्म कंप्यूटर्नल्लि ऐनु केट्टिदे ? ನಿಮ್ಮ ಕಂಪ್ಯೂಟರ್‌ನಲ್ಲಿ ಏನು ಕೆಟ್ಟಿದೆ?
हमें मालूम नहीं है ।	अदु नमगे गोत्तिल्ल ಅದು ನಮಗೆ ಗೊತ್ತಿಲ್ಲ
कंप्यूटर कहाँ है ?	कंप्यूटर एल्लिदे ? ಕಂಪ್ಯೂಟರ್ ಎಲ್ಲಿದೆ ?
उस हॉल में है ?	वरांडदल्लिदे । ವರಾಂಡದಲ್ಲಿದೆ.
यह कब तक ठीक काम किया ?	अदु एल्लियवरेगे सरियागित्तु ? ಅದು ಎಲ್ಲಿಯವರೆಗೆ ಸರಿಯಾಗಿತ್ತು ?
कल रात तक ठीक काम किया	निन्ने रात्रियवरेगे सरियागित्तु ನೆನ್ನೆ ರಾತ್ರಿಯವರೆಗೆ ಸರಿಯಾಗಿತ್ತು
किसी ने कुछ किया था क्या ?	यारादरू ऐनादरू माडिदरे ? ಯಾರಾದರೂ ಏನಾದರೂ ಮಾಡಿದರೇ?
किसी ने कुछ भी नहीं किया तो अपने आप रूक गया क्या?	यारू ऐनू माडदे अदु तन्निंताने निंतु होयिते ? ಯಾರೂ ಏನೂ ಮಾಡದೆ ಅದು ತನ್ನಿಂತಾನೇ ನಿಂತು ಹೋಯಿತೇ ?

वह ही बोल रहा हूँ ?	नानु अदन्ने हेळुत्तिद्देने । ನಾನೂ ಅದನ್ನೇ ಹೇಳುತ್ತಿದ್ದೇನೆ.
मैंने इसको ठीक करने की कोशिश की ।	नानु अदन्नु सरिपडिसलु प्रयत्निसिदे । ನಾನು ಅದನ್ನು ಸರಿಪಡಿಸಲು ಪ್ರಯತ್ನಿಸಿದೆ.
लेकिन मेरी पूरी मेहनत बेकार हो गयी ।	आदरे नन्न पूत्रि केलस हाळागि होयितु । ಆದರೆ, ನನ್ನ ಪೂರ್ತಿ ಕೆಲಸ ಹಾಳಾಗಿ ಹೋಯಿತು.
इसे ठीक करने में कितना खर्चा आयेगा ?	इदन्नु सरिपडिसलु एष्टु खर्चागुत्तदे ? ಇದನ್ನು ಸರಿಪಡಿಸಲು ಎಷ್ಟು ಖರ್ಚಾಗುತ್ತದೆ?
मैं अभी नहीं बोल सकता हूँ	अदन्नु ईगले हेळलु साध्यविल्ल । ಅದನ್ನು ಈಗಲೇ ಹೇಳಲು ಸಾಧ್ಯವಿಲ್ಲ.
अब तो मैं इसको अपनी दुकान में ले जाता हूँ	ईगले कंप्यूटर्न्नु नन्न अंगडिगे तेगेदुकोंडु होगुत्तेने । ಈಗಲೇ ಕಂಪ್ಯೂಟರ್‌ನ್ನು ನನ್ನ ಅಂಗಡಿಗೆ ತೆಗೆದುಕೊಂಡು ಹೋಗುತ್ತೇನೆ.
पूरी तरह देखने के बाद इसकी खराबी के बारे में बताता हूँ ।	संपूर्णवागि परिशीलिसिद बळिक ऐनागिदे एंदु हेळुत्तेने । ಸಂಪೂರ್ಣವಾಗಿ ಪರಿಶೀಲಿಸಿದ ಬಳಿಕ ಏನಾಗಿದೆ ಎಂದು ಹೇಳುತ್ತೇನೆ.
आपके पास हाथौड़ा हैं ?	निम्म बळि सुत्तिगे इदेया ? ನಿಮ್ಮ ಬಳಿ ಸುತ್ತಿಗೆ ಇದೆಯಾ?
है ! मगर क्यों ?	इदे । ऐके ? ಇದೆ. ಏಕೆ ?
मुझे घर में थोड़ी मरम्मत करनी है	मनेयल्लि स्वल्प केलस माडुवुदिदे । ಮನೆಯಲ್ಲಿ ಸ್ವಲ್ಪ ಕೆಲಸ ಮಾಡುವುದಿದೆ.
मेरे खिड़की की कीलें टूट गयी है ।	मने किटकिय गाजु ओडेदुहोगिदे । ಮನೆ ಕಿಟಕಿಯ ಗಾಜು ಒಡೆದುಹೋಗಿದೆ.

अपना काम होने के बाद हमारा काम करोगे क्या ?	निम्म केलस आद बळिक नम्म केलस माडिकोडुविरा ? ನಿಮ್ಮ ಕೆಲಸ ಆದ ಬಳಿಕ ನಮ್ಮ ಕೆಲಸ ಮಾಡಿಕೊಡುವಿರಾ?
ओ ! जरूर !	ओहो । खंडित । ಓಹೋ. ಖಂಡಿತ.
घर में ऐसी छोटी मोटी चीजों की मरम्मत कराने की इच्छा है ।	मनेय सण्णपुट्ट दुरस्ति केलस माडुव इच्छे इदे । ಮನೆಯ ಸಣ್ಣ ಪುಟ್ಟ ದುರಸ್ತಿ ಕೆಲಸ ಮಾಡುವ ಇಚ್ಛೆ ಇದೆ.

26. कंप्यूटर की खरीददारी / कंप्यूटर खरीदि / ಕಂಪ್ಯೂಟರ್ ಖರೀದಿ (Computer Purchase)

मुझे एक कंप्यूटर चाहिए ।	ननगे ओंदु कंप्यूटर बेकित्तु । ನನಗೆ ಒಂದು ಕಂಪ್ಯೂಟರ್ ಬೇಕಿತ್ತು.
किस कंपनी का चाहिए ?	याव कंपनियदु बेकु ? ಯಾವ ಕಂಪನಿಯದು ಬೇಕು ?
आपके पास किस कंपनी का है ?	निम्म बळि याव कंपनियदु इदे ? ನಿಮ್ಮ ಬಳಿ ಯಾವ ಕಂಪನಿಯದು ಇದೆ ?
हमारे पास कई कंपनी के हैं	नम्म बळि एल्ल कंपनियवू इवे ನಮ್ಮ ಬಳಿ ಎಲ್ಲ ಕಂಪನಿಯವೂ ಇವೆ
कौन सी कंपनी सबसे अच्छी है ?	याव कंपनियदु तुंबा चेन्नागिदे ? ಯಾವ ಕಂಪನಿಯದು ತುಂಬಾ ಚೆನ್ನಾಗಿದೆ?
साब ! मैं बेचने वाला हूँ	सार् । नानु व्यापारि । ಸಾರ್ ! ನಾನು ವ್ಯಾಪಾರಿ.
मुझे सब अच्छे लगते हैं ।	नन्न प्रकार एल्लवू चेन्नागिदे । ನನ್ನ ಪ್ರಕಾರ ಎಲ್ಲವೂ ಚೆನ್ನಾಗಿದೆ.

कौनसी कंपनी का कम्प्यूटर ज्यादा बेच रहे हैं ?	याव कंपनियदु हेच्चु माराट आगुत्तदे । ಯಾವ ಕಂಪನಿಯದು ಹೆಚ್ಚು ಮಾರಾಟ ಆಗುತ್ತದೆ.
सच बोले तो हम बनाकर बेचते हैं	निज हेळबेकेंदरे, न५ावे नोडि मारुत्तेवे । ನಿಜ ಹೇಳಬೇಕೆಂದರೆ, ನಾವೇ ಮಾಡಿ ಮಾರುತ್ತೇವೆ.
मतलब ?	अंदरे ? ಅಂದರೆ ?
अलग अलग कंपनी की चीजें लगाकर एक सेट बनाते है साब !	बेरे बेरे कंपनिगळ बडिभागगळन्नु जोडिसि, तयारिसिकोडुत्तेवे । ಬೇರೆಬೇರೆ ಕಂಪನಿಗಳ ಬಿಡಿಭಾಗಗಳನ್ನು ಜೋಡಿಸಿ, ತಯಾರಿಸಿಕೊಡುತ್ತೇವೆ.
मुझे समझ में नहीं आया है	ननगे नीवु हेळिद्दु आर्थवागलिल्ल । ನನಗೆ ನೀವು ಹೇಳಿದ್ದು ಅರ್ಥವಾಗಲಿಲ್ಲ.
कैसे बतायें तो आपकी समझ में आएगा ।	हेगे हेळिदरे अर्थवागुत्तदे । ಹೇಗೆ ಹೇಳಿದರೆ ಅರ್ಥವಾಗುತ್ತದೆ.
देखिए साब !	नोडि सार् । ನೋಡಿ ಸಾರ್ !
जैसे ! मानीटर 'एक्स' कंपनी का है तो कीबोर्ड 'वाई' कंपनी का, युपीएस 'जड' कंपनी का है तो माउस 'ए' कंपनी का	उदाहरणेगे, मानिटर् 'एक्स्' कंपनियदु कीबोर्ड 'वै' कंपनियदु, युपिएस् 'जड्' हागू मौस् 'ए' कंपनियदु । ಉದಾಹರಣೆಗೆ, ಮಾನಿಟರ್ 'ಎಕ್ಸ್' ಕಂಪನಿಯದು ಕೀಬೋರ್ಡ್ 'ವೈ' ಕಂಪನಿಯದು. ಯುಪಿಎಸ್ 'ಜಡ್' ಹಾಗೂ ಮೌಸ್ 'ಎ' ಕಂಪನಿಯದು.
ठीक है साब !	सरि सार् । ಸರಿ ಸಾರ್ !
मेरे लिए एक अच्छा सेट बनाइये।	ननगागि एंदु ओळ्ळेय सेट् माडिकोडि । ನನಗಾಗಿ ಒಂದು ಒಳ್ಳೆಯ ಸೆಟ್ ಮಾಡಿಕೊಡಿ.
वैसा करके तैयार करने में कितना खर्च हो जाएगा?	इंथ ओंदु सेट्गे एष्टु खर्चागुत्तदे ? ಇಂಥ ಒಂದು ಸೆಟ್‌ಗೆ ಎಷ್ಟು ಖರ್ಚಾಗುತ್ತದೆ ?

कम से कम बत्तीस हजार रूपये ।	अंदाजु २३,००० रू. आगलिदे । ಅಂದಾಜು 23,000 ರೂ. ಆಗಲಿದೆ.
आप उसे चालू करके दिखाते हो क्या ?	अदन्नु नीवु चालने माडि तोरिसुत्तीरा ? ಅದನ್ನು ನೀವು ಚಾಲನೆ ಮಾಡಿ ತೋರಿಸುತ್ತೀರಾ?
किस्तों पर खरीदने की व्यवस्था है क्या ?	कंतुगळल्लि खरीदिसुव व्यवस्थे इदेये ? ಕಂತುಗಳಲ್ಲಿ ಖರೀದಿಸುವ ವ್ಯವಸ್ಥೆ ಇದೆಯೇ ?
चालीस प्रतिशत नकद देना और जो बच गये उसे छः प्रतिशत बराबर की माहवारी किश्तों में देना पड़ता है ।	शे. ४०रष्टु नगदु पावतिसबेकु । उळिद मोत्तवन्नु शे.६ रष्टु बड्डि जते कंतुगळल्लि कोडबहुदु ಶೇ. 40ರಷ್ಟು ನಗದು ಪಾವತಿಸಬೇಕು. ಉಳಿದ ಮೊತ್ತವನ್ನು ಶೇ.6ರಷ್ಟು ಬಡ್ಡಿ ಜತೆ ಕಂತುಗಳಲ್ಲಿ ಕೊಡಬಹುದು.
यह सेट कब तक तैयार मिलेगा ?	ई सेट् यावाग कोडुत्तीरा ? ಈ ಸೆಟ್ ಯಾವಾಗ ಕೊಡುತ್ತೀರಾ ?
कल शाम तक सेट आपके घर में रहेगा ।	नाळे संजे सेट् निम्म मनेयल्लि इरलिदे । ನಾಳೆ ಸಂಜೆ ಸೆಟ್ ನಿಮ್ಮ ಮನೆಯಲ್ಲಿ ಇರಲಿದೆ.

27. दवाइयों की दुकान / औषध अंगडि / ಔಷಧ ಅಂಗಡಿ (Medical Shop)

इस पुर्जे में लिखी हुई दवाइयाँ दीजिए ।	ई चीटियल्लि बरेद औषधगळन्नु कोडि । ಈ ಚೀಟಿಯಲ್ಲಿ ಬರೆದ ಔಷಧಗಳನ್ನು ಕೊಡಿ.
हमारे पास 'एक्स' गोली नहीं है । 'वाइ' देना है क्या ?	नम्म बळि 'एक्स' मात्रे इल्ल. 'वै'यन्नु कोडले ? ನಮ್ಮ ಬಳಿ 'ಎಕ್ಸ್' ಮಾತ್ರೆ ಇಲ್ಲ, 'ವೈ'ಯನ್ನು ಕೊಡಲೇ?
डॉक्टर जो लिखा वही मुझे चाहिये ।	डाक्टर ऐनु बरेदिद्दारो अदे बेकु । ಡಾಕ್ಟರ್ ಏನು ಬರೆದಿದ್ದಾರೋ ಅದೇ ಬೇಕು.
कृपया मुझे माफ कर दीजिए ।	नन्नन्नु क्षमिसि । ನನ್ನನ್ನು ಕ್ಷಮಿಸಿ.

हमारे पास माल खत्म हो गया है ।	नन्न बळि दास्तानु इल्ल । खर्चागिदे । ನನ್ನ ಬಳಿ ದಾಸ್ತಾನು ಇಲ್ಲ, ಖರ್ಚಾಗಿದೆ.
कब आयेगा ?	यावाग बरुत्तदे ? ಯಾವಾಗ ಬರುತ್ತದೆ ?
परसों तक नया माल प्राप्त होने की आशा है ?	वारदोळगे होस मालु बरुव साध्यते इदेये ? ವಾರದೊಳಗೆ ಹೊಸ ಮಾಲು ಬರುವ ಸಾಧ್ಯತೆ ಇದೆಯೇ?
हमको एक दर्दनाशक दवा चाहिए ?	नमगे नोवु निवार औषध बेकु । ನಮಗೆ ನೋವು ನಿವಾರಕ ಔಷಧ ಬೇಕು.
कितना उम्र वाले के लिये ?	एष्टु वर्षदवरिगे ? ಎಷ್ಟು ವರ್ಷದವರಿಗೆ ?
बड़ी उम्र के लिये ।	दोड्डु वयस्सिनवरिगे । ದೊಡ್ಡ ವಯಸ್ಸಿನವರಿಗೆ.
हकीम का पुर्जा नहीं होने पर हम दवाइयाँ नहीं बेचते है	वैद्यर चीटि इल्लदे नावु यारिगू औषध कोडुवुदिल्ल । ವೈದ್ಯರ ಚೀಟಿ ಇಲ್ಲದೆ ನಾವು ಯಾರಿಗೂ ಔಷಧ ಕೊಡುವುದಿಲ್ಲ .
इस बार दीजिए । अगली बार नहीं देना ?	ईग कोडि । मत्तोम्मे कोडबेडि । ಈಗ ಕೊಡಿ. ಮತ್ತೊಮ್ಮೆ ಕೊಡಬೇಡಿ.
देने में कुछ नहीं है. मगर कुछ समस्या उत्पन्न हुई तो कौन जिम्मेदार होगा ?	कोडबहुदु । आदरे, ऐनादरू समस्ये आदल्लि यारु जवाब्दारि ? ಕೊಡಬಹುದು. ಆದರೆ, ಏನಾದರೂ ಸಮಸ್ಯೆ ಆದಲ್ಲಿ ಯಾರು ಜವಾಬ್ದಾರಿ ?
आप मत पूछो, हमे नहीं बेचना ।	निवु केळबेडि । नानु कोडुवुदिल्ल । ನೀವು ಕೇಳಬೇಡಿ. ನಾನು ಕೊಡುವುದಿಲ್ಲ,
साब ! मुझे एक मलहम दीजिए ।	सर्, ननगे ओंदु आयिंट्मेंट् कोडि । ಸರ್, ನನಗೆ ಒಂದು ಆಯಿಂಟ್‌ಮೆಂಟ್ ಕೊಡಿ.
यह मलहम सिर्फ ऊपरी इस्तेमाल के लिए है ।	ई आयिंट्मेंट् चर्मद मेले हच्चलु बळसबेकु । ಈ ಆಯಿಂಟ್‌ಮೆಂಟ್ ಚರ್ಮದ ಮೇಲೆ ಹಚ್ಚಲು ಬಳಸಬೇಕು.

वह मुझे मालूम है	अदु ननगे गोत्तु । ಅದು ನನಗೆ ಗೊತ್ತು.
मैंने पिछले महीने में एक टानिक खरीदा है ।	नानु कळेद तिंगळु टानिक् ओंदन्नु खरीदिसिद्दे । ನಾನು ಕಳೆದ ತಿಂಗಳು ಟಾನಿಕ್ ಒಂದನ್ನು ಖರೀದಿಸಿದ್ದೆ
वही टानिक और एक दीजिये ।	अदे टानिक् मत्ते कोडि । ಅದೇ ಟಾನಿಕ್ ಮತ್ತೆ ಕೊಡಿ.
देता हूँ । लेकिन दाम वह नहीं है ।	कोडुत्तेने । आदरे अदर मेले बेले नमूदिसिल्ल । ಕೊಡುತ್ತೇನೆ. ಆದರೆ, ಅದರ ಮೇಲೆ ಬೆಲೆ ನಮೂದಿಸಿಲ್ಲ,
दीजिये, क्या करते हैं हम ।	कोडि । ऐनु माडुत्तेवे नावु । ಕೊಡಿ. ಏನು ಮಾಡುತ್ತೇವೆ ನಾವು.
वैसे नाराज मत होना साब ।	हागे सिट्टागबेडि सर् । ಹಾಗೆ ಸಿಟ್ಟಾಗಬೇಡಿ ಸರ್.
नाराज नहीं हों तो क्या ? खुशी से नाचूँ ?	सिट्टागदे मत्तेनु माडबेकु ? खषियिंद नत्रीसले ? ಸಿಟ್ಟಾಗದೆ ಮತ್ತೇನು ಮಾಡಬೇಕು? ಖುಷಿಯಿಂದ ನರ್ತಿಸಲೇ ?

28. सिटि बस् स्टाप् / ಸಿಟಿ ಬಸ್ ಸ್ಟಾಪ್ (City Bus Stop)

मौलाली जानेवाली बस कहाँ मिलती है ?	मौलालिगे होगुव बस् एल्लि सिगुत्तदे ? ಮೌಲಾಲಿಗೆ ಹೋಗುವ ಬಸ್ ಎಲ್ಲಿ ಸಿಗುತ್ತದೆ ?
इधर सीधा जाकर के बाई तरफ देखिये ।	इल्लिंद नेरवागि होगि एडगडे नोडि । ಇಲ್ಲಿಂದ ನೇರವಾಗಿ ಹೋಗಿ ಎಡಗಡೆ ನೋಡಿ.
यह मौलाली जानेवाला बस स्टाप हैं क्या ?	इदु मौलालिगे होगुव बस्स्टाप् ताने ? ಇದು ಮೌಲಾಲಿಗೆ ಹೋಗುವ ಬಸ್‌ಸ್ಟಾಪ್‌ತಾನೇ?
हाँ ! यही है ।	हौदु । इदे । ಹೌದು. ಇದೇ.
बस कब आयेगी ?	बस् यावाग बरुत्तदे । ಬಸ್ ಯಾವಾಗ ಬರುತ್ತದೆ ?

लगभग दस मिनट में आना चाहिए ।

हत्तु निमिषदल्लि बरबेकु ।
ಹತ್ತು ನಿಮಿಷದಲ್ಲಿ ಬರಬೇಕು.

यहाँ से मौलाली पहुँचने में कितना समय लगता है ?

इल्लिंद मौलालिगे होगलु ऐष्टु समयबेकु ?
ಇಲ್ಲಿಂದ ಮೌಲಾಲಿಗೆ ಹೋಗಲು ಎಷ್ಟು ಸಮಯ ಬೇಕು ?

तीस मिनट लगता है ।

मूवत्तु निमिष बेकागुत्तदे ।
ಮೂವತ್ತು ನಿಮಿಷ ಬೇಕಾಗುತ್ತದೆ.

बस समय पर आती हैं या नहीं ?

बस् समयक्के सरियागि बरुत्तवा ?
ಬಸ್ ಸಮಯಕ್ಕೆ ಸರಿಯಾಗಿ ಬರುತ್ತವಾ?

हाँ आयेंगे

सरियागि बरुत्तवे ।
ಸರಿಯಾಗಿ ಬರುತ್ತವೆ.

बस समय पर आये तो भीड़ नहीं रहती है ।

बस समयक्के सरियागि बंदरे जनदट्टणे इरुवुदिल्ल ।
ಬಸ್ ಸಮಯಕ್ಕೆ ಸರಿಯಾಗಿ ಬಂದರೆ ಜನದಟ್ಟಣೆ ಇರುವುದಿಲ್ಲ

बसों में भीड़ अधिक रहती है क्या ?

बस्नल्लि हेच्चु दट्टणे इरुत्तदा ?
ಬಸ್‌ನಲ್ಲಿ ಹೆಚ್ಚು ದಟ್ಟಣೆ ಇರುತ್ತದಾ ?

वैसा नहीं है ! लेकिन देर हुई तो क्या होगा ?

हागेनू इल्ल । आदरे बरुवुदु तडवादरे ऐनागुत्तदे ?
ಹಾಗೇನೂ ಇಲ್ಲ, ಆದರೆ ಬರುವುದು ತಡವಾದರೆ ಏನಾಗುತ್ತದೆ ?

लोग जमा होते रहते हैं या नहीं ?

इल्लि जन बरुत्तले इरुत्तारा ?
ಇಲ್ಲಿ ಜನ ಬರುತ್ತಲೇ ಇರುತ್ತಾರಾ ?

ज्यादा भीड में मुझे डर लगता है ।

हेच्चु जनरिद्दरे ननगे हेदरिके आगुत्तदे ।
ಹೆಚ್ಚು ಜನರಿದ್ದರೆ ನನಗೆ ಹೆದರಿಕೆ ಆಗುತ್ತದೆ.

डरना मत ।

भयपडबेड । ಭಯಪಡಬೇಡ !

इस शहर में भीड़ होना आम बात है।	नगरगळल्लि जनसंदणि इरुवुदु सामान्य। ನಗರಗಳಲ್ಲಿ ಜನಸಂದಣಿ ಇರುವುದು ಸಾಮಾನ್ಯ.
मेरे बचपन के दिनों में इस शहर में डबल डेकर बसें चलती थी।	नानु सण्णवनिरुवाग इल्लि डब्बल्डेक्कर् बस् संचरिसुत्तित्तु। ನಾನು ಸಣ್ಣವನಿರುವಾಗ ಇಲ್ಲಿ ಡಬ್ಬಲ್‌ಡೆಕ್ಕರ್ ಬಸ್ ಸಂಚರಿಸುತ್ತಿತ್ತು.
वह जमाना बदल गया है।	आ जमान ईग बजलागिदे। ಆ ಜಮಾನ ಈಗ ಬದಲಾಗಿದೆ.
अब तो देखने के लिए भी एक बस नहीं मिलती।	ईग नोडलु कूडा अंथ ओंदु बस् सिगुवुदिल्ल। ಈಗ ನೋಡಲು ಕೂಡಾ ಅಂಥ ಒಂದು ಬಸ್ ಸಿಗುವುದಿಲ್ಲ.
वह आनेवाली बस किधर जाती है ?	बरुत्तिरुव बस् एल्लिगे होगुत्तदे ? ಬರುತ್ತಿರುವ ಬಸ್ ಎಲ್ಲಿಗೆ ಹೋಗುತ್ತದೆ ?
वह तो टान्क बंड की ओर जाती है	अदु ट्यंक् बंड् कडेगे होगुत्तदे। ಅದು ಟ್ಯಾಂಕ್ ಬಂಡ್ ಕಡೆಗೆ ಹೋಗುತ್ತದೆ.
इसमें चढ़े तो बीच में उतरने को मौका मिलता है क्या ?	आ बस् हत्तिदरे मध्यदल्लि इळिदु कोळ्ळबहुदे ? ಆ ಬಸ್ ಹತ್ತಿದರೆ, ಮಧ್ಯದಲ್ಲಿ ಇಳಿದು ಕೊಳ್ಳಬಹುದೇ ?
नहीं।	इल्ल। ಇಲ್ಲ.
क्यों ?	ऐके ? ಏಕೆ ?
वह मेट्रो लैनर है।	अदु मेट्रो लैनर्। ಅದು ಮೆಟ್ರೋ ಲೈನರ್
वह कहीं भी नहीं रूकती है।	अदु एल्लियू निल्लुवुदिल्ल। ಅದು ಎಲ್ಲಿಯೂ ನಿಲ್ಲುವುದಿಲ್ಲ.

29. सिटी बस में / सिटि बसनल्लि ಸಿಟಿ ಬಸ್‌ನಲ್ಲಿ (In the City Bus)

रोको भाई, रोको, रोको ।	निल्लिसु, इल्ले बस् निल्लिसु । ನಿಲ್ಲಿಸು, ಇಲ್ಲೇ ಬಸ್ ನಿಲ್ಲಿಸು.
बस स्टाप वहाँ है तो बस यहां रोकी ।	बस् स्टाप् इद्दल्लि बस् निल्लुत्तदे । ಬಸ್‌ಸ್ಟಾಪ್ ಇದ್ದಲ್ಲಿ ಬಸ್ ನಿಲ್ಲುತ್ತದೆ.
चढ़ो भाई ! चढ़ो चढ़ो ।	हत्ति । बस् हत्ति । ಹತ್ತಿ, ಬಸ್ ಹತ್ತಿ !
अंदर जाओ ।	ओळगे बन्नि । ಒಳಗೆ ಬನ್ನಿ.
अंदर जगह नहीं है ।	ओळगे जाग इल्ल । ಒಳಗೆ ಜಾಗ ಇಲ್ಲ.
बोल कर रूको जगह नहीं इधर नहीं ।	जाग इल्ल एंदु इल्ले ल्लिबेडि । ಜಾಗ ಇಲ್ಲ ಎಂದು ಇಲ್ಲೇ ನಿಲ್ಲಬೇಡಿ.
जगह नहीं रहे तो क्या करूँ ?	जाग इल्लदिद्दरे ऐनु माडुवुदु ? ಜಾಗ ಇಲ್ಲದಿದ್ದರೆ ಏನು ಮಾಡುವುದು?
जगह बनाकर जाओ अंदर जाओ ।	जाग माडिकोंडु वोळगे बन्नि । ಜಾಗ ಮಾಡಿಕೊಂಡು ಬನ್ನಿ.
वैसा मैं नहीं कर सकता हूँ ।	ननगे हागे माडलु आगुवुदिल्ल । ನನಗೆ ಹಾಗೆ ಮಾಡಲು ಆಗುವುದಿಲ್ಲ.
वैसा है तो हट जाओ ।	हागिद्दरे इळिदु बिडि । ಹಾಗಿದ್ದರೆ ಇಳಿದು ಬಿಡಿ.
हट जाओ ! हटो !	होगी, होगी । ಹೋಗಿ, ಹೋಗಿ
कहाँ हटें भाई ?	एल्लि होगुवुदु ? ಎಲ್ಲಿ ಹೋಗುವುದು ?
आप थोड़ा हटे तो मैं अंदर जा सकता हूँ ।	नीवु स्वल्प ओळगे होदरे, नानु बरबहुदु । ನೀವು ಸ್ವಲ್ಪ ಒಳಗೆ ಹೋದರೆ, ನಾನೂ ಬರಬಹುದು.
देखो इधर ।	इल्लि नोडि । ಇಲ್ಲಿ ನೋಡಿ.

थोड़ी भी जगह है तो अंदर जाओ ।	स्वल्प जागविद्दरे ओळगे होगि ।	
	ಸ್ವಲ್ಪ ಜಾಗವಿದ್ದರೆ ಒಳಗೆ ಹೋಗಿ.	
हवा नहीं आ रही है ।	स्वल्पवू गाळि बरुत्तिल्ल ।	
	ಸ್ವಲ್ಪವೂ ಗಾಳಿ ಬರುತ್ತಿಲ್ಲ.	
आगे चलो ! आगे चलो !	मुंदे होगि । मुंदे होगि ।	
	ಮುಂದೆ ಹೋಗಿ ! ಮುಂದೆ ಹೋಗಿ !	
पीछे सीट्स है ।	हिंदे सीटुगळिवे ।	ಹಿಂದೆ ಸೀಟುಗಳಿವೆ.
औरतों के सीटों पर पुरूष नहीं बैठ सकते ।	महिळेयर सीटुगळल्लि पुरुषरु कुळितुकोळ्ळबारदु ।	
	ಮಹಿಳೆಯರ ಸೀಟುಗಳಲ್ಲಿ ಪುರುಷರು ಕುಳಿತುಕೊಳ್ಳಬಾರದು	
उठो !	ऐळि ।	ಏಳಿ.
औरतों को इज्जत दो ।	महिळेयरिगे गौरव कोडि ।	
	ಮಹಿಳೆಯರಿಗೆ ಗೌರವ ಕೊಡಿ.	
भाई साब ! सेक्रेटरीयट आये तो मुझे बताना ।	सोदरा, सेक्रेटरियट् बंदरे हेळि ।	
	ಸೋದರ, ಸೆಕ್ರೆಟರಿಯಟ್ ಬಂದರೆ ಹೇಳಿ.	
वही आनेवाला है ।	इन्नू बरबेकिदे ।	ಇನ್ನೂ ಬರಬೇಕಿದೆ.
आपका स्टाप आ गया है । उतरिये ।	निम्म स्टाप् बंदिदे । इळियिरि ।	
	ನಿಮ್ಮ ಸ್ಟಾಪ್ ಬಂದಿದೆ. ಇಳಿಯಿರಿ.	

30. पेड़ और पौधे / मर-गिड / ಮರ–ಗಿಡ (Trees and Plants)

इस गली में एक भी पेड़ नहीं है ।	ई गल्लियल्लि ओंदे ओंदु मर इल्ल ।
	ಆ ಗಲ್ಲಿಯಲ್ಲಿ ಒಂದೇ ಒಂದು ಮರ ಇಲ್ಲ.
गली में क्या ? सड़क पर भी नहीं है ।	गल्लि मात्रवेके । इडी रस्तेयल्लू इल्ल ।
	ಗಲ್ಲಿ ಮಾತ್ರವೇಕೆ? ಇಡೀ ರಸ್ತೆಯಲ್ಲೂ ಇಲ್ಲ.

क्यो है ?	ऐके ? ಏಕೆ ?
इन्सान की आशा बढ़ जाने के कारण ऐसा हो रहा है ।	मनुष्यर आसे हेच्चिद्दरिंद ई रीति आगुत्तिदे । ಮನುಷ್ಯರ ಆಸೆ ಹೆಚ್ಚಿದ್ದರಿಂದ ಈ ರೀತಿ ಆಗುತ್ತಿದೆ.
हमें पेड़ को लगाना चाहिए ।	नावु मरगळन्नु बेळेसबेकु । ನಾವು ಮರಗಳನ್ನು ಬೆಳೆಸಬೇಕು.
पेडों से हमे अच्छी हवा मिलती है ।	मरगळिंद नमगे ओळ्ळेय गाळि सिगुत्तदे । ಮರಗಳಿಂದ ನಮಗೆ ಒಳ್ಳೆಯ ಗಾಳಿ ಸಿಗುತ್ತದೆ.
गर्मी के मौसम में पेड़ की छाया में बैठे तो मन प्रसन्न होता है ।	बेसगेयल्लि मरद नेरळल्लि कुळितरे मनस्सु प्रसन्नवागुत्तदे । ಬೇಸಗೆಯಲ್ಲಿ ಮರದ ನೆರಳಲ್ಲಿ ಕುಳಿತರೆ ಮನಸ್ಸು ಪ್ರಸನ್ನವಾಗುತ್ತದೆ.
पौधे लगाना एक अच्छी आदत है ।	गिड-मरगळन्नु बेळेसुवुदु ओंदु ओळ्ळेय केलस । ಗಿಡ-ಮರಗಳನ್ನು ಬೆಳೆಸುವುದು ಒಂದು ಒಳ್ಳೆಯ ಕೆಲಸ.
पेड़ रात ही रात में नहीं बढ़ जाते हैं ।	मर रात्रो रात्रि बेळेयुवुदिल्ल । ಮರ ರಾತ್ರೋ ರಾತ್ರಿ ಬೆಳೆಯುವುದಿಲ್ಲ.
वे धीरे-धीरे बढ़ते हैं ।	अवु निधानवागि बेळेयुत्तवे । ಅವು ನಿಧಾನವಾಗಿ ಬೆಳೆಯುತ್ತವೆ.
पेड़ लगाना और उसकी रखवाली करना हमारी जिम्मेदारी है ।	मर बेळेसुवुदु मत्तु अवुगळ संरक्षणे नम्म जवाब्दारि । ಮರ ಬೆಳೆಸುವುದು ಮತ್ತು ಅವುಗಳ ಸಂರಕ್ಷಣೆ ನಮ್ಮ ಜವಾಬ್ದಾರಿ.
पेड़ पौधों की रखवाली करनी चाहिए ।	मरगळन्नु चेन्नागि संरक्षिसबेकु । ಮರಗಳನ್ನು ಚೆನ್ನಾಗಿ ಸಂರಕ್ಷಿಸಬೇಕು.

पेड़ पौधों में पत्ते रहते हैं ।	मरगळल्लि एले इरुत्तदे । ಮರಗಳಲ್ಲಿ ಎಲೆ ಇರುತ್ತದೆ.
पत्तों से हमें शुद्ध हवा प्राप्त होती है ।	एलेगळिंद नमगे शुद्धगाळि दोरेयुत्तदे । ಎಲೆಗಳಿಂದ ನಮಗೆ ಶುದ್ಧ ಗಾಳಿ ದೊರೆಯುತ್ತದೆ.
हवा से हमारा श्वास और स्वास्थ्य अच्छा रहता है ।	शुद्ध गाळियिंद नम्म श्वास हागू आरोग्य चेन्नागिरुत्तदे । ಶುದ್ಧಗಾಳಿಯಿಂದ ನಮ್ಮ ಶ್ವಾಸ ಹಾಗೂ ಆರೋಗ್ಯ ಚೆನ್ನಾಗಿರುತ್ತದೆ.
पेड़ों पर चढ़ना भी शरीर के लिये अच्छा है ।	मकदशन्नु गच्चुलुजु तूढ़ा शरीरक्के ओळ्ळेयदु । ಮರಗಳನ್ನು ಹತ್ತುವುದು ಕೂಡಾ ಶರೀರಕ್ಕೆ ಒಳ್ಳೆಯದು.
कुछ पेड़ और पौधे हमेशा हरे ही रहते है ।	केल मरगळु, ससिगळु सदा हसिरागिरुत्तवे । ಕೆಲ ಮರಗಳು, ಸಸಿಗಳು ಸದಾ ಹಸಿರಾಗಿರುತ್ತವೆ.
कुछ पेड़ हमें लकड़ी देते है ।	केलवु मरगळु सौदे नीडुत्तवे । ಕೆಲವು ಮರಗಳು ಸೌದೆ ನೀಡುತ್ತವೆ.
हमें भी अपने बगीचे में पेड़ और पौधे लगाना चाहिए ।	नावु नम्म हित्तलुगळल्लि गि-मर बेळेसबेकु । ನಾವು ನಮ್ಮ ಹಿತ್ತಲುಗಳಲ್ಲಿ ಗಿಡ-ಮರ ಬೆಳೆಸಬೇಕು.
वे जिन्दगी खडा भी करते है ।	गिड-मर जीवनाधारवागिवे। ಗಿಡ-ಮರ ಜೀವನಾಧಾರವಾಗಿವೆ.
कुछ पेड़ बड़े वृक्ष बनते हैं ।	केल मरगळु बेळेदु वृक्षवागुत्तवे । ಕೆಲ ಮರಗಳು ಬೆಳೆದು ವೃಕ್ಷವಾಗುತ್ತವೆ.
कुछ वृक्ष फैलते हैं ।	केल वृक्षगळु विशालवागिरुत्तवे । ಕೆಲ ವೃಕ್ಷಗಳು ವಿಶಾಲವಾಗಿರುತ್ತವೆ.

31. प्रोत्साहन / उत्तेजन / ಉತ್ತೇಜನ (Encouragement)

हाय ! डेविड कैसे हो ?	हलो, डेविड्, हेगिद्दीरि ? ಹಲೋ, ಡೇವಿಡ್, ಹೇಗಿದ್ದೀರಿ ?
ठीक हूँ।	चेन्नागिद्देने। ಚೆನ್ನಾಗಿದ್ದೇನೆ.
तुम्हारा धंधा कैसा चल रहा है ?	निम्म वहिवाटु हेगे नडेयुत्तदे ? ನಿಮ್ಮ ವಹಿವಾಟು ಹೇಗೆ ನಡೆಯುತ್ತಿದೆ ?
अच्छा नहीं है।	चेन्नागिल्ल। ಚೆನ್ನಾಗಿಲ್ಲ
क्या हुआ ?	ऐनायितु ? ಏನಾಯಿತು ?
उन दिनों यहाँ सिर्फ मेरी दुकान ही थी।	हिंदे इल्लि नन्न अंगडि मात्र इत्तु। ಹಿಂದೆ ಇಲ್ಲಿ ನನ್ನ ಅಂಗಡಿ ಮಾತ್ರ ಇತ್ತು.
वह अच्छा चलता था।	आग व्यापार चेन्नागित्तु। ಆಗ ವ್ಯಾಪಾರ ಚೆನ್ನಾಗಿತ್ತು.
मेरा धंधा देख कर दो तीन लोगों ने दुकान शुरू कर दिया।	इदन्नु नोर्डि मूवरु अंगडि आरंभिसिदरु। ಇದನ್ನು ನೋಡಿ ಮೂವರು ಅಂಗಡಿ ಆರಂಭಿಸಿದರು.
इसलिए मेरा धंधा चौपट हो गया।	इदरिंद नन्न व्यापार कुसियितु। ಇದರಿಂದ ನನ್ನ ವ್ಯಾಪಾರ ಕುಸಿಯಿತು.
चिन्ता मत करो।	चिंतिसदिरि। ಚಿಂತಿಸದಿರಿ.
भगवान पर विश्वास रखकर कोशिश करते जाओ।	भगवंतन मेले विश्वासविरिसि, प्रयत्न मुंदुवरिसि। ಭಗವಂತನ ಮೇಲೆ ವಿಶ್ವಾಸವಿರಿಸಿ, ಪ್ರಯತ್ನ ಮುಂದುವರಿಸಿ.
तुम अच्छा धंधा करते हो।	नीवु चेन्नागि व्यापार माडुत्तीरि। ನೀವು ಚೆನ್ನಾಗಿ ವ್ಯಾಪಾರ ಮಾಡುತ್ತೀರಿ.

हम आपके साथ हैं ।	नावु निम्म जते इद्देवे । ನಾವು ನಿಮ್ಮ ಜತೆ ಇದ್ದೇವೆ.
हमारा समर्थन हमेशा आपके साथ है ।	नम्म बेंबल नमगे सदा इरुत्तदे । ನಮ್ಮ ಬೆಂಬಲ ನಿಮಗೆ ಸದಾ ಇರುತ್ತದೆ.
आप जरूर सफल होंगे ।	नीवु शीघ्रवे सफलरागुविरि । ನೀವು ಶೀಘ್ರವೇ ಸಫಲರಾಗುವಿರಿ.
आप मत डरना ।	नीवु हेदरदिरि । ನೀವು ಹೆದರದಿರಿ.
व्यापार में सबको समस्याएँ आती है ।	व्यापारदल्लि समस्ये एल्लरिगू बरुत्तदे । ವ್ಯಾಪಾರದಲ್ಲಿ ಸಮಸ್ಯೆ ಎಲ್ಲರಿಗೂ ಬರುತ್ತದೆ.
वह तो सहज है ।	अदु सहज । ಅದು ಸಹಜ.
आप हिम्मत से आगे बढ़िये ।	नीवु धैर्यदिंद मुन्नडेयिरि । ನೀವು ಧೈರ್ಯದಿಂದ ಮುನ್ನಡೆಯಿರಿ.
व्यापार के लिए ऋण चाहिए तो हमें बतायें ।	व्यापारक्के साल बेकादरे, ननगे हेळि । ವ್ಯಾಪಾರಕ್ಕೆ ಸಾಲ ಬೇಕಾದರೆ, ನನಗೆ ಹೇಳಿ.
किसी को भी छोड़िये परवाह नहीं । लेकिन हिम्मत नहीं हारना ।	ऐनन्नादरू बिडि, परवागिल्ल. आदरे धैर्य बिडबेडि । ಏನನ್ನಾದರೂ ಬಿಡಿ, ಪರವಾಗಿಲ್ಲ, ಆದರೆ, ಧೈರ್ಯ ಬಿಡಬೇಡಿ.
हिम्मत है तो गया हुआ भी वापस लौट आयेगा ।	धैर्यविद्दरे होगिद्दु कूड वापस् बरुत्तदे । ಧೈರ್ಯವಿದ್ದರೆ ಹೋಗಿದ್ದು ಕೂಡ ವಾಪಸ್ ಬರುತ್ತದೆ.
आप सही रास्ते पर हैं ।	नीवु सरियाद दारियल्लिद्दीरि । ನೀವು ಸರಿಯಾದ ದಾರಿಯಲ್ಲಿದ್ದೀರಿ.

32. संभाषणे / ಸಂಭಾಷಣೆ (Conversation)

खुशी के मौके पर आप सब का स्वागत है ।	संतोषद समयदल्लि निम्मेल्लरिगू स्वागत । ಸಂತೋಷದ ಸಮಯದಲ್ಲಿ ನಿಮ್ಮೆಲ್ಲರಿಗೂ ಸ್ವಾಗತ.
आपको जन्म दिन की शुभकामनायें ।	निमगे हुट्टुहब्बद शुभाशय । ನಿಮಗೆ ಹುಟ್ಟುಹಬ್ಬದ ಶುಭಾಶಯ
मेरी बधाई स्वीकार करें ।	नन्न शुभाशयवन्नु स्वीकरिसि । ನನ್ನ ಶುಭಾಶಯವನ್ನು ಸ್ವೀಕರಿಸಿ.
साब ! मैं अपने दोस्तों की तरफ से आपका अभिनंदन कर रहा हूँ ।	सर्, नानु निम्म स्नेहितर परवागि निम्मन्नु अभिनंदिसुत्तीद्देने । ಸರ್, ನಾನು ನಿಮ್ಮ ಸ್ನೇಹಿತರ ಪರವಾಗಿ ನಿಮ್ಮನ್ನು ಅಭಿನಂದಿಸುತ್ತಿದ್ದೇನೆ.
मुझे विश्वास है कि आप उन्नति के शिखर पर पहुँचे ।	नीवु यशस्सिन शीखरवन्नु ऐरुत्तिरि एंब विश्वास ननगिदे । ನೀವು ಯಶಸ್ಸಿನ ಶಿಖರವನ್ನು ಏರುತ್ತೀರಿ ಎಂಬ ವಿಶ್ವಾಸ ನನಗಿದೆ.
आपको देखकर बहुत खुशी हुई है ।	निम्मन्नु नोडि बहळ खुषियागिदे । ನಿಮ್ಮನ್ನು ನೋಡಿ ಬಹಳ ಖುಷಿಯಾಗಿದೆ.
मैं आपके समक्ष एक प्रस्ताव रखना चाहता हूँ ।	नानु निम्म बळि ओंदु प्रस्ताव इडलु इच्छिसुत्तेने । ನಾನು ನಿಮ್ಮ ಬಳಿ ಒಂದು ಪ್ರಸ್ತಾವ ಇಡಲು ಇಚ್ಛಿಸುತ್ತೇನೆ
मुझे माफ कर दीजिए ।	नन्नन्नु क्षमिसि । ನನ್ನನ್ನು ಕ್ಷಮಿಸಿ.
मेरा मन प्रसन्न नहीं है ।	नन्न मनस्सु सरियागिल्ल । ನನ್ನ ಮನಸ್ಸು ಸರಿಯಾಗಿಲ್ಲ.
हाँ ! परवाह नहीं ।	परवागिल्ल बिडि । ಪರವಾಗಿಲ್ಲ ಬಿಡಿ.
जिन्दगी एक दिन से नहीं चलती है ।	जगत्तु ओंदु निददल्लि आगि होगुवुदिल्ल । ಜಗತ್ತು ಒಂದು ದಿನದಲ್ಲಿ ಆಗಿ ಹೋಗುವುದಿಲ್ಲ.
फिर मिलेंगे ।	मत्ते भेटियागोण । ಮತ್ತೆ ಭೇಟಿಯಾಗೋಣ.

33. परिवार / ಪರಿವಾರ / ಕುಟುಂಬ (Family)

हम सब एक है ।	नावेल्लरू ओंदु । ನಾವೆಲ್ಲರೂ ಒಂದು
यही परिवार की नींव है ।	इदे परिवारद बुनादि । ಇದೇ ಪರಿವಾರದ ಬುನಾದಿ.
पुराने समय में सम्मिलित पारिवारिक व्यवस्था रहती थी ।	इंदे अविभजित कुटुंब व्यवस्थे इत्तु. ಹಿಂದೆ ಅವಿಭಜಿತ ಕುಟುಂಬ ವ್ಯವಸ್ಥೆ ಇತ್ತು.
वह प्यार और अनुसंग से तैयार किया गया है ।	अदु प्रेम मत्तु अप्यायमानते मेले कट्टल्पट्टित्तु । ಅದು ಪ್ರೇಮ ಮತ್ತು ಅಪ್ಯಾಯಮಾನತೆ ಮೇಲೆ ಕಟ್ಟಲ್ಪಟ್ಟಿತ್ತು.
क्योंकी उसमें चार या पाँच पीढ़ी के लोग एक साथ रहते थे ।	ऐकेंदरे अल्लि नाल्कैदु तलेमारुगळ जन ओट्टागि इरुत्तिद्दरु । ಏಕೆಂದರೆ ಅಲ್ಲಿ ನಾಲ್ಕೈದು ತಲೆಮಾರುಗಳ ಜನ ಒಟ್ಟಾಗಿ ಇರುತ್ತಿದ್ದರು.
इस नये जमाने में परिवार मतलब है मै, मेरी पत्नी और मेरे बच्चे ।	ईग कुटुंब एंदरे नानु, नन्न पत्नि मत्तु मक्कळु मात्र । ಈಗ ಕುಟುಂಬ ಎಂದರೆ ನಾನು, ನನ್ನ ಪತ್ನಿ ಮತ್ತು ಮಕ್ಕಳು ಮಾತ್ರ.
उसके बिना कुछ भी नहीं है ।	अदन्नु होरतुपडिसि, बेरेयवरु इल्ल । ಅದನ್ನು ಹೊರತುಪಡಿಸಿ, ಬೇರೆಯವರು ಇಲ್ಲ,
आपके परिवार में कौन-कौन रहते हैं ?	निम्म कुटुंबदल्लि यारारु इद्दारे ? ನಿಮ್ಮ ಕುಟುಂಬದಲ್ಲಿ ಯಾರ್ಯಾರು ಇದ್ದಾರೆ ?
आपके परिवार में बड़े लोगों की संख्या कितनी है ?	निम्म कुटुंबदल्लि दोड्डवर संख्ये एष्टु ? ನಿಮ್ಮ ಕುಟುಂಬದಲ್ಲಿ ದೊಡ್ಡವರ ಸಂಖ್ಯೆ ಎಷ್ಟು ?
वहाँ एक बूढ़ा दिख रहा है ।	अल्लि ओब्बरु हिरिय वयस्करु इद्दारे । ಅಲ್ಲಿ ಒಬ್ಬರು ಹಿರಿಯ ವಯಸ್ಕರು ಇದ್ದಾರೆ.

वह हमारे दादाजी हैं ।

अवरु नम्म मुत्तज्ज । ಅವರು ನಮ್ಮ ಮುತ್ತಜ್ಜ

दादाजी अभी भी जाम दांत से काट कर खाते हैं ।

अवरु ईग कूडा गट्टि हल्लु होंदिद्दारे । कच्चि तिन्नुत्तारे ।

ಅವರು ಈಗ ಕೂಡಾ ಗಟ್ಟಿ ಹಲ್ಲು ಹೊಂದಿದ್ದಾರೆ.

ಕಚ್ಚಿ ತಿನ್ನುತ್ತಾರೆ.

34. घर / मने / ಮನೆ (House)

घर का मतलब क्या है ?

मने एंबुदर अर्थ ऐनु ?

ಮನೆ ಎಂಬುದರ ಅರ್ಥ ಏನು ?

घर मतलब एक छत चार दीवार और दरवाजे के अन्दर से रहने योग्य निवास स्थल है ।

मने एंदरे ओंदु चावणि नाल्कु गोडे मत्तु बागिलु इरुव वासिसलु योग्यवाद स्थळ ।

ಮನೆ ಎಂದರೆ ಒಂದು ಚಾವಣಿ, ನಾಲ್ಕು ಗೋಡೆ ಮತ್ತು ಬಾಗಿಲು ಇರುವ ವಾಸಿಸಲು ಯೋಗ್ಯವಾದ ಸ್ಥಳ.

वह क्या करते है ?

अदु ऐनु माडुत्तदे ? ಅದು ಏನು ಮಾಡುತ್ತದೆ ?

घर एक दूसरे को मिलाती है।

ओब्बरु न्नोब्बरन्नु सेरिसुत्तदे ।

ಒಬ್ಬರು ಇನ್ನೊಬ್ಬರನ್ನು ಸೇರಿಸುತ್ತದೆ.

हम सब की वही है पहली पाठशाला ।

नम्मेल्लरिगू अदु मोदल पाठशाले ।

ನಮ್ಮೆಲ್ಲರಿಗೂ ಅದು ಮೊದಲ ಪಾಠಶಾಲೆ.

ईंट और पत्थरों से बनायी गयी हर इमारत निवास योग्य नहीं हो सकती है ।

इट्टिगे मत्तु कल्लिनिंद माडिद कट्टडगळेल्लवू मने आगुवुदिल्ल ।

ಇಟ್ಟಿಗೆ ಮತ್ತು ಕಲ್ಲಿನಿಂದ ಮಾಡಿದ ಕಟ್ಟಡಗಳೆಲ್ಲವೂ ಮನೆ ಆಗುವುದಿಲ್ಲ.

यह आपका अपना घर है या किराये का ?

इदु निम्म मनेये अथवा बेरेयवरद्दे ?

ಇದು ನಿಮ್ಮ ಮನೆಯೇ ಅಥವಾ ಬೇರೆಯವರದ್ದೇ ?

अपना घर और किराया के घर में बहुत फर्क होता है ।

नम्म मत्तु बेरेयवर मने नडुवे बहळ व्यत्यासविदे ।

ನಮ್ಮ ಮತ್ತು ಬೇರೆಯವರ ಮನೆ ನಡುವೆ ಬಹಳ ವ್ಯತ್ಯಾಸವಿದೆ.

इसलिये हमारी सरकार सबको मुफ्त में या सस्ते में घर देने की कोशिश कर रही है ।	इदरिंद सरकार मुफत्तागि इल्लवे कडिमे दरदल्लि एलरिगू मने कोडलु प्रयत्निसुत्तिदे । ಇದರಿಂದ ಸರಕಾರ ಮುಫತ್ತಾಗಿ ಇಲ್ಲವೇ ಕಡಿಮೆ ದರದಲ್ಲಿ ಎಲ್ಲರಿಗೂ ಮನೆ ಕೊಡಲು ಪ್ರಯತ್ನಿಸುತ್ತಿದೆ.
कहीं जाने पर अपना घर ही सर्वोत्तम है ।	हेगे नोडिदरू नम्म मनेये सर्वोत्तम । ಹೇಗೆ ನೋಡಿದರೂ ನಮ್ಮ ಮನೆಯೇ ಸರ್ವೋತ್ತಮ.
मैं मानता हूँ ।	नानु ओप्पुत्तेने । ನಾನು ಒಪ್ಪುತ್ತೇನೆ.

35. सामर्थ्य ಸಾಮರ್ಥ್ಯ (Efficiency)

मैं तुम्हें कुछ काम दूँ तो तुम कर सकते हो क्या ?	नानु निगे केलसवोंदन्नु कोट्टरे अदन्नु माडुत्तीया ? ನಾನು ನಿನಗೆ ಕೆಲಸವೊಂದನ್ನು ಕೊಟ್ಟರೆ ಅದನ್ನು ಮಾಡುತ್ತೀಯಾ ?
कौन सा काम है यह ?	ऐनु केलस ? ಏನು ಕೆಲಸ ?
कुछ भी ।	यावुदादरू । ಯಾವುದಾದರೂ
ऐसा नहीं बोलो ।	आरीति हेळबेड । ಆ ರೀತಿ ಹೇಳಬೇಡ.
अलग-अलग काम अलग-अलग आदमी अच्छा कर सकते हैं ।	बेरे बेरे केलसवन्नु बेरेबेरेयवरु चेन्नागि माडुत्तारे । ಬೇರೆ ಬೇರೆ ಕೆಲಸವನ್ನು ಬೇರೆಬೇರೆಯವರು ಚೆನ್ನಾಗಿ ಮಾಡುತ್ತಾರೆ.
वह कार अच्छा चला सकता है ।	अवनु कार् चेन्नागि चालने माडबल्ल । ಅವನು ಕಾರ್ ಚೆನ್ನಾಗಿ ಚಾಲನೆ ಮಾಡಬಲ್ಲ.
मैं साईकिल चला सकता हूँ । मगर कार नहीं चला सकता	नानु चेन्नागि सैकल् सवारि माडबल्ले । आदरे, कार् चालने माडलारे । ನಾನು ಚೆನ್ನಾಗಿ ಸೈಕಲ್ ಸವಾರಿ ಮಾಡಬಲ್ಲೆ, ಆದರೆ, ಕಾರ್ ಚಾಲನೆ ಮಾಡಲಾರೆ.

मगर वह अच्छी तरह बात नहीं कर सकता है ।	आदरे आत चेन्नागि मातनाडलार । ಆದರೆ ಆತ ಚೆನ್ನಾಗಿ ಮಾತನಾಡಲಾರ.
यह कन्नड, हिन्दी और अंग्रेजी में धारा प्रवाह बात कर सकता है ।	आत कन्नड, हिंदि मत्तु इंगलिशनल्लि निरर्गळवागि माताडबल्ल । ಆತ ಕನ್ನಡ, ಹಿಂದಿ ಮತ್ತು ಇಂಗ್ಲಿಷ್‌ನಲ್ಲಿ ನಿರರ್ಗಳವಾಗಿ ಮಾತಾಡಬಲ್ಲ.
लेकिन किसी भी भाषा में नहीं लिख सकता है ।	आदरे, आतनिगे बरेयलु बरुवुदिल्ल । ಆದರೆ, ಆತನಿಗೆ ಬರೆಯಲು ಬರುವುದಿಲ್ಲ.
वैसा सामर्थ्य सबको एक जैसा नहीं रहता है ।	सामथ्य एलरल्लू वोंदेरीति इरुवुदिल्ल । ಸಾಮರ್ಥ್ಯ ಎಲ್ಲರಲ್ಲೂ ಒಂದೇ ರೀತಿ ಇರುವುದಿಲ್ಲ.

36. वीनती / बिन्नह / ಬಿನ್ನಹ (Request)

मुझे कुछ सहायता कर सकते हो क्या ?	ननगे स्वल्प सहाय माडलु साध्यवे ? ನನಗೆ ಸ್ವಲ್ಪ ಸಹಾಯ ಮಾಡಲು ಸಾಧ್ಯವೇ ?
करने का मन है, मगर नहीं कर सकता हूँ ।	माडुव मनस्सिदे । आदरे, माडलु साध्यविल्ल । ಮಾಡುವ ಮನಸ್ಸಿದೆ. ಆದರೆ, ಮಾಡಲು ಸಾಧ್ಯವಿಲ್ಲ.
हाथ से नहीं कर सकते हो तो मुँह से करो ।	कैयल्लि माडलु साध्यविल्लदिद्दरे बायियल्लादरू हेळु । ಕೈಯಲ್ಲಿ ಮಾಡಲು ಸಾಧ್ಯವಿಲ್ಲದಿದ್ದರೆ, ಬಾಯಿಯಲ್ಲಾದರೂ ಹೇಳು.
मैं अब किसी भी तरह नहीं कर सकता हूँ ।	नानु ईग याव रीतियू माडलारे । ನಾನು ಈಗ ಯಾವ ರೀತಿಯೂ ಮಾಡಲಾರೆ.
कृपा करके उस आदमी को बुलाइए ।	दयविट्टु आ व्यक्तियन्नु करेयिरि । ದಯವಿಟ್ಟು ಆ ವ್ಯಕ್ತಿಯನ್ನು ಕರೆಯಿರಿ.

भाई साब, मेरी फाइल लाइए ।	सोदर, नन्न फैल् तेगेदुकोंडु बा । ಸೋದರ, ನನ್ನ ಫೈಲ್ ತೆಗೆದುಕೊಂಡು ಬಾ.
आप वहाँ जा कर एक पार्सल ला सकते हैं क्या ?	नीवु अल्लिगे होगि ओंदु पार्सल् तरलु साध्यवे ? ನೀವು ಅಲ್ಲಿಗೆ ಹೋಗಿ ಒಂದು ಪಾರ್ಸಲ್ ತರಲು ಸಾಧ್ಯವೇ ?
तुम मुझे एक सच बात सकते हो क्या ?	नीवु ओंदु सत्य विषय हेळलु साध्यवे ? ನೀವು ಒಂದು ಸತ್ಯ ವಿಷಯ ಹೇಳಲು ಸಾಧ್ಯವೇ ?
उतनी हिम्मत मेरे पास नहीं हैं मुझे छोड़िये ।	ननगे अष्टु धैर्यविल्ल. नन्नन्नु बिट्टुबिडु । ನನಗೆ ಅಷ್ಟು ಧೈರ್ಯವಿಲ್ಲ, ನನ್ನನ್ನು ಬಿಟ್ಟುಬಿಡು.
कृपया मेरी बात सुनिए ।	दयविट्टु नन्न मातु केळि । ದಯವಿಟ್ಟು ನನ್ನ ಮಾತು ಕೇಳಿ.
कृपा करके मुझे जाने दीजिए ।	दयविट्टु नन्नन्नु होगलु बिडि । ದಯವಿಟ್ಟು ನನ್ನನ್ನು ಹೋಗಲು ಬಿಡಿ.

37. सलाह / सलहे / ಸಲಹೆ (Advice)

मुझे आपकी सलाह चाहिए ।	ननगे निम्म सलहे बेकिदे । ನನಗೆ ನಿಮ್ಮ ಸಲಹೆ ಬೇಕಿದೆ.
क्या हुआ ?	ऐनायितु ? ಏನಾಯಿತು ?
कुछ भी नहीं हुआ ।	ऐनू आगिल्ल । ಏನೂ ಆಗಿಲ್ಲ.
कुछ भी नहीं हो रहा है इसलिए मैं आपकी सलाह चाहता हूँ ।	ऐनू आगुत्तिल्ल । हीगागि नानु निम्म सलहे केळुत्तिद्दे्ने । ಏನೂ ಆಗುತ್ತಿಲ್ಲ, ಹೀಗಾಗಿ ನಾನು ನಿಮ್ಮ ಸಲಹೆ ಕೇಳುತ್ತಿದ್ದೇನೆ.
ठीक है ।	सरि । ಸರಿ.
पैसा चाहिये तो नहीं दूँगा ।	दुड्डु बेकेंदिद्दरे, कोडलारे । ದುಡ್ಡು ಬೇಕೆಂದಿದ್ದರೆ, ಕೊಡಲಾರೆ.

लेकिन सलाह चाहिये तो जरूर दूँगा ।	आदरे सलहे बेकिद्दरे, खंडित कोडुवे । ಆದರೆ, ಸಲಹೆ ಬೇಕಿದ್ದರೆ, ಖಂಡಿತ ಕೊಡುವೆ.
वह तो मुझे भी मालूम है ।	अदु ननगू गोत्तिदे । ಅದು ನನಗೂ ಗೊತ್ತಿದೆ.
कुछ भी चाहिए तो कोशिश करनी पडती है ।	ऐनादरू बेकु एंदिद्दरे, अदक्कागि प्रयत्निसबेकु । ಏನಾದರೂ ಬೇಕು ಎಂದಿದ್ದರೆ, ಅದಕ್ಕಾಗಿ ಪ್ರಯತ್ನಿಸಬೇಕು.
अच्छा समय होने के लिए समय का इन्तजार भी जरूरी है ।	ओळ्ळेय समय बरलि एंदु कायबेकागुत्तदे । ಒಳ್ಳೆಯ ಸಮಯ ಬರಲಿ ಎಂದು ಕಾಯಬೇಕಾಗುತ್ತದೆ.
परीक्षा में उत्तीर्ण होने के लिए मेहनत जरूरी है ।	परीक्षेयल्लि पासागलु तयारि अगत्य । ಪರೀಕ್ಷೆಯಲ್ಲಿ ಪಾಸಾಗಲು ತಯಾರಿ ಅಗತ್ಯ.
अच्छे स्वास्थ्य के लिए योगा करें ।	ओळ्ळेय आरोग्यक्कागि योग माडबेकु । ಒಳ್ಳೆಯ ಆರೋಗ್ಯಕ್ಕಾಗಿ ಯೋಗ ಮಾಡಬೇಕು.

38. मन की प्रसन्नता / मनश्शांति / ಮನಶ್ಶಾಂತಿ (Peace of Mind)

मेरा मन अच्छा नहीं है ।	नन्न मनस्सु चेन्नागिल्ल । ನನ್ನ ಮನಸ್ಸು ಚೆನ್ನಾಗಿಲ್ಲ.
मैं अभी घबरा रहा हूँ ।	नानु हेदरुत्तिद्देने । ನಾನು ಹೆದರುತ್ತಿದ್ದೇನೆ.
मैं अच्छा आदमी हूँ ।	नानु ओळ्ळेय मनुष्य । ನಾನು ಒಳ್ಳೆಯ ಮನುಷ್ಯ.
आदरे मगर मेरा मन अच्छा नहीं है	आदरे, नन्न मनस्सु सरियागिल्ल । ಆದರೆ, ನನ್ನ ಮನಸ್ಸು ಸರಿಯಾಗಿಲ್ಲ.
तुम क्या काम करते हो ?	नीनु ऐनु केलस माडुत्तिरुवे ? ನೀನು ಏನು ಕೆಲಸ ಮಾಡುತ್ತಿರುವೆ ?
कुछ भी नहीं करता हूँ ।	ऐनू माडुत्तिल्ल । ಏನೂ ಮಾಡುತ್ತಿಲ್ಲ.
तुम्हारी समस्या वहीं है ।	अदे निन्न समस्ये । ಅದೇ ನಿನ್ನ ಸಮಸ್ಯೆ.

किसी एक काम के उपर ध्यान रखने से घबराने का मौका नहीं रहता है ।	केलसद मेले गमन इरिसिकोंडवरिगे गाबरियागुव अवकाश इरुवुदिल्ल । ಕೆಲಸದ ಮೇಲೆ ಗಮನ ಇರಿಸಿಕೊಂಡವರಿಗೆ ಗಾಬರಿಯಾಗುವ ಅವಕಾಶ ಇರುವುದಿಲ್ಲ.
मन प्रसन्न रखने के लिये हमेशा हँसते रहना चाहिए ।	मनस्सु प्रसन्नवागिरिसिकोळ्ळलु सदा नगुत्ता इरबेकु । ಮನಸ್ಸು ಪ್ರಸನ್ನವಾಗಿರಿಸಿಕೊಳ್ಳಲು ಸದಾ ನಗುತ್ತ ಇರಬೇಕು.
गुस्से में मत रहो।	सिट्टु माडिकोळ्ळबेडि । ಸಿಟ್ಟು ಮಾಡಿಕೊಳ್ಳಬೇಡಿ.
किसी से भी झगडा मत करना ।	यार जतेयू जगळ माडबेडि ಯಾರ ಜತೆಯೂ ಜಗಳ ಮಾಡಬೇಡಿ.
मन किसी को नहीं दिखाई पड़ता है ।	मनस्सन्नु होरगिवर मुंदे बिच्चिडबारदु । ಮನಸ್ಸನ್ನು ಹೊರಗಿನವರ ಮುಂದೆ ಬಿಚ್ಚಿಡಬಾರದು.

39. **प्रशंसा** / होगळिके / ಹೊಗಳಿಕೆ (Praise)

आपने अच्छा किया ।	नीवु ओळ्ळेयदु माडिदिरि । ನೀವು ಒಳ್ಳೆಯದು ಮಾಡಿದಿರಿ.
वह अच्छा है ।	अदु चेन्नागिदे । ಅದು ಚೆನ್ನಾಗಿದೆ.
वह दृश्य देख कर मैं खुश हुआ ।	आ दृश्यवन्नु नोडि ननगे खुषियायितु । ಆ ದೃಶ್ಯವನ್ನು ನೋಡಿ ನನಗೆ ಖುಷಿಯಾಯಿತು.
तुम सच बोलने वाले हो ।	नीनु सत्य हेळुववनु । ನೀನು ಸತ್ಯ ಹೇಳುವವನು.
तुम कितने अच्छे आदमी हो ।	नीनु एष्टु ओळ्ळेय मनुष्य । ನೀನು ಎಷ್ಟು ಒಳ್ಳೆಯ ಮನುಷ್ಯ.
वह औरत सुन्दर है ।	आ महिळे सुंदरवागिद्दाळे । ಆ ಮಹಿಳೆ ಸುಂದರವಾಗಿದ್ದಾಳೆ.

मुझे यह बहुत पसंद है ।	इदु ननगे तुंब इष्टवागिदे । ಇದು ನನಗೆ ತುಂಬ ಇಷ್ಟವಾಗಿದೆ.
आप यह काम इतनी जल्दी कैसे कर सकते हैं?	नीवु ई केलसवन्नु इष्टु बेग माडलु हेगे साध्यवायितु ? ನೀವು ಈ ಕೆಲಸವನ್ನು ಇಷ್ಟು ಬೇಗ ಮಾಡಲು ಹೇಗೆ ಸಾಧ್ಯವಾಯಿತು?
आपने जो सेवा की उसे मैं जिंदगी भर याद करूँगा ।	नीनु माडिद सहायवन्नु नानु जीवनविडी मरेयुवुदिल्ल । ನೀನು ಮಾಡಿದ ಸಹಾಯವನ್ನು ನಾನು ಜೀವನವಿಡೀ ಮರೆಯುವುದಿಲ್ಲ.
आप जैसे कोई नहीं बात कर सकते हैं ।	निम्मंते यारू मातन्नाडुववरु इल्ल । ನಿಮ್ಮಂತೆ ಯಾರೂ ಮಾತನ್ನಾಡುವವರು ಇಲ್ಲ.
भगवान की कृपा से आप मुझे मिल गये ।	भगवंतन कृपेयिंद नीवु ननगे सिक्किदिरि । ಭಗವಂತನ ಕೃಪೆಯಿಂದ ನೀವು ನನಗೆ ಸಿಕ್ಕಿದಿರಿ.
अच्छी तरह बात करने के लिये भी भगवान की कृपा चाहिए ।	ओळ्ळेय रीति मातन्नाडलु कूडा भगवंतन कृपे बेकु । ಒಳ್ಳೆಯ ರೀತಿ ಮಾತನ್ನಾಡಲು ಕೂಡಾ ಭಗವಂತನ ಕೃಪೆ ಬೇಕು.

40. क्रोध / सिट्टु / ಸಿಟ್ಟು (Anger)

यह काम तुमने क्यों किया ?	ई केलस नीनु ऐके माडिदे ? ಈ ಕೆಲಸ ನೀನು ಏಕೆ ಮಾಡಿದೆ ?
यह बोलने वाले तुम कौन हो ?	अदन्नु केळलु नीनु यारु ? ಅದನ್ನು ಕೇಳಲು ನೀನು ಯಾರು ?
सीधी बात करो ।	नेरवागि मातनाडु । ನೇರವಾಗಿ ಮಾತನಾಡು.
और कैसे बात करना ?	इन्नु हेगे मातनाडबेकु ? ಇನ್ನು ಹೇಗೆ ಮಾತನಾಡಬೇಕು ?

मैं कैसी बात कर रहा हूँ ? तुम कैसी बात कर रहे हो ?	नानु हेगे मातन्नाडुत्तिद्देने ? नीवु हेगे मातन्नाडुत्तिरुविरि ? ನಾನು ಹೇಗೆ ಮಾತನ್ನಾಡುತ್ತಿದ್ದೇನೆ ? ನೀವು ಹೇಗೆ ಮಾತನ್ನಾಡುತ್ತಿರುವಿರಿ ?
बात करने का यही तरीखा हैं क्या ?	इदेना मातनाडुव रीति ? ಇದೇನಾ ಮಾತನಾಡುವ ರೀತಿ ?
मेरी निंदा करते हो ?	नन्नन्नु निंदिसुत्तिद्दीरा ? ನನ್ನನ್ನು ನಿಂದಿಸುತ್ತಿದ್ದೀರಾ ?
दिमाग नहीं है, ऐसा नहीं बोलना ?	ईरीति मातनाडबेड, बुद्दि इल्लवा ? ಈರೀತಿ ಮಾತನಾಡಬೇಡ, ಬುದ್ಧಿ ಇಲ್ಲವಾ ?
मेरा समय व्यर्थ बर्बाद मत करो ।	नन्न समय व्यर्थ माडबेड । ನನ್ನ ಸಮಯ ವ್ಯರ್ಥ ಮಾಡಬೇಡ.
इसके बारे में आप क्या सोच रहे हैं मुझे मालूम नहीं है ।	ई बग्गे नीवेनु योचिसुत्तिरुविरि एंदु ननगे गोत्तिल्ल । ಈ ಬಗ್ಗೆ ನೀವೇನು ಯೋಚಿಸುತ್ತಿರುವಿರಿ ಎಂದು ನನಗೆ ಗೊತ್ತಿಲ್ಲ.
धीरे-धीरे समझ में आता है ।	निधानवागि गोत्तागुत्तदे । ನಿಧಾನವಾಗಿ ಗೊತ್ತಾಗುತ್ತದೆ.
हँसी मजाक की बात छोड़ो ।	नगे चाटिके मातु बिट्टुबिडु । ನಗೆ ಚಾಟಿಕೆ ಮಾತು ಬಿಟ್ಟುಬಿಡು.

41. कृतज्ञता कृतज्ञते ಕೃತಜ್ಞತೆ (Gratitude)

आपने मेरी अच्छी सहायता की ।	नीवु ननगे ओळ्ळेय सहाय माडिदिरि । ನೀವು ನನಗೆ ಒಳ್ಳೆಯ ಸಹಾಯ ಮಾಡಿದಿರಿ.
यह बोलना आपकी अच्छाई है ।	हीगे हेळुवुदु निम्म ओळ्ळेतन । ಹೀಗೆ ಹೇಳುವುದು ನಿಮ್ಮ ಒಳ್ಳೆಯತನ.

तुम दयालू हो ।	नीवु दयाळु । ನೀವು ದಯಾಳು.
उस समय आप वैसी सहायता नहीं करते तो हम अब ऐसा नहीं रहते थे ।	नीवु आग सहाय माडदिद्दल्लि ईग नावेल्ल हीगे इरुत्तिरलिल्ल ನೀವು ಆಗ ಸಹಾಯ ಮಾಡದಿದ್ದಲ್ಲಿ ಈಗ ನಾವೆಲ್ಲ ಹೀಗೆ ಇರುತ್ತಿರಲಿಲ್ಲ.
मैं आपको नहीं भूल सकता ।	नानु निम्मन्नु एंदेंदू मरेयुवुदिल्ल । ನಾನು ನಿಮ್ಮನ್ನು ಎಂದೆಂದೂ ಮರೆಯುವುದಿಲ್ಲ.
मैं नहीं बता सकता हूँ कि मैं आपका कितना कृतज्ञ हूँ ।	नानु निगे एष्टु कृतज्ञ एंबुदन्नु हेळलु साध्यविल्ल । ನಾನು ನಿಮಗೆ ಎಷ್ಟು ಕೃತಜ್ಞ ಎಂಬುದನ್ನು ಹೇಳಲು ಸಾಧ್ಯವಿಲ್ಲ.
आपने जो आतिथ्य प्रदान किया इसके लिए धन्यवाद ।	निम्म आतिथ्यक्के धन्यवाद । ನಿಮ್ಮ ಆತಿಥ್ಯಕ್ಕೆ ಧನ್ಯವಾದ.
आप मेरे घर आये यह बड़ी बात है ।	नीवु नम्म मनेगे बंदिरुवुदु दोड्ड विषय। ನೀವು ನಮ್ಮ ಮನೆಗೆ ಬಂದಿರುವುದು ದೊಡ್ಡ ವಿಷಯ.
आपके दिए गए सलाह के कारण मैं समस्याओं से बच गया हूँ ।	नीवु नीडिद सलहेयिंद नानु नन्न समस्येगळिंद बचावादे । ನೀವು ನೀಡಿದ ಸಲಹೆಯಿಂದಾಗಿ ನಾನು ನನ್ನ ಸಮಸ್ಯೆಗಳಿಂದ ಬಚಾವಾದೆ.
आपकी बातें सुन कर मेरा मन प्रसन्न हो रहा है ।	निम्म मातु केळि नन्न मनस्सु प्रसन्नवायितु । ನಿಮ್ಮ ಮಾತು ಕೇಳಿ ನನ್ನ ಮನಸ್ಸು ಪ್ರಸನ್ನವಾಯಿತು.
आपका इस प्रकार कृतज्ञ होना मुझे समझ में नहीं आ रहा है ।	नीवु इष्टोंदु कृतज्ञते तोरिसुत्तिरुवुदेके एंदु ननगे अर्थवागुत्तिल्ल । ನೀವು ಇಷ್ಟೊಂದು ಕೃತಜ್ಞತೆ ತೋರಿಸುತ್ತಿರುವುದೇಕೆ ಎಂದು ನನಗೆ ಅರ್ಥವಾಗುತ್ತಿಲ್ಲ.
यह आपका बड़प्पन है ।	अदु निम्म दोड्डस्तिके । ಅದು ನಿಮ್ಮ ದೊಡ್ಡಸ್ತಿಕೆ.

42. निमंत्रण /आह्वान / ಆಹ್ವಾನ (Invitation)

मैं एक पार्टी दे रहा हूँ।	नानोंदु पार्टि कोडुत्तिद्देने । ನಾನೊಂದು ಪಾರ್ಟಿ ಕೊಡುತ್ತಿದ್ದೇನೆ.
आगे आपको जरूर आना है ।	नीवु खंडितवागियू बरबेकु । ನೀವು ಖಂಡಿತವಾಗಿಯೂ ಬರಬೇಕು.
कहाँ दे रहे है ?	पार्टि एल्लि ? ಪಾರ್ಟಿ ಎಲ್ಲಿ ?
अपने घर में ।	नम्म मनेयल्लि । ನಮ್ಮ ಮನೆಯಲ್ಲಿ.
उधर बस जाती है क्या ?	अल्लि पार्टि माडुवष्टु स्थळ इदेया ? ಅಲ್ಲಿ ಪಾರ್ಟಿ ಮಾಡುವಷ್ಟು ಸ್ಥಳ ಇದೆಯಾ ?
अंदर आईए ।	ओळगे बन्नि । ಒಳಗೆ ಬನ್ನಿ.
वहाँ पंखे के नीचे बैठिए ।	फ्यान् केळगे कुळितुकोळ्ळि ಫ್ಯಾನ್ ಕೆಳಗೆ ಕುಳಿತುಕೊಳ್ಳಿ.
हम सभी कल एक नाटक का प्रदर्शन देखने के लिये जा रहे हैं ।	नावेल्लरू नाळे नाटकवोंदन्नु नोडलु होगुत्तिद्देवे । ನಾವೆಲ್ಲರೂ ನಾಳೆ ನಾಟಕವೊಂದನ್ನು ನೋಡಲು ಹೋಗುತ್ತಿದ್ದೇವೆ.
आप भी जायेंगे क्या ?	नीवू होगुत्तीरा ? ನೀವೂ ಹೋಗುತ್ತೀರಾ ?
हम मेळा के लिए जाते है	नावु मेळक्के होगुत्तिद्देवे । ನಾವು ಮೇಳಕ್ಕೆ ಹೋಗುತ್ತಿದ್ದೇವೆ.
आपको नृत्य पसंद है क्या ?	निमगे नृत्य इष्टवे ? ನಿಮಗೆ ನೃತ್ಯ ಇಷ್ಟವೇ ?
वैसा नहीं है. लेकिन मुझे कल एक और काम है ।	हगेनू इल्ल । नाळे ननगे बेरोंदु केलस इदे । ಹಾಗೇನೂ ಇಲ್ಲ, ಆದರೆ, ನಾಳೆ ನನಗೆ ಬೇರೊಂದು ಕೆಲಸ ಇದೆ.

43. क्षमा मांगना / क्षमापणे / ಕ್ಷಮಾಪಣೆ (Sorry)

मुझे क्षमा करें ।	नन्नन्नु क्षमिसि । ನನ್ನನ್ನು ಕ್ಷಮಿಸಿ.
मैं नहीं, आप ही मुझे क्षमा करें ।	नानल्ल । नीवु नन्नन्नु क्षमिसबेकु । ನಾನಲ್ಲ, ನೀವು ನನ್ನನ್ನು ಕ್ಷಮಿಸಬೇಕು.
वह मेरी गलती है ।	अदु नन्न तप्पु । ಅದು ನನ್ನ ತಪ್ಪು.
मुझे वैसा नहीं करना था ।	नानु आरीति माडबारदित्तु । ನಾನು ಆ ರೀತಿ ಮಾಡಬಾರದಿತ್ತು.
लेकिन मुझे वैसा करना पडा ।	आदरे, नानु आरीति माडबेकायितु । ಆದರೆ, ನಾನು ಆ ರೀತಿ ಮಾಡಬೇಕಾಯಿತು.
ठीक है । यह सब भूल जाओ ।	सरि, अदन्नेल्ल मरेतुबिडि । ಸರಿ, ಅದನ್ನೆಲ್ಲ ಮರೆತುಬಿಡಿ.
आपको कोई तकलीफ दिया है तो मुझे क्षमा कीजिए ।	निमगे तोंदरे नीडिद्दरे नन्नन्नु क्षमिसिबिडि । ನಿಮಗೆ ತೊಂದರೆ ನೀಡಿದ್ದರೆ ನನ್ನನ್ನು ಕ್ಷಮಿಸಿಬಿಡಿ.
कोई बात नहीं. उसके बारे में मत सोचो ।	हागेनू इल्ल । आ बग्गे चिंतिसबेडि । ಹಾಗೇನೂ ಇಲ್ಲ, ಆ ಬಗ್ಗೆ ಚಿಂತಿಸಬೇಡಿ.
मैं सब कुछ क्षमा करता हूँ ।	नानु क्षमिसुत्तेने । ನಾನು ಕ್ಷಮಿಸುತ್ತೇನೆ.

44. प्रकृति /प्रकृति / ಪ್ರಕೃತಿ (Nature)

यह मंद वायु है ।	इल्लि गाळि तिळियागि बीसुत्तिदे । ಇಲ್ಲಿ ಗಾಳಿ ತಿಳಿಯಾಗಿ ಬೀಸುತ್ತಿದೆ.
आकाश नीले रंग का है ।	आकाश नीलि बण्णद्दागिदे । ಆಕಾಶ ನೀಲಿ ಬಣ್ಣದ್ದಾಗಿದೆ.
आकाश बादलों से भरा है ।	आकाशवु मोडदिंद तुंबिदे । ಆಕಾಶವು ಮೋಡದಿಂದ ತುಂಬಿದೆ.

पत्ते हवा में उड़ रहे हैं।	एले गाळियल्लि हाराडुत्तिदे । ಎಲೆ ಗಾಳಿಯಲ್ಲಿ ಹಾರಾಡುತ್ತಿದೆ.
मेघों ने सूरज को ढक दिया है।	मोडगळु सूर्यनन्नु मुच्चिवे । ಮೋಡಗಳು ಸೂರ್ಯನನ್ನು ಮುಚ್ಚಿವೆ
सारी जमीन बारिश से भींग गयी है।	भूमि मळेयिंद तोय्दु होगिदे । ಭೂಮಿ ಮಳೆಯಿಂದ ತೊಯ್ದು ಹೋಗಿದೆ.
आज बहुत गर्मी है।	इवत्तु बिसिलु जोरागिदे । ಇವತ್ತು ಬಿಸಿಲು ಜೋರಾಗಿದೆ.
कल पूरी रात बारिश गिरती रही।	नेन्ने रात्रियिडी मळे बरुत्तित्तु । ನೆನ್ನೆ ರಾತ್ರಿಯಿಡೀ ಮಳೆ ಬರುತ್ತಿತ್ತು.
परसों तो मुसलधार बारिश हो रही थी।	मोन्ने मुसलधारे मळे सुरियुत्तित्तु । ಮೊನ್ನೆ ಮುಸಲಧಾರೆ ಮಳೆ ಸುರಿಯುತ್ತಿತ್ತು.
लेकिन आज तो तेज धूप है।	आदरे इंदु बिसिलु जोरागिदे । ಆದರೆ, ಇಂದು ಬಿಸಿಲು ಜೋರಾಗಿದೆ.
इसलिए पसीना ज्यादा आ रहा है।	इदरिंद बेवरु सुरियुत्तिदे । ಇದರಿಂದ ಬೆವರು ಸುರಿಯುತ್ತಿದೆ.
मैं मेंढक का टर्र-टर्र सुनना चाहता हूँ।	नानु मळे सुरियुवुदन्नु केळलु आशिसुत्तिद्देने । ನಾನು ಮಳೆ ಸುರಿಯುವುದನ್ನು ಕೇಳಲು ಆಶಿಸುತ್ತಿದ್ದೇನೆ.
इस साल गर्मी बहुत ज्यादा है।	ई वर्ष बिसिलु हेच्चु इदे । ಈ ವರ್ಷ ಬಿಸಿಲು ಹೆಚ್ಚು ಇದೆ.

45. वर्षा ऋतु / मळेगाल / ಮಳೆಗಾಲ (Rainy Season)

मुझे बारीश अच्छी लगती है ।	ननगे मळे एंदरे इष्ट । ನನಗೆ ಮಳೆ ಎಂದರೆ ಇಷ್ಟ.
पक्षी पेड़ों पर सोते हैं ।	पक्षिगळु मरद मेले निद्रे माडुत्तवे । ಪಕ್ಷಿಗಳು ಮರದ ಮೇಲೆ ನಿದ್ರೆ ಮಾಡುತ್ತವೆ.
बादलों को देख सकते हैं ।	मोडगळन्नु नोडबहुदु । ಮೋಡಗಳನ್ನು ನೋಡಬಹುದು.
इन्द्रधनुष दिख रहा है ।	कामनबिल्लु काणिसुत्तिदे । ಕಾಮನಬಿಲ್ಲು ಕಾಣಿಸುತ್ತಿದೆ.
मुसलाधार बारिश हो रही है ।	भारि मळे आगुत्तिदे । ಭಾರಿ ಮಳೆ ಆಗುತ್ತಿದೆ.
पिछले साल ज्यादा बारिश गिरी थी ।	कळेद वर्ष हेच्चु मळे आगित्तु । ಕಳೆದ ವರ್ಷ ಹೆಚ್ಚು ಮಳೆ ಆಗಿತ್ತು.
लेकिन इस साल बारिश ज्यादा नहीं होगी ।	आदरे, ई वर्ष हेच्चु मळे आगलिल्ल । ಆದರೆ, ಈ ವರ್ಷ ಹೆಚ್ಚು ಮಳೆ ಆಗಲಿಲ್ಲ.
आप क्यों काँप रहे हैं ।	नीवु एके नडुगुत्तिद्दीरि ? ನೀವು ಏಕೆ ನಡುಗುತ್ತಿದ್ದೀರಿ ?
मैं पूरा भिंग गया हूँ ।	नानु संपूर्ण नेनेदिद्देने । ನಾನು ಸಂಪೂರ್ಣ ನೆನೆದಿದ್ದೇನೆ.
बारिश कम होने के बाद बाहर जायेंगे ।	मळे कडिमेयाद बळिक होरगे होगोण । ಮಳೆ ಕಡಿಮೆಯಾದ ಬಳಿಕ ಹೊರಗೆ ಹೋಗೋಣ.
तुम्हारे पास बर्फ गिर रहा है क्या ?	निन्नबळि मंजु बीळुत्तिदेया ? ನಿನ್ನ ಬಳಿ ಮಂಜು ಬೀಳುತ್ತಿದೆಯಾ ?

46. ऋतुयें / ऋतुगळु / ಋತುಗಳು (Seasons)

हमारे यहाँ छः ऋतुयें होती हैं।	आरु ऋतुगळिवे। ಆರು ಋತುಗಳಿವೆ.
उसमें सबसे पहले वसंत ऋतु है।	ऋतुगळल्लि मोदलनेयदु वसंत। ಋತುಗಳಲ್ಲಿ ಮೊದಲಿನದು ವಸಂತ.
आखरी शिशिर ऋतु है।	कोनेय ऋतु शिशिर। ಕೊನೆಯ ಋತು ಶಿಶಿರ
बचे हुए ऋतुओं के नाम ग्रीष्म, वर्षा, शरद, तथा हेमंत ऋतु हैं।	उळिद ऋतुगळु-ग्रिष्म, वर्ष, शरद्, हेमंत ಉಳಿದ ಋತುಗಳ ಹೆಸರು–ಗ್ರೀಷ್ಮ, ವರ್ಷ, ಶರದ್, ಹೇಮಂತ.
श्री रामनवमी वसंत ऋतु में आनेवाला त्यौहार है।	श्रीरामनवमि वसंत ऋतुविनल्लि बरुव हब्ब। ಶ್ರೀರಾಮನವಮಿ ವಸಂತ ಋತುವಿನಲ್ಲಿ ಬರುವ ಹಬ್ಬ
वसंत ऋतु में आनेवाला उगादी मुझे पसंद है।	वसंत ऋतुविनल्लि बरुव उगादि हब्ब ननगे इष्ट। ವಸಂತ ಋತುವಿನಲ್ಲಿ ಬರುವ ಉಗಾದಿ ಹಬ್ಬ ನನಗೆ ಇಷ್ಟ
कोयल गाती है।	कोगिलेगळु हाडुत्तवे। ಕೋಗಿಲೆಗಳು ಹಾಡುತ್ತವೆ.
उस मौसम में सर्दी भी नहीं रहती है।	ई ऋतुविनल्लि चळि इरुवुदिल्ल। ಈ ಋತುವಿನಲ್ಲಿ ಚಳಿ ಇರುವುದಿಲ್ಲ.
पेड़ और पौधे हरे रहते हैं।	मर, गिड हसिरागिरुत्तदे। ಮರ, ಗಿಡ ಹಸಿರಾಗಿರುತ್ತದೆ.
वसंत ऋतु के बाद ग्रीष्म ऋतु आती है।	वसंत ऋतुविन बळिक ग्रीष्म ऋतु बरुत्तदे। ವಸಂತ ಋತುವಿನ ಬಳಿಕ ಗ್ರೀಷ್ಮ ಋತು ಬರುತ್ತದೆ.

उस मौसम में धूप ज्यादा रहता है ।	ई रुतुविनल्लि बिसिलु हेच्चु इरुत्तदे । ಈ ಋತುವಿನಲ್ಲಿ ಬಿಸಿಲು ಹೆಚ್ಚು ಇರುತ್ತದೆ.
बदन पे कपड़े रखने को मन नहीं करता ।	मै मेले बट्टे हाकिकोळ्ळलु मनस्सु ओप्पुवुदिल्ल । ಮೈ ಮೇಲೆ ಬಟ್ಟೆ ಹಾಕಿಕೊಳ್ಳಲು ಮನಸ್ಸು ಒಪ್ಪುವುದಿಲ್ಲ.
धूप से शरीर और मन चिडचिडा हो जाता है ।	बिसिलिनिंद देह मत्तु मनस्सिगे किरिकिरि आगुत्तदे । ಬಿಸಿಲಿನಿಂದ ದೇಹ ಮತ್ತು ಮನಸ್ಸಿಗೆ ಕಿರಿಕಿರಿ ಆಗುತ್ತದೆ.
बारिश के मौसम में दिल खुश होता है ।	मळेगाल मनस्सिगे मुद नीडुत्तदे । ಮಳೆಗಾಲ ಮನಸ್ಸಿಗೆ ಮುದ ನೀಡುತ್ತದೆ.
मेंढक के टर्र-टर्र सुनकर लोगों की जिंदगी खिलती है ।	मळे सुरियुवुदन्नु केळि जनर मनस्सु अरळुत्तदे । ಮಳೆ ಸುರಿಯುವುದನ್ನು ಕೇಳಿ ಜನರ ಮನಸ್ಸು ಅರಳುತ್ತದೆ.

47. सांत्वना / सांत्वन / ಸಾಂತ್ವನ (Console)

वहाँ कैसा शोर है ?	अल्लि ऐनु गलाटे ? ಅಲ್ಲಿ ಏನು ಗಲಾಟೆ ?
वहाँ टक्कर हुआ है ।	अल्लि अपघात नडेदिदे । ಅಲ್ಲಿ ಅಪಘಾತ ನಡೆದಿದೆ.
ओ भगवान ! यह अफसोस की बात है ।	अय्यो देवरे, इदु दुःखद विषय । ಅಯ್ಯೋ ದೇವರೇ, ಇದು ದುಃಖದ ವಿಷಯ.
गलती किसकी है ?	तप्पु यारदु ? ತಪ್ಪು ಯಾರದು ?
इसमें आपका दोष नहीं है ।	इदरल्लि निम्म तप्पेनू इल्ल । ಇದರಲ್ಲಿ ನಿಮ್ಮ ತಪ್ಪೇನೂ ಇಲ್ಲ.
हमको बहुत दुःख हुआ है ।	ननगे तुंब दुःखवागिदे । ನನಗೆ ತುಂಬ ದುಃಖವಾಗಿದೆ.

भगवान के निर्णय को कोई रात नहीं कर सकता है ।	भगवंतन निर्णयवन्न बदलिसलु यारिगू साध्यविल्ल । ಭಗವಂತನ ನಿರ್ಣಯವನ್ನು ಬದಲಿಸಲು ಯಾರಿಗೂ ಸಾಧ್ಯವಿಲ್ಲ.
वह सुनकर मुझे दुःख हुआ है ।	इदन्नु केळि ननगे दुःखवागिदे । ಇದನ್ನು ಕೇಳಿ ನನಗೆ ದುಃಖವಾಗಿದೆ.
कोई सहायता नहीं कर सकते हैं ।	यावुदे सहाय माडलागदु । ಯಾವುದೇ ಸಹಾಯ ಮಾಡಲಾಗದು.
हमको आपसे सहानुभूति है ।	निम्म बग्गे नम्म सहानुभूति इदे । ನಿಮ್ಮ ಬಗ್ಗೆ ನಮ್ಮ ಸಹಾನುಭೂತಿ ಇದೆ.
क्या कर सकते है हम ?	नावेनु माडबहुदु ? ನಾವೇನು ಮಾಡಬಹುದು ?
हम कुछ भी नहीं कर सकते हैं ।	नावेनू माडलागदु । ನಾವೇನೂ ಮಾಡಲಾಗದು.
आप जितनी सहायता कर सकते थे उतनी सहायता आपने की ।	नीवु एनु सहाय माडबहुदित्तो अदन्नेल्ल माडिद्दीरि । ನೀವು ಏನು ಸಹಾಯ ಮಾಡಬಹುದಿತ್ತೋ ಅದನ್ನೆಲ್ಲ ಮಾಡಿದ್ದೀರಿ.
इससे ज्यादा आप नहीं कर सकते है ।	इदक्किंत हेच्चिनदन्नु माडलु साध्यविल्ल । ಇದಕ್ಕಿಂತ ಹೆಚ್ಚಿನದನ್ನು ಮಾಡಲು ಸಾಧ್ಯವಿಲ್ಲ.
भगवान भला करेगा ।	भगवंत ओळ्ळेयदु माडुत्ताने । ಭಗವಂತ ಒಳ್ಳೆಯದು ಮಾಡುತ್ತಾನೆ.

48. बचपन / बाल्य / ಬಾಲ್ಯ (Childhood)

बचपन सबको पसंद है ।	बाल्य एल्लरिंगू इष्ट।ಬಾಲ್ಯ ಎಲ್ಲರಿಗು ಇಷ್ಟ
उसकी उम्र कितनी है ?	आतन वयस्सेष्टु ? ಆತನ ವಯಸ್ಸೆಷ್ಟು ?
वह तुमसे छोटा है ।	अवनु निगिंत चिक्कवनु ।ಅವನು ನಿನಗಿಂತ ಚಿಕ್ಕವನು.

मैं नहीं मानता हूँ ।	नानु अदन्नु ओप्पुवुदिल्ल । ನಾನು ಅದನ್ನು ಒಪ್ಪುವುದಿಲ್ಲ.
वह तुम्हारी मर्जी है ।	अदु निनगे बिट्टद्दु । ಅದು ನಿನಗೆ ಬಿಟ್ಟದ್ದು.
हम दोनों बचपन के दोस्त हैं ।	नाविब्बरू बाल्य स्नेहितरु । ನಾವಿಬ್ಬರೂ ಬಾಲ್ಯ ಸ್ನೇಹಿತರು.
बचपन में तुम क्या करे मालूम है ?	चिक्कवनिद्दाग नीनु ऐनु माडिद्द एंबुदु गोत्तिदेये ? ಚಿಕ್ಕವನಿದ್ದಾಗ ನೀನು ಏನು ಮಾಡಿದ್ದೆ ಎಂಬುದು ಗೊತ್ತಿದೆಯೇ ?
हम तीनों एक ही उम्रवाले है ।	नावु मूवरू ओंदे वयस्सिनवरु । ನಾವು ಮೂವರೂ ಒಂದೇ ವಯಸ್ಸಿನವರು.
उसकी बचपन में ही शादी हो गई है ।	अवनिगे बाल्यदल्ले मदुवे आगित्तु । ಅವನಿಗೆ ಬಾಲ್ಯದಲ್ಲೇ ಮದುವೆ ಆಗಿತ್ತು.
बचपन की यादें और भी है ।	बाल्यद इन्नष्टु नेनपुगळिवे । ಬಾಲ್ಯದ ಇನ್ನಷ್ಟು ನೆನಪುಗಳಿವೆ.
वे स्मृतियाँ भूलने से नहीं भुलाई जाती ।	आ नेनपुगळन्नु मरेयबेकेंदरू मरेयलु साध्यविल्ल । ಆ ನೆನಪುಗಳನ್ನು ಮರೆಯಬೇಕೆಂದರೂ ಮರೆಯಲು ಸಾಧ್ಯವಿಲ್ಲ.
वह और भी ब्रह्मचारी है ।	अवनिन्नू ब्रह्मचारि । ಅವನಿನ್ನೂ ಬ್ರಹ್ಮಚಾರಿ.
बचपन को कोई भी नहीं भूल सकता ।	बाल्यवन्नु यारू मरेयुवुदिल्ल । ಬಾಲ್ಯವನ್ನು ಯಾರೂ ಮರೆಯುವುದಿಲ್ಲ.
वह उम्र में छोटा दिखता है ।	अवनु वयस्सिगिंत चिक्कवनंते काणुत्ताने । ಅವನು ವಯಸ್ಸಿಗಿಂತ ಚಿಕ್ಕವನಂತೆ ಕಾಣುತ್ತಾನೆ.
बचपन के दिन अच्छे होते हैं ।	बाल्यद दिनगळु चेन्नागिरुत्तवे । ಬಾಲ್ಯದ ದಿನಗಳು ಚೆನ್ನಾಗಿರುತ್ತವೆ.

49. यौवन / यौवन / ಯೌವನ (Youth)

यौवन सबको पसंद है ।	यव्वन एल्लरिगू इष्ट । ಯೌವನ ಎಲ್ಲರಿಗೂ ಇಷ್ಟ
यौवन का मतलब बीस साल की उम्र है ।	हरेय एंदरे 20 वर्ष वयस्सिन काल । ಹರೆಯ ಎಂದರೆ 20 ವರ್ಷ ವಯಸ್ಸಿನ ಕಾಲ.
यौवन में कोई भी कुछ कर सकता है ।	याौव्वनदल्लि एल्लवन्नू माडिबिडुव हुम्मस्सिरुत्तदे । ಯೌವನದಲ್ಲಿ ಎಲ್ಲವನ್ನೂ ಮಾಡಿಬಿಡುವ ಹುಮ್ಮಸ್ಸಿರುತ್ತದೆ.
यौवन में कोई पाप या पुण्य कर सकता है ।	यौव्वनदल्लि पाप इल्लवे पुण्य माडबहुदु । ಯೌವನದಲ್ಲಿ ಪಾಪ ಇಲ್ಲವೇ ಪುಣ್ಯ ಮಾಡಬಹುದು.
इसलिए हमें यौवन काल में जागरूक रहना चाहिए ।	इदरिंद याौव्वन कालदल्लि जागरूकरागिरबेकु । ಇದರಿಂದ ಯೌವನ ಕಾಲದಲ್ಲಿ ಜಾಗರೂಕರಾಗಿರಬೇಕು.
सभी लोग यौवन में ही रहना चाहते हैं ।	एल्लरू यौव्वन शाश्वतवागिरबेकु एंदुकोळ्ळुत्तारे । ಎಲ್ಲರೂ ಯೌವನ ಶಾಶ್ವತವಾಗಿರಬೇಕು ಎಂದುಕೊಳ್ಳುತ್ತಾರೆ.
यौवन में शरीर में ज्यादा शक्ति रहती है ।	यौव्वनदल्लि देहदल्लि शक्ति हेच्चु इरुत्तदे । ಯೌವನದಲ್ಲಿ ದೇಹದಲ್ಲಿ ಶಕ್ತಿ ಹೆಚ್ಚು ಇರುತ್ತದೆ.
बुद्धि भी तेज होती है ।	बुद्धि कूडा चुरुकागिरुत्तदे । ಬುದ್ಧಿ ಕೂಡಾ ಚುರುಕಾಗಿರುತ್ತದೆ.
यौवन में शरीर और आँखे चमकती हैं ।	यौव्वनदल्लि शरीर मत्तु कण्णु होळेयुत्तदे । ಯೌವನದಲ್ಲಿ ಶರೀರ ಮತ್ತು ಕಣ್ಣು ಹೊಳೆಯುತ್ತದೆ.
देश की आशाएँ हमेशा युवा जनता ही टिकी रहती है ।	देशद आशयगळु युव जनतेय हेगल मेलिरुत्तदे । ದೇಶದ ಆಶಯಗಳು ಯುವ ಜನತೆಯ ಹೆಗಲ ಮೇಲಿರುತ್ತವೆ.

यौवन काल में यह दुनियाँ बहुत सुंदर लगती है ।	यौव्वनदल्लि जगत्तु सुंदरवागि काणिसुत्तदे । ಯೌವನದಲ್ಲಿ ಜಗತ್ತು ಸುಂದರವಾಗಿ ಕಾಣಿಸುತ್ತದೆ.
दोस्ती और दुश्मनी करने का असली समय यौवन है ।	स्नेह हागू शत्रुत्वद समयवे यौव्वन । ಸ್ನೇಹ ಹಾಗೂ ಶತ್ರುತ್ವದ ಸಮಯವೇ ಯೌವನ.
यौवन जीवन में वसंत ऋतु के जैसा है ।	यौव्वनवु जीवनद वसंत ऋतु इद्दंते । ಯೌವನವು ಜೀವನದ ವಸಂತ ಋತು ಇದ್ದಂತೆ.
इस पवित्र समय को व्यर्थ बर्बाद नहीं करना चाहिए ।	इंथ कालवन्नु व्यर्थवागि हाळु माडबारदु । ಇಂಥ ಕಾಲವನ್ನು ವ್ಯರ್ಥವಾಗಿ ಹಾಳು ಮಾಡಬಾರದು.

50. बुढ़ापा / वृद्धाप्य / ವೃದ್ಧಾಪ್ಯ (Old Age)

बुढ़ापा यौवन के बाद आता है ।	वृद्धाप्यवु यौव्वनद नंतर बरुत्तदे । ವೃದ್ಧಾಪ್ಯವು ಯೌವನದ ನಂತರ ಬರುತ್ತದೆ.
बुढ़ापा का मतलब साठ से सौ साल तक रहता है ।	60 र नंतरद वयस्सिनवरु हिरिय नागरिकरु । 60 ರ ನಂತರದ ವಯಸ್ಸಿನವರು ಹಿರಿಯ ನಾಗರಿಕರು.
बुढ़ापा में शरीर बलहीन हो जाता है ।	वृद्धाप्यदल्लि देह बलहीनवागुत्तदे । ವೃದ್ಧಾಪ್ಯದಲ್ಲಿ ದೇಹ ಬಲಹೀನವಾಗುತ್ತದೆ.
रोग पकड़ कर तकलीफ देते हैं ।	रोगगळिंद समस्ये आगुत्तदे । ರೋಗಗಳಿಂದ ಸಮಸ್ಯೆ ಆಗುತ್ತದೆ.
बुढ़ापे में बाल सफेद हो जाते हैं ।	वृद्धाप्यदल्लि कूदलु बेळ्ळगागुत्तदे । ವೃದ್ಧಾಪ್ಯದಲ್ಲಿ ಕೂದಲು ಬೆಳ್ಳಗಾಗುತ್ತದೆ.
बाल टूटकर गिर जाते हैं ।	कूदलु उदुरुत्तदे । ಕೂದಲು ಉದುರುತ್ತದೆ.
दाँत टूट जाते हैं ।	हल्लु उदुरुत्तदे । ಹಲ್ಲು ಉದುರುತ್ತದೆ.

यह सभी को मालूम है ।	इदु एल्लरल्लू गोत्तिदे । ಇದು ಎಲ್ಲರಿಗೂ ಗೊತ್ತಿದೆ.
फिर भी कोई कम उम्र में मरना नहीं चाहता है ।	हिगिद्दरू यारू सण्ण वयस्सिनल्ले सायलु इच्छिसुवुदिल्ल । ಹೀಗಿದ್ದರೂ ಯಾರೂ ಸಣ್ಣ ವಯಸ್ಸಿನಲ್ಲೇ ಸಾಯಲು ಇಚ್ಛಿಸುವುದಿಲ್ಲ.
लेकिन आजकल कई लोग यौवन में ही बुढ़े हो जाते है ।	आदरे, ईग केलवरु यौव्वनदल्ले वृद्धरंते आगुत्तारे । ಆದರೆ, ಈಗ ಕೆಲವರು ಯೌವನದಲ್ಲೇ ವೃದ್ಧರಂತೆ ಆಗುತ್ತಾರೆ.
इसका मतलब बुढापा एक शाप है क्या ?	इदरर्थ-वृध्याप्यवु शापवे ? ಇದರರ್ಥ–ವೃದ್ಧಾಪ್ಯವು ಶಾಪವೇ ?
मैं ऐसा नहीं बोल रहा हूँ ।	नानु हागे हेळुत्तिल्ल । ನಾನು ಹಾಗೆ ಹೇಳುತ್ತಿಲ್ಲ.
बुढापा कष्टदायक है तो भी वह अनुभवों की अमूल्य निधि है ।	वृद्धाप्य कष्टदायक । आदरे,अवरु अनुभवद अमूल्य निधि । ವೃದ್ಧಾಪ್ಯ ಕಷ್ಟದಾಯಕ. ಆದರೆ, ಅವರು ಅನುಭವದ ಅಮೂಲ್ಯ ನಿಧಿ.

51. योगा / योग / ಯೋಗ (Yoga)

प्रत्येक मनुष्य को रोज योगा करना चाहिए ।	एल्लरू प्रतिनित्य योग माडबेकु । ಎಲ್ಲರೂ ಪ್ರತಿನಿತ್ಯ ಯೋಗ ಮಾಡಬೇಕು.
सुबह योगा करना अच्छा है ।	बेळग्गे योग माडुवुदु ओळ्ळेयदु । ಬೆಳಗ್ಗೆ ಯೋಗ ಮಾಡುವುದು ಒಳ್ಳೆಯದು.
योगा से रोग दूर होता है ।	योगदिंद रोग दूरवागुत्तदे । ಯೋಗದಿಂದ ರೋಗ ದೂರವಾಗುತ್ತದೆ.
योगा से नुकसान नहीं है ।	योगदिंद यावुदे नष्टविल्ल । ಯೋಗದಿಂದ ಯಾವುದೇ ನಷ್ಟವಿಲ್ಲ.

योगा से कमजोर भी बलवान हो जाता है ।	योगदिंद दुर्बल कूडा शक्तिशालियागुत्ताने । ಯೋಗದಿಂದ ದುರ್ಬಲ ಕೂಡಾ ಶಕ್ತಿಶಾಲಿಯಾಗುತ್ತಾನೆ.
हर दिन योगा करने से सभी प्रकार के रोग खत्म हो जाते है ।	प्रतिनिदवु योग माडुवुदरिंद एल्ल रोगगळू वासियागुत्तवे । ಪ್ರತಿದಿನವು ಯೋಗ ಮಾಡುವುದರಿಂದ ಎಲ್ಲ ರೋಗಗಳೂ ವಾಸಿಯಾಗುತ್ತವೆ.
शरीर में रोग निरोधक शक्ति बढ़ती है ।	शरीरदल्लि रोगनिरोधक शक्ति हेच्चुत्तदे । ಶರೀರದಲ್ಲಿ ರೋಗನಿರೋಧಕ ಶಕ್ತಿ ಹೆಚ್ಚುತ್ತದೆ.
डरपोक भी हिम्मतवाला बन जाता है ।	पुक्कल कूडा धैर्यशालि आगुत्ताने । ಪುಕ್ಕಲ ಕೂಡಾ ಧೈರ್ಯಶಾಲಿ ಆಗುತ್ತಾನೆ.
योगा से कितने फायदे हैं कि बता नहीं सकते हैं ।	योगदिंद ऐनेल्ल लाभविदे एंदु विवरिसलु आगुवुदिल्ल । ಯೋಗದಿಂದ ಏನೆಲ್ಲ ಲಾಭವಿದೆ ಎಂದು ವಿವರಿಸಲು ಆಗುವುದಿಲ್ಲ.
योगा ज्यादा उम्र वाले भी कर सकते है ।	योगवन्नु वयस्करु कूडा माडबहुदु । ಯೋಗವನ್ನು ವಯಸ್ಕರು ಕೂಡ ಮಾಡಬಹುದು.
छोटी उम्र में योगा शुरू करने से अच्छा होता है ।	सण्ण वयसिनल्ले योग आरंभिसिदरे ओळ्ळेयदागुत्तदे । ಸಣ್ಣ ವಯಸ್ಸಿನಲ್ಲೇ ಯೋಗ ಆರಂಭಿಸಿದರೆ ಒಳ್ಳೆಯದಾಗುತ್ತದೆ.

भाग - ५

ಭಾಗ - 5

PART - 5

1 पत्र लिखना पत्र रचने ಪತ್ರ ರಚನೆ (Letter Writing)

पत्र लिखने के कुछ नियम है । उनके अनुसार लिखें तो जिस उद्देश्य से लिख रहे हों वह पूरा होता है । रिश्तेदार, मित्र और जिन पहचान के लोगों को लिखते समय -

नियम 1 : पत्र के दायाँ तरफ ऊपर भाग में आपका पता लिखा जाता है ।

5-12-180/2A,
मंगापुरम कालनी,
हैदराबाद - 500 040.

नियम 2 : पते के नीचे दिनांक लिखें । 23-10-2013

नियम 3 : संबोधन - यह व्यक्तियों के अनुसार रहते है ।

माता और पिताजी को

पूज्य पिताजी / माताजी

भाईयों, बहनों और मित्रों को

प्रिय भाई / बहन / दोस्त

नियम 4 : मुखांश

संदर्भ : किसलिये लिख रहे है ।

संदेश : क्या बताना चाह रहे है ।

नियम 5 : **समाप्त** : पत्र जिनके लिए लिख रहे है उनके अनुसार रहता है ।

माता और पिताजी / भाई और बहनों / दोस्तों के लिए तो

आपका प्रिय पुत्र / भाई / बहन / दोस्त

उपाध्याय को है तो

आपका आज्ञाकारी शिष्य

1

ಪತ್ರ ಲೇಖನ

ಪತ್ರ ಲೇಖನ ಕೆಲವು ನಿಯಮಗಳನ್ನು ಅನುಸರಿಸಬೇಕು. ಇದರಿಂದ ಪತ್ರ ಬರೆಯಲು ಇಟ್ಟುಕೊಂಡಿದ್ದ ಉದ್ದೇಶ ಸಫಲವಾಗುತ್ತದೆ. ಸಂಬಂಧಿಗಳು, ಸ್ನೇಹಿತರಿಗೆ ಹಾಗೂ ಗುರುತಿನವರಿಗೆ ಪತ್ರ ಬರೆಯುವಾಗ,

ನಿಯಮ 1 : ಪತ್ರದ ಬಲಭಾಗದಲ್ಲಿ ವಿಳಾಸ ಬರೆಯಬೇಕು.

5.12.180/2ಎ

ಮಂಗಾಪುರಂ

ಹೈದರಾಬಾದ್-40

23.10.2013

ನಿಯಮ 2 : ವಿಳಾಸದ ಕೆಳಗೆ ದಿನಾಂಕ ಬರೆಯುವುದು.

ನಿಯಮ 3 : ವ್ಯಕ್ತಿ ಯಾರು ಎಂಬುದರ ಅನುಸಾರ ಸಂಭೋದನೆ ಇರಬೇಕು.

ತಂದೆ / ತಾಯಿಗೆ

ಪೂಜ್ಯ ಪಿತಾಜಿ / ಮಾತಾಜಿ

ಸೋದರ / ಸೋದರಿ / ಸ್ನೇಹಿತರಿಗೆ

ಪ್ರಿಯ ಸೋದರಿ / ಸೋದರ / ಸ್ನೇಹಿತ

ನಿಯಮ 4 : ಮುಖ್ಯಾಂಶ

ಸಂದರ್ಭ : ಪತ್ರ ಬರೆಯಲು ಕಾರಣವೇನು ಎಂಬ ವಿವರಣೆ

ಸಂದೇಶ : ಏನು ಹೇಳಬೇಕೆಂದಿದ್ದೀರಿ ಎಂಬ ವಿವರ.

ನಿಯಮ 5 : ಅಂತ್ಯ : ಪತ್ರವನ್ನು ಯಾರಿಗೆ ಬರೆಯಲಾಗುತ್ತಿದೆ ಎಂಬುದರ ಅನುಸಾರ ಇರಲಿದೆ.

ತಂದೆ-ತಾಯಿ, ಸೋದರ-ಸೋದರಿ ಹಾಗೂ ಸ್ನೇಹಿತರಿಗೆ

ನಿಮ್ಮ ಪ್ರೀತಿಯ ಮಗ, ಸಹೋದರ/ಸೋದರಿ / ಗೆಳೆಯ

ಉಪಾಧ್ಯಾಯರಿಗೆ ;

ನಿಮ್ಮ ವಿಧೇಯ

फरियाद पत्र है तो -

नियम 1 : पत्र के दायाँ तरफ में ऊपर स्थल, दिनांक लिखें ।

नियम 2 : पत्र के बायाँ तरफ ऊपर 'सेवा में' लिखें ।

नियम 3 : महोदय लिखें ।

नियम 4 : जो बात बतानी है उसका मुख्यांश संक्षिप्त रूप में लिखना ।

नियम 5 : समाप्त : भवदीय जैसा लिख कर नीचे नाम और हस्ताक्षर करना ।

ಫಿರ್ಯಾದಿ ಪತ್ರದಲ್ಲಿ,

ನಿಯಮ 1 : ಪತ್ರದ ಬಲಭಾಗದಲ್ಲಿ ಸ್ಥಳ, ದಿನಾಂಕ ನಮೂದಿಸಬೇಕು.

ನಿಯಮ 2 : ಪತ್ರದ ಎಡಭಾಗದಲ್ಲಿ 'ನಿಮ್ಮ ಸೇವೆಯಲ್ಲಿ' ಎಂದಿರಲಿ.

ನಿಯಮ 3 : 'ಮಹೋದಯರೇ' ಎಂದು ಸಂಭೋದಿಸಿ.

ನಿಯಮ 4 : ಹೇಳಬೇಕು ಎಂದುಕೊಂಡಿರುವ ವಿಷಯದ ಮುಖ್ಯಾಂಶವನ್ನು ಸಂಕ್ಷಿಪ್ತವಾಗಿ ತಿಳಿಸಿ

ನಿಯಮ 5 : ಕೊನೆಗ 'ಧನ್ಯವಾದ' ಎಂದು ಬರೆದು, ಹೆಸರು, ಸಹಿ ಹಾಕಬೇಕು.

नौकरी के लिए आवेदन पत्र लिखते जब -

नियम 1 : पत्र के दायीं तरफ ऊपर स्थल और दिनांक लिखना ।

नियम 2 : पत्र के बायाँ तरफ ऊपर आपका पता लिखना ।

नियम 3 : आपके पते के नीचे आप जिस कार्यालय को पत्र लिख रहे हैं, उस अधिकारी के कार्यालय का पता लिखना ।

नियम 4 : संबोधन : जैसे : माननीय महोदय

नियम 5 : (मुख्यांश) आपने देखा, विज्ञापन, आप जिस पद के लिए आवेदन लिख रहे है उस पद का नाम अथवा अपनी अर्हता लिखना ।

नियम 6 : **समाप्त :** विश्वास पात्र उसके नीचे अपना नाम और हस्ताक्षर लिखना ।

ನೌಕರಿಗೆ ಅರ್ಜಿ ಸಲ್ಲಿಸುವುದಾದಲ್ಲಿ,

ನಿಯಮ 1 : ಬಲಭಾಗದಲ್ಲಿ ಸ್ಥಳ, ದಿನಾಂಕ ಬರೆಯಿರಿ.

ನಿಯಮ 2 : ಬಲಭಾಗದಲ್ಲಿ ವಿಳಾಸ ಬರೆಯಿರಿ.

ನಿಯಮ 3 : ವಿಳಾಸದ ಕೆಳಗೆ ಯಾವ ಕಾರ್ಯ್ಯಾಯಲಕ್ಕೆ, ಅಧಿಕಾರಿಗೆ ಪತ್ರ ಬರೆಯುತ್ತಿರುವಿರೋ ಅವರ ವಿಳಾಸ ಇರಲಿ.

ನಿಯಮ 4 : 'ಮಾನ್ಯರೆ' ಎಂದು ಸಂಭೋದಿಸಿ.

ನಿಯಮ 5 : ಯಾವ ಕೆಲಸಕ್ಕಾಗಿ ಅರ್ಜಿ ಸಲ್ಲಿಸುತ್ತಿದ್ದೀರಿ, ಅರ್ಹತೆಗಳೇನು, ಮತ್ತಿತರ ವಿವರ ಬರೆಯಿರಿ.

ನಿಯಮ 6 : 'ವಿಶ್ವಾಸಿ' 'ತಮ್ಮವ' ಎಂದು ಬರೆದು, ಹೆಸರು ಸಹಿ ಹಾಕಬೇಕು.

2

अभिनंदन पत्र अभिनंदने पत्र ಅಭಿನಂದನೆ ಪತ್ರ (Letter of Congratulation)

5-12-180/2ए,

मंगापूर कालनी, मौलाली

हैदराबाद - 500 040.

30-10-2013

प्रिय मित्र नरेश रेड्डी,

कैसे हो ? हम दोनों को मिले हुये काफी समय हो गया । मैं तुम को देखना चाहता हूँ । अगर एक बार आ सको तो मेरे घर जरूर आना ।

मैंने आज के वार्ता अखबार में तुम्हारी तस्वीर देखी है । तुम उत्तम अध्यापक बने एवं राष्ट्रीय पुरस्कार पाया । यह मेरे लिए बहुत खुशी की बात है ।

आपका मित्र

मणिभूषण राव

लिफाके पर पता :

श्रीमान नरेश रेड्डी

गुलबर्गा, कर्नाटक

2

अभिनंदन पत्र अभिनंदने पत्र ಅಭಿನಂದನೆ ಪತ್ರ (Letter of Congratulation)

5-12-180/2ಎ

ಮಂಗಾಪುರ ಕಾಲೋನಿ

ಹೈದರಾಬಾದ್ - 500 040

30.10.2013

ಪ್ರಿಯ ಸ್ನೇಹಿತ,

ಹೇಗಿರುವೆ? ನಾವಿಬ್ಬರೂ ಭೇಟಿಯಾಗಿ ತುಂಬಾ ಸಮಯ ಆಗಿದೆ. ನಾನು ನಿನ್ನನ್ನು ನೋಡಬೇಕೆಂದಿರುವೆ. ನೀನೇನಾದರೂ ಬಂದಲ್ಲಿ ನಮ್ಮ ಮನೆಗೆ ಬರಲೇಬೇಕು.

ನಾನು ಇಂದಿನ ವೃತ್ತಪತ್ರಿಕೆಯಲ್ಲಿ ನಿನ್ನ ಫೋಟೋ ನೋಡಿದೆ. ನೀನು ಉತ್ತಮ ಅಧ್ಯಾಪಕನೆಂದು ಹೆಸರು ಗಳಿಸಿ, ರಾಷ್ಟ್ರಪ್ರಶಸ್ತಿಗೆ ಪಾತ್ರನಾಗಿರುವೆ. ಇದು ನನಗೆ ಸಂತಸ ತಂದಿದೆ.

ನಿನ್ನ ಸ್ನೇಹಿತ

ಮಣಿಭೂಷಣರಾವ್

ಪತ್ರದ ಮೇಲಿನ ವಿಳಾಸ

ಶ್ರೀ ನರೇಶ್‌ರೆಡ್ಡಿ

5-12-92, ಗುಲ್ಬರ್ಗ, ಕರ್ನಾಟಕ

3

मित्र को पत्र

राजमहेन्द्री
25-11-2013

मेरा मनपसंद दोस्त
लक्ष्मण राव

नमस्ते

आशा करता हूँ कि तुम कुशल हो । तुम को याद है, तुमने मुझे राजमहेन्द्री आने के लिए कहा था । मेरे पास आने का समय नही है । ठीक है, समय मिलने पर एक बार यहाँ जरूर आना ।

जानते हो तुम, हमारा शहर बहुत ही प्राचीन है । यह पवित्र गोदावरी नदी के किनारे स्थित है । पुराने समय में यह शहर आन्ध्र प्रान्त की राजधानी था । लेकिन पहले बहमनी सुल्तान, बाद में अंग्रेजों के आने से धीरे-धीरे इसके टुकड़े-टुकड़े हो गये । अब भी यह हमारी सांस्कृतिक राजधानी है ।

मैं कुछ आवश्यक काम से अगले महीने मे कोलकाता जा रहा हूँ । हो सके तो तुमसे मिलूँगा । बड़ों को मेरा नमस्कार और छोटों को आशीर्वाद ।

तुम्हारा मित्र

का. सुरेश

लिफाफे पर पता :
श्रीमान का. लक्ष्मण राव
३-१०-१०, जगदाम्बा सेंटर,
विशाखापट्टणम (आ.प्र.).

3

ಸ್ನೇಹಿತನಿಗೆ ಪತ್ರ

ರಾಜಮಹೇಂದ್ರಿ

25.11.2013

ಆತ್ಮೀಯ ಸ್ನೇಹಿತರಾದ ಲಕ್ಷ್ಮಣರಾವ್ ಅವರೇ,

ನೀವು ಕ್ಷೇಮದಿಂದಿರುವಿರೆಂದು ಭಾವಿಸುವೆ. ನಿಮಗೆ ನೆನಪಿದೆಯೇ? ನೀವು ರಾಜಮಹೇಂದ್ರಿಗೆ ಬರಬೇಕೆಂದು ನನಗೆ ಹೇಳಿದ್ದಿರಿ. ಬರಲು ನನ್ನ ಬಳಿ ಸಮಯವಿಲ್ಲ, ಇರಲಿ ಬಿಡಿ, ಸಮಯ ಸಿಕ್ಕಾಗ ನೀವು ಖಂಡಿತಾ ಬನ್ನಿ.

ನಿಮಗೆ ಗೊತ್ತಿದೆಯೇ? ನಮ್ಮದು ಬಹಳ ಪುರಾತನ ನಗರ. ನಗರವು ಪವಿತ್ರ ಎನ್ನಲಾದ ಗೋದಾವರಿ ನದಿಯ ದಡದಲ್ಲಿ ಇದೆ. ಹಿಂದೆ ಈ ನಗರವು ಆಂಧ್ರ ಪ್ರದೇಶದ ರಾಜಧಾನಿ ಆಗಿತ್ತು. ಮೊದಲಿಗೆ ಬಹಮನಿ ಸುಲ್ತಾನರು, ಬಳಿಕ ಬ್ರಿಟಿಷರ ಆಗಮನದ ನಂತರ ನಿಧಾನವಾಗಿ ಛಿದ್ರ ಛಿದ್ರವಾಯಿತು. ಇಂದು ಕೂಡಾ ಇದು ನಮ್ಮ ಸಾಂಸ್ಕೃತಿಕ ರಾಜಧಾನಿ.

ನಾನು ಕೆಲವು ಅವಶ್ಯ ಕೆಲಸಗಳಿಗಾಗಿ ಮುಂದಿನ ತಿಂಗಳು ಕೋಲ್ಕೊತ್ತಾಗೆ ಹೋಗುತ್ತಿದ್ದೇನೆ. ಸಾಧ್ಯವಾದರೆ ನಿಮ್ಮನ್ನು ಭೇಟಿಯಾಗುವೆ. ಹಿರಿಯರಿಗೆ ನನ್ನ ನಮಸ್ಕಾರ ಹಾಗೂ ಕಿರಿಯರಿಗೆ ಆಶೀರ್ವಾದ ತಿಳಿಸಿ.

ನಿನ್ನ ಸ್ನೇಹಿತ

ಕೆ.ಸುರೇಶ್

ಪತ್ರದ ಮೇಲಿನ ವಿಳಾಸ

ಶ್ರೀ ಲಕ್ಷ್ಮಣರಾವ್

3-10-10, ಜಗದಾಂಬ ಸೆಂಟರ್

ವಿಶಾಖಪಟ್ಟಣ (ಆಂಧ್ರಪ್ರದೇಶ)

4

छुट्टी के लिए आवेदन / रजे चीटि / ರಜೆ ಚೀಟಿ (Leave Letter)

विशाखापट्टणम

2-7-2013

सेवा में,

होली मदर कान्वेंट स्कूल

डाबा गार्डेन्स

विशाखापट्टणम्

महोदय,

निवेदन है कि मेरे भाई की शादी दि. 3-9-2013 को सिम्हाचलम में होगी । इस कारण मैं पाँच दिन तक पाठशाला नहीं आ सकूंगा । अतः मुझे दिनांक 8-9-2013 तक पाँच दिनों की छुट्टी देने की कृपा करें ।

धन्यवाद ।

आपका आज्ञाकारी शिष्य

टि. सोमनाथ

ರಜಾ ಚೀಟಿ

ರಾಜಮಹೇಂದ್ರಿ

2-7-2013

ಹೋಲಿ ಮದರ್ ಕಾನ್ವೆಂಟ್ ಶಾಲೆ

ಡಾಬಾ ಗಾರ್ಡನ್ಸ್

ವಿಶಾಖಪಟ್ಟಣ

ಮಾನ್ಯರೇ,

ನನ್ನ ಸಹೋದರನ ಮದುವೆ ಸಿಂಹಾಚಲದಲ್ಲಿ ಸೆಪ್ಟೆಂಬರ್ 3, 2013ರಂದು ನಡೆಯಲಿದೆ. ಹೀಗಾಗಿ 5 ದಿನ ಶಾಲೆಗೆ ಬರಲು ಆಗುವುದಿಲ್ಲ, ನನಗೆ ಸೆಪ್ಟೆಂಬರ್ 9ರವರೆಗೆ ರಜೆ ನೀಡಬೇಕೆಂದು ಮನವಿ ಮಾಡಿಕೊಳ್ಳುವೆ.

ಧನ್ಯವಾದಗಳೊಂದಿಗೆ,

ನಿಮ್ಮ ಆಜ್ಞಾಧಾರಿ ಶಿಷ್ಯ

ಟಿ.ಸೋಮನಾಥ್

5

पुस्तक का आर्डर देने के लिए पत्र / पुस्तक खरीदिगे आदेश /
ಪುಸ್ತಕ ಖರೀದಿಗೆ ಆದೇಶ **(Letter of order for Books)**

विजयनगर
16-12-2013

प्रेषक
का. शिवकुमार
1-2-125, घन्टस्तम्भम वीधी
विजयनगरम - 1.

सेवा में,
ओरिएन्ट ब्लाकस्वान प्रै. लिमिटेड
नारायणगुडा
हैदराबाद - 29.

प्रिय महोदय,

मुझे निम्नलिखित पुस्तकें वि.पि.पि. द्वारा भिजवाइए ।

1.   भारतीय पालन शास्त्र   - 2 प्रतियाँ

2.   अमलतास (सिरीज)   - 3 प्रतियाँ

मैं आपको आश्वासन देता हूँ कि वि.पि.पि. के मिलते ही मैं उसका भुगतान कर दूँगा ।

धन्यवाद

आपका
का. शिव कुमार

5

ಪುಸ್ತಕ ಖರೀದಿ ಆದೇಶ

ವಿಜಯನಗರ

16.12.2013

ಇಂದ
ಕೆ. ಶಿವಕುಮಾರ್
1-2-125, ಘಂಟಸ್ತಂಭಂ ಬೀದಿ
ವಿಜಯನಗರ-1

ಇವರಿಗೆ
ಓರಿಯಂಟ್ ಬ್ಲಾಕ್ ಸ್ವಾನ್ ಪ್ರೈ.ಲಿ.
ನಾರಾಯಣಗುಡ
ಹೈದರಾಬಾದ್ - 29

ಮಾನ್ಯರೇ,

ನನಗೆ ಕೆಳಕಂಡ ಪುಸ್ತಕಗಳನ್ನು ವಿ.ಪಿ.ಪಿ. ಮೂಲಕ ಕಳುಹಿಸಬೇಕಾಗಿ ಮನವಿ

1. ಭಾರತೀಯ ಪಾಲನಾ ಶಾಸ್ತ್ರ 2 ಪ್ರತಿ
2. ಅಮಲ್ತಾಸ್ (ಸರಣಿ) 3 ಪ್ರತಿ

ವಿ.ಪಿ.ಪಿ. ನನಗೆ ತಲುಪಿದ ಕೂಡಲೇ ಅದನ್ನು ತೆಗೆದುಕೊಂಡು ಹಣ ಸಂದಾಯ ಮಾಡುತ್ತೇನೆ.

ಧನ್ಯವಾದಗಳೊಂದಿಗೆ,

ನಿಮ್ಮ

ಕೆ.ಶಿವಕುಮಾರ್

6

शिकायत पत्र / दूरु पत्र / ದೂರು ಪತ್ರ (Complaint Letter)

वरंगल

20-6-2013

प्रेषक

का. कल्याण

8-8-288, नर्सिंग स्ट्रीट,

वरंगल.

सेवा में,

पुलिस इंस्पेक्टर,

वरंगल

महोदय,

विषय : वाहन चोरी

निवेदन है कि मैंने परसों रात को अपनी मोटर साईकिल म्युनिसिपल मार्केट के बाहर ताला लगा कर खड़ी की थी । अन्दर जा कर थाड़ी देर के बाद लौट आया । मैंने देखा तो वह दिखायी नहीं पड़ी । मेरा वाहन सुजुकी समुराई 2005 मॉडल है और उसका नं. ए.पी. 31 एच. 2836 है ।

आपसे अनुरोध है कि कृपया इस सम्बन्ध में जल्दी से कार्रवाई करें, ताकि मुझे मेरा वाहन वापस मिल सके ।

धन्यवाद

का. कल्याण

6

ದೂರು ಪತ್ರ

ವಾರಂಗಲ್

20.6.2013

ಇಂದ
ಕೆ. ಕಲ್ಯಾಣ್
8-8-288, ನರ್ಸಿಂಗ್ ರಸ್ತೆ
ವಾರಂಗಲ್

ಇವರಿಗೆ
ಪೊಲೀಸ್ ಇನ್ಸ್‌ಪೆಕ್ಟರ್
ವಾರಂಗಲ್

ಮಾನ್ಯರೇ,

ವಿಷಯ : ವಾಹನ ಕಳವು ಕುರಿತು

ನೆನ್ನೆ ರಾತ್ರಿ ನಾನು ಮೋಟಾರ್ ಸೈಕಲ್‌ನ್ನು ಮುನ್ಸಿಪಲ್ ಮಾರ್ಕೆಟ್ ಹೊರಗೆ ನಿಲ್ಲಿಸಿದ್ದೆ. ಮಾರ್ಕೆಟ್ ಒಳಗೆ ಹೋಗಿ ಕೆಲಕಾಲಾನಂತರ ಬಂದು ನೋಡಿದಾಗ, ಗಾಡಿ ಇರಲಿಲ್ಲ. ನನ್ನ ವಾಹನ ಸುಜುಕಿ ಸಮುರಾಯ್, 2005ರಲ್ಲಿ ತಯಾರಾಗಿದ್ದು, ಸಂಖ್ಯೆ : ಎಪಿ 31 ಎಚ್ 2836. ಈ ಸಂಬಂಧ ತಾವು ಶೀಘ್ರವಾಗಿ ಕ್ರಮಕೈಗೊಂಡು ನನ್ನ ವಾಹನವನ್ನು ಹುಡುಕಿ ಕೊಡಬೇಕಾಗಿ ಮನವಿ.

ಧನ್ಯವಾದಗಳೊಂದಿಗೆ,

ನಿಮ್ಮ ವಿಶ್ವಾಸಿ
ಕೆ. ಕಲ್ಯಾಣ್

7

आवेदन पत्र / दरखास्तुपत्र / ದರಖಾಸ್ತುಪತ್ರ (Application)

हैदराबाद

22-10-2013

प्रेषक

के. आय्याप्पा

2-11-11, हेच.बी. कालनी,

मौलाली, हैदराबाद.

सेवा में,

मैनेजर,

पुस्तक महल,

हैदराबाद

महोदय,

विषय : मार्केटिंग एग्जिक्यूटिव पोस्ट के लिए आवेदन - सम्बधी - विज्ञापन ।

समाचार पत्रों के विज्ञापन के आधार पर मुझे मालुम हुआ है कि आपके कार्यालय में चार मार्केटिंग ऐग्जिक्यूटिव की जगह खाली है । मैं अपने को इस योग्य समझता हूँ । मेरी योग्यताएँ इस प्रकार है :

1.   बी.काम.

2.   भाषाओं का ज्ञान तेलुगु, हिन्दी और अंग्रेजी ।

3.   मार्केटिंग में दो साल अनुभव है ।

मैं आपको आश्वासन देता हूँ कि मैं अपने कर्तव्य को निष्ठा से पूरा करूँगा ।

धन्यवाद ।

आपका विश्वास पात्र

के. आय्याप्पा

7

ಅರ್ಜಿ

ಹೈದರಾಬಾದ್

22.10.2013

ಇವರಿಂದ
ಕೆ. ಅಯ್ಯಪ್ಪ
2-11-11, ಹೆಚ್.ಬಿ.ಕಾಲೋನಿ
ಮೌಲಾಲಿ, ಹೈದರಾಬಾದ್

ಇವರಿಗೆ
ಮ್ಯಾನೇಜರ್
ಪುಸ್ತಕ ಮಹಲ್
ಹೈದರಾಬಾದ್

ಮಾನ್ಯರೇ,

ವಿಷಯ : ಮಾರ್ಕೆಟಿಂಗ್ ಎಕ್ಸಿಕ್ಯುಟಿವ್ ಹುದ್ದೆಗೆ ಅರ್ಜಿ.

ವಾರ್ತಾಪತ್ರಿಕೆಯಲ್ಲಿನ ಜಾಹೀರಾತಿನಿಂದ ನಿಮ್ಮ ಸಂಸ್ಥೆಯಲ್ಲಿ ನಾಲ್ಕು ಮಾರ್ಕೆಂಟಿಗ್ ಎಕ್ಸಿಕ್ಯುಟಿವ್‌ಗಳ ಅವಶ್ಯಕತೆ ಇದೆ ಎಂಬುದು ತಿಳಿದು ಬಂದಿದೆ. ಆ ಹುದ್ದೆಗೆ ನಾನು ಯೋಗ್ಯ ಎಂದು ಭಾವಿಸಿದ್ದೇನೆ. ನನ್ನ ವಿವರ ಇಂತಿದೆ.

1. ಬಿ.ಕಾಂ.

2. ಭಾಷಾಜ್ಞಾನ : ತೆಲುಗು, ಹಿಂದಿ, ಇಂಗ್ಲಿಷ್

3. ಮಾರ್ಕೆಟಿಂಗ್‌ನಲ್ಲಿ 2 ವರ್ಷ ಅನುಭವ.

ನಾನು ನಿಷ್ಠೆಯಿಂದ ಕರ್ತವ್ಯ ನಿರ್ವಹಿಸುತ್ತೇನೆ ಎಂದು ಆಶ್ವಾಸನೆ ನೀಡುತ್ತೇನೆ.

ಧನ್ಯವಾದಗಳೊಂದಿಗೆ,

ನಿಮ್ಮ ವಿಶ್ವಾಸಿ
ಕೆ. ಅಯ್ಯಪ್ಪ

भाग - ६

ಭಾಗ - 6

PART - 6

व्याकरण पद्धति में हिन्दी-कन्नड बोलना सीखें यूट्यूब स्क्रिप्ट

ಹಿಂದಿ ಮೂಲಕ ಕನ್ನಡ ಕಲಿಕೆ, ಸಿ.ಡಿ.

Learn Kannada through Hindi in Grammatical Way Youtube Script

Youtube Link: https://www.youtube.com/watch?v=EPUgJFRrCrQ

ಮಿತ್ರರೇ,

ಭಾರತವು ಅತ್ಯಂತ ವಿಶಾಲವಾದ ದೇಶವಾಗಿದ್ದು, ಹಲವು, ಭಾಷೆ, ಧರ್ಮಗಳ ಸಂಗಮವಾಗಿದೆ. ಈವರೆಗೆ ಹಲವು ಭಾಷೆಗಳ ಗಣತಿ ಕೂಡಾ ನಡೆದಿಲ್ಲ. ಎಲ್ಲ ಭಾಷೆಗಳನ್ನು ಮಾತನ್ನಾಡುವುದು ಕಷ್ಟದ ಕೆಲಸ. ಆದರೆ, ಮನುಷ್ಯ ಸಾಮಾಜಿಕ ಪ್ರಾಣಿ. ಬದಲಾಗುತ್ತಿರುವ ಜಗತ್ತಿನಲ್ಲಿ ಈ ಪ್ರಾಂತ್ಯದ ಜನ ಬೇರೆಡೆಯ, ಅಲ್ಲಿನ ಜನ ಈ ಪ್ರಾಂತ್ಯದ ಭಾಷೆಯನ್ನು ಕಲಿಯಬೇಕಾಗುತ್ತದೆ. ಇದು ಸುಮ್ಮನೆ ಆಗಿಬಿಡುವುದಿಲ್ಲ. ಇದಕ್ಕಾಗಿ ಬೇರೆಯವರ ಜತೆ ಸೇರುವುದು ಹಾಗೂ ಮಾತನ್ನಾಡಬೇಕಾಗುತ್ತದೆ. ಎಲ್ಲರೂ ವಿಭಿನ್ನ ಜನರ ಭಾಷೆಗಳ ಜನರ ಜತೆ ಸಂಪರ್ಕ ಬೆಳೆಸಿಕೊಳ್ಳಬೇಕಾಗುತ್ತದೆ. ಇದಕ್ಕಾಗಿ ಬೇರೆ ಭಾಷೆಗಳನ್ನು ಕಲಿಯಬೇಕಾಗುತ್ತದೆ.

ಎಲ್ಲ ಭಾಷೆಗಳ ಕಲಿಕೆ ಸಾಧ್ಯವಿಲ್ಲ. ಇದಕ್ಕಾಗಿ ಶೇ. 60-80ರಷ್ಟು ಜನ ಮಾತನ್ನಾಡುವ ಹಿಂದಿಯ ಕಲಿಯುವಿಕೆಗೆ ನಾವು ಆದ್ಯತೆ ನೀಡಬೇಕಾಗುತ್ತದೆ. ಬಳಿಕ ಕನ್ನಡ ಕಲಿಯಬೇಕಾಗುತ್ತದೆ. ಇದು ಹೇಗೆ ಸಾಧ್ಯ? ಹಿಂದಿಯಿಂದ ಕನ್ನಡ ಕಲಿಕೆ ಹೇಗೆ, ಮಾತನ್ನಾಡುವುದು ಹೇಗೆ, ಶಬ್ದಗಳ ಉಚ್ಚಾರಣೆ ಹೇಗೆ? ಮತ್ತಿತರ ವಿವರ ಸಿ.ಡಿ.ಯಲ್ಲಿದೆ. ಸಿಡಿ ಮೂಲಕ ವಾಕ್ಯವನ್ನು ಹೇಗೆ ಹೇಳಬಹುದು? ಯಾವ ಶಬ್ದವನ್ನು ಹೇಗೆ ಉಚ್ಚರಿಸಬೇಕು ಮತ್ತಿತರ ಅಂಶಗಳು ನಿಮಗೆ ಚೆನ್ನಾಗಿ ಗೊತ್ತಾಗುತ್ತದೆ.

ಏಕೆಂದರೆ, ಬರಹ, ಓದು, ಶ್ರವಣ, ಮಾತು ಹಾಗೂ ಅರ್ಥ ಮಾಡಿಕೊಳ್ಳುವುದರ ನಡುವೆ ಬಹಳ ಅಂತರವಿದೆ.

ಉದಾ : ನೀವು ಎಲ್ಲಿಗೆ ಹೋಗುತ್ತಿದ್ದೀರಿ? ಎಂದು ಕೇಳುವಾಗ 'ಆಪ್ ಕಾ ಜಾರೆ?' ಎನ್ನಲಾಗುತ್ತದೆ.

ಇಲ್ಲಿ 'ಕಹಾ' ಶಬ್ದ 'ಕಾ' ಆಗಿದೆ. 'ಜಾರಹೇ ಹೈ' ಶಬ್ದ 'ಜಾರೆ' ಆಗಿದೆ. ಅಂತ್ಯದಲ್ಲಿರುವ 'ಹೈ' ಶಬ್ದ ಇಲ್ಲವಾಗಿದೆ.

'ಮೈ ಕನ್ನಡ ಮೆ ಬಾತ್ ಕರ್‌ತಾ ಹೂಂ' ಇದನ್ನು ನಾವು 'ಮೈ ಕನ್ನಡ ಮೇ ಬಾತ್ ಕರ್‌ತೂ' ಎನ್ನಲಾಗುತ್ತದೆ.

ಇಲ್ಲಿ 'ಕರ್‌ತಾ ಹೂ' ಶಬ್ದವು 'ಕರ್‌ತೂ' ಆಗಿದೆ.

ಅಭ್ಯಾಸ -1

ಅಭಿವಾದನ–ಯಾರನ್ನಾದರೂ ಭೇಟಿಯಾದಾಗ ಹಾಗೂ ಯಾವುದಾದರೂ ಕೆಲಸ ಆರಂಭಿಸುವ ಮುನ್ನ ಶುಭಕರ ಮಾತನ್ನು ಆಡಬೇಕು. ಇದರಿಂದ ಎದುರಿನಾತ ಸಂತೋಷಪಡುತ್ತಾನೆ. ನಾವು ಯಾರಿಗಾದರೂ ಶುಭಕಾಮನೆ ಹೇಳಿದರೆ, ಆತನೂ ನಮಗೆ ಶುಭ ಕೋರುತ್ತಾನೆ. ಇದರಿಂದ ಸೌಹಾರ್ದ ವಾತಾವರಣ ಸೃಷ್ಟಿಯಾಗುತ್ತದೆ.

1. **नमस्ते** / **नमस्कार** नमस्ते / नमस्कार ನಮಸ್ತೆ / ನಮಸ್ಕಾರ

2. **शुभ रात्रि** / शुभरात्रि / ಶುಭರಾತ್ರಿ

3. **फिर मिलेंगे** / मत्ते भेटियागोण / ಮತ್ತೆ ಭೇಟಿಯಾಗೋಣ.

4. **अलविदा** / टाटा / बै बै / ಟಾಟಾ / ಬೈ ಬೈ

5. **क्या हाल है ?** / एनु समाचार? / ಏನು ಸಮಾಚಾರ ?

6. **कुछ नहीं** / ऐनू इल्ल / ಏನೂ ಇಲ್ಲ.

7. **आप से मिलकर खुशी हुई** / निम्मन्नु भेटियागि खुषियायितु / ನಿಮ್ಮನ್ನು ಭೇಟಿಯಾಗಿ ಖುಷಿಯಾಯಿತು.

8. **यह मेरा सौभाग्य है** / इदु नन्न अदृष्ट / ಇದು ನನ್ನ ಅದೃಷ್ಟ

9. **नये साल की शुभकामनाएँ** / होस संवत्सरद शुभाकांक्षेगळु / ಹೊಸ ಸಂವತ್ಸರದ ಶುಭಾಕಾಂಕ್ಷೆಗಳು

10. **त्योहार की शुभकामनाएँ** / हब्बद शुभाशयगळु / ಹಬ್ಬದ ಶುಭಾಶಯಗಳು.

अपने से छोटे उम्र वालों को आशीर्वाद देते समय
नमगिंत सण्ण वयस्सिनवरन्नु आशीर्वदिसुवाग
ನಮಗಿಂತ ಸಣ್ಣ ವಯಸ್ಸಿನವರನ್ನು ಆಶೀರ್ವದಿಸುವಾಗ

11. **आशीर्वाद** / **चिरंजीव** / आशीर्वाद, चिरंजियागु / ಆಶೀರ್ವಾದ, ಚಿರಂಜೀವಿಯಾಗು

■ **याद रखें / नेनपिट्टुकोळ्ळि** / ನೆನಪಿಟ್ಟುಕೊಳ್ಳಿ

ನಾವು ಮಾತನ್ನಾಡುವಾಗ ಹಲ್ಲು, ಗಲ್ಲ, ಕಣ್ಣು, ಕಿವಿ, ಬಾಯಿ ಮತ್ತಿತರ ಅಂಗಗಳು ಒಟ್ಟಾಗುತ್ತವೆ. ಈ ಎಲ್ಲ ಅಂಗಗಳ ಪರಸ್ಪರ ಸಹಯೋಗದಿಂದ ನಾವು ಚೆನ್ನಾಗಿ ಮಾತನ್ನಾಡಬಹುದಾಗಿದೆ.

■ **शिष्टाचार मर्यादि ಮರ್ಯಾದೆ (Courtesy)**

1. **कृपया बैठिए** / दयविट्टु कुळितुकोळ्ळि / ದಯವಿಟ್ಟು ಕುಳಿತುಕೊಳ್ಳಿ.
2. **कृपया प्रतीक्षा करें** / दयविट्टु कायिरि / ದಯವಿಟ್ಟು ಕಾಯಿರಿ.
3. **कृपया माफ कीजिए** / दयविट्टु क्षमिसि / ದಯವಿಟ್ಟು ಕ್ಷಮಿಸಿ.
4. **मैं आप को थोड़ा कष्ट दे रही हूँ ।**
   नानु निमगे स्वल्प कष्ट कोडुत्तिद्देने ।
   ನಾನು ನಿಮಗೆ ಸ್ವಲ್ಪ ಕಷ್ಟ ಕೊಡುತ್ತಿದ್ದೇನೆ.

■ **अनुरोध / मनवि / ಮನವಿ (Request)**

1. **आज्ञा दीजिए** / आदेश नीडि / ಆದೇಶ ನೀಡಿ
2. **कृपया हस्ताक्षर करिए** / दयविट्टु हस्ताक्षर हाकि / ದಯವಿಟ್ಟು ಹಸ್ತಾಕ್ಷರ ಹಾಕಿ.
3. **कृपया अंदर आइए** / दयविट्टु ओळगे बन्नि ದಯವಿಟ್ಟು ಒಳಗೆ ಬನ್ನಿ.
4. **ऐसा न करें** / ई रीति माडबेडि / ಈ ರೀತಿ ಮಾಡಬೇಡಿ.
5. **मैं आपकी सहृदयता का आभारी हूँ ।**
   नानु निम्म सहृदयतेगे आभारियागिद्देने ।
   ನಾನು ನಿಮ್ಮ ಸಹೃದಯತೆಗೆ ಆಭಾರಿಯಾಗಿದ್ದೇನೆ.

■ आदेश / आदेश / ಆದೇಶ (Orders)

1. **मेरे आने तक इधर ही इंतेजार करें ।** नानु बरुववरेगे इल्लिये कायुत्तिरि ।
ನಾನು ಬರುವವರೆಗೆ ಇಲ್ಲಿಯೇ ಕಾಯುತ್ತಿರಿ.

2. **इन पत्रों को भेज दो ।** ई पत्रगळन्नु कळिसु । ಈ ಪತ್ರಗಳನ್ನು ಕಳಿಸು.

3. **इन किताबों को सम्भाल कर रखो ।** ई पुस्तकगळन्नु सरियागि इरिसु ।
ಈ ಪುಸ್ತಕಗಳನ್ನು ಸರಿಯಾಗಿ ಇರಿಸು.

4. **वैसा मत करो ।** हागे माडबेड । ಹಾಗೆ ಮಾಡಬೇಡ.

5. **मेरे लिये एक चाय लेकर आओ ।** ननगे ओंदु चहा तंदुकोडु । ನನಗೆ ಒಂದು ಚಹಾ ತಂದುಕೊಡು.

■ अनुमति / अनुमति / ಅನುಮತಿ (Permission)

1. **क्या आप मेरे साथ आ सकते है ।**
नीवु नन्न जोते बरलु साध्यवे ? ನೀವು ನನ್ನ ಜೊತೆ ಬರಲು ಸಾಧ್ಯವೇ ?

2. **आप मुझे अंदर आने देंगे क्या ?** नीवु ननगे ओळगे बरलु बिडुत्तीरा ?
ನೀವು ನನಗೆ ಒಳಗೆ ಬರಲು ಬಿಡುತ್ತೀರಾ ?

3. **क्या आप मुझ से बात कर सकते हैं ?** नीवु नन्न जोते मातन्नाडलु साध्यवे ?
ನೀವು ನನ್ನ ಜೊತೆ ಮಾತನ್ನಾಡಲು ಸಾಧ್ಯವೇ ?

4. **कृपया आप मुझे एक किताब देंगे क्या ?** दयविट्टु नीवु ननगे ओंदु पुस्तक कोडुविरा ?
ದಯವಿಟ್ಟು ನೀವು ನನಗೆ ಒಂದು ಪುಸ್ತಕ ಕೊಡುವಿರಾ ?

ಅಭ್ಯಾಸ -2

ಮಿತ್ರರೇ, ಅಭ್ಯಾಸ 1ರಲ್ಲಿ ನೀವು ಅಭಿವಾದನ, ಶಿಷ್ಟಾಚಾರ, ಆದೇಶ, ಬಿನ್ನಹ ಹಾಗೂ ಅನುಮತಿ ಬಗ್ಗೆ ತಿಳಿದುಕೊಂಡಿರಿ. ಈಗ ಮನೋಭಾವ, ಸಾಂತ್ವನ, ಕೋಪ, ಕ್ಷಮೆ ಮತ್ತಿತರ ವಿಷಯ ಕುರಿತು ಕಲಿತುಕೊಳ್ಳೋಣ. ನಿಮ್ಮ ಸ್ನೇಹಿತರು ಹಾಗೂ ಇತರರೊಂದಿಗೆ ಮಾತನ್ನಾಡುವಾಗ ಈ ಪದಗಳನ್ನು ಬಳಕೆ ಮಾಡಿ. ಯಾರಾದರೂ ತಮಾಷೆ ಮಾಡಿದರೆ ಇಲ್ಲವೇ ನಕ್ಕರೆ, ಅದರ ಬಗ್ಗೆ ಗಮನ ಹರಿಸಬೇಡಿ. ಭಾಷೆ ಇಲ್ಲವೇ ಕೌಶಲವೊಂದರ ಕಲಿಕೆ ವೇಳೆ ತಪ್ಪು ಸಹಜ.

■ सांत्वना / सांत्वन / ಸಾಂತ್ವನ (Console)

1. **हे भगवान ।** ओ, देवरे / ಓ, ದೇವರೇ !
2. **यह शर्म की बात है ।** इदु नाचिकेय विषय / ಇದು ನಾಚಿಕೆಯ ವಿಷಯ.
3. **यह अफसोस की बात है ।** इदु दु:खद विषय / ಇದು ದುಃಖದ ವಿಷಯ.
4. **आप फिजुल परेशान हो रहे है ।** नीवु कारणविल्लदे चिंतितरागिद्दीरि । ನೀವು ಕಾರಣವಿಲ್ಲದೆ ಚಿಂತಿತರಾಗಿದ್ದೀರಿ.
5. **तुम चुपके से क्यों रोते हो ।** नीनु मौनवागि अळुत्तिरुवुदेके ? / ನೀನು ಮೌನವಾಗಿ ಅಳುತ್ತಿರುವುದೇಕೆ?
6. **इस में फिक्र की कोई बात नहीं है ।** इदरल्लि चिंतिसुवंथद्देनिल्ल । ಇದರಲ್ಲಿ ಚಿಂತಿಸುವಂಥದ್ದೇನಿಲ್ಲ.
7. **घबराओ मत ।** गाबरियागबेड / ಗಾಬರಿಯಾಗಬೇಡ.
8. **मुझे आप पर यकीन / विश्वास है ।** ननगे निम्म बग्गे विश्वास-नंबिके इदे । ನನಗೆ ನಿಮ್ಮ ಬಗ್ಗೆ ವಿಶ್ವಾಸ-ನಂಬಿಕೆ ಇದೆ.
9. **सब ठीक हो जायेगा ।** एल्लवू सरियागुत्तदे / ಎಲ್ಲವೂ ಸರಿಯಾಗುತ್ತದೆ.
10. **भगवान पे आस्था रखो ।** भगवंतन मेले नंबिके इडि / ಭಗವಂತನ ಮೇಲೆ ನಂಬಿಕೆ ಇಡಿ.
11. **हमें तुम से सहानुभूति है ।** ननगे निम्म बग्गे सहानुभूति इदे / ನನಗೆ ನಿಮ್ಮ ಬಗ್ಗೆ ಸಹಾನುಭೂತಿ ಇದೆ.

■ नाराज़गी / कोप / ಕೋಪ (Anger)

1. **तुम काम जल्दी नहीं कर सकते क्या ?** निनगे केलसवन्नु बेग माडलु साध्यवे ? ನಿನಗೆ ಕೆಲಸವನ್ನು ಬೇಗ ಮಾಡಲು ಸಾಧ್ಯವಿಲ್ಲವೇ ?
2. **तुम अपनी बातों को महत्व नहीं देते क्या ?** नीनु नन्न मातिगे महत्व नीडिल्लवेके ? ನೀನು ನನ್ನ ಮಾತಿಗೆ ಮಹತ್ವ ನೀಡಿಲ್ಲವೇಕೆ ?
3. **मैं तुम्हें कभी क्षमा नहीं कर सकती हूँ ।** नानु निन्नन्नु एंदेंदू क्षमिसुवुदिल्ल । ನಾನು ನಿನ್ನನ್ನು ಎಂದೆಂದೂ ಕ್ಷಮಿಸುವುದಿಲ್ಲ.
4. **तुम हर बात पर मजाक करते हो ।** नीनु एल्ल विषयक्कू तमाषे माडुत्ति । ನೀನು ಎಲ್ಲ ವಿಷಯಕ್ಕೂ ತಮಾಷೆ ಮಾಡುತ್ತೀ.

■ **क्षमा / क्षमापणे / ಕ್ಷಮಾಪಣೆ (Sorry)**

1. **यह गलती से हुआ ।** इदु तप्पिनिंद आगिदे । ಇದು ತಪ್ಪಿನಿಂದ ಆಗಿದೆ.

2. **ऐसा सब के साथ हो सकता है ।** इदन्नु एल्लरू माडुत्तारे / ಇದನ್ನು ಎಲ್ಲರೂ ಮಾಡುತ್ತಾರೆ.

3. **मुझे चिंता है कि तुमको तकलीफ देना पड़ा ।**
   निमगे तोंदरे आगुत्तदेनो एंदु ननगे चिंते ।
   ನಿಮಗೆ ತೊಂದರೆ ಆಗುತ್ತದೆನೋ ಎಂದು ನನಗೆ ಚಿಂತೆ.

4. **अनजाने में वैसा हो गया ।** अंदुकोळ्ळदे अदु नडेदु होगिदे ।
   ಅಂದುಕೊಳ್ಳದೆ ಅದು ನಡೆದು ಹೋಗಿದೆ.

5. **यह मेरी गलती है, मैं मानता हूँ ।** इदु नन्निंद आद तप्पु, नानु ओप्पिकोळ्ळुत्तेने ।
   ಇದು ನನ್ನಿಂದ ಆದ ತಪ್ಪು, ನಾನು ಒಪ್ಪಿಕೊಳ್ಳುತ್ತೇನೆ.

6. **इसमें आपकी कोई गलती नहीं है ।** इदरल्लि निम्म तप्पु एनू इल्ल / ಇದರಲ್ಲಿ ನಿಮ್ಮ ತಪ್ಪು ಏನೂ ಇಲ್ಲ.

7. **फिर भी मैं शर्मिंदा हूँ ।** आरीति आगिद्दक्के नाचिके आगुत्तिदे / ಆ ರೀತಿ ಆಗಿದ್ದಕ್ಕೆ ನಾಚಿಕೆ ಆಗುತ್ತಿದೆ.

8. **इसमें शरमाने की कोई बात नहीं है ।** इदरल्लि नाचिके पडुवंथद्दु एनू इल्ल ह्ल
   ಇದರಲ್ಲಿ ನಾಚಿಕೆ ಪಡುವಂಥದ್ದು ಏನೂ ಇಲ್ಲ.

9. **तुम अपना वादा भूल गये क्या ।** नीवु निम्म वाग्दानवन्नु मरेतिरा ?
   ನೀವು ನಿಮ್ಮ ವಾಗ್ದಾನವನ್ನು ಮರೆತಿರಾ ?

10. **मुझे माफ कीजिए ।** नन्नन्नु क्षमिसिबिडि ।
    ನನ್ನನ್ನು ಕ್ಷಮಿಸಿಬಿಡಿ.

ಅಭ್ಯಾಸ -3

ಮಿತ್ರರೇ, ಪ್ರೀತಿಯಿಂದ ಎಲ್ಲವನ್ನೂ ಸಾಧಿಸಬಹುದು ಎಂಬುದನ್ನು ನೀವು ಅರಿತುಕೊಳ್ಳಬೇಕು. ಜನರ ಜತೆಗೆ ಶಿಷ್ಟಾಚಾರ, ವಿನಮ್ರತೆಯಿಂದ ಮಾತನ್ನಾಡಿದರೆ, ಸಂಬಂಧ ದೃಢವಾಗುತ್ತದೆ. ಹೀಗಾಗಿ, ಈ ಶಬ್ದಗಳನ್ನು ಕಲಿತು, ಬಳಸಬೇಕಿದೆ.

काम जल्दी करना है तो बोलिए - जल्दी-जल्दी किजिए । बेग बेग माडि / ಬೇಗ ಬೇಗ ಮಾಡಿ

काम धीरे-धीरे करना है तो बोलिए - धीरे-धीरे कीजिए । निधानवागि माडि/ ನಿಧಾನವಾಗಿ ಮಾಡಿ.

और धीरे धीरे करना है तो बोलिए -

धीरे धीरे किजिए । केलस इन्नष्टु निधानवागि माडि / ಕೆಲಸ ಇನ್ನಷ್ಟು ನಿಧಾನವಾಗಿ ಮಾಡಿ.

आपकी बात किसी को बतानी हो तो बोलिए -

सुनिए-सुनिए । केळिरि, केळिरि / ಕೇಳಿರಿ, ಕೇಳಿರಿ.

आपको किसी की सहायता चाहिए तो बोलिए - थोड़ी सहायता किजिए ।
स्वल्प सहाय माडि / ಸ್ವಲ್ಪ ಸಹಾಯ ಮಾಡಿ.

आपको किसी से मदद चाहिए तो बोलिए

मदद कीजिए । स्वल्प नेरवु नीडि / ಸ್ವಲ್ಪ ನೆರವು ನೀಡಿ.

किसी को बैठाना हो तो बोलिए -

कृपया बैठिए । दयविट्टु कुळितुकोळ्ळि / ದಯವಿಟ್ಟು ಕುಳಿತುಕೊಳ್ಳಿ.

किसी को बताना हो तो - बताइए । हेळिळि / ಹೇಳಿರಿ.

किसी को याद रखना हो तो - याद कर लो । ज्ञपिसिकोळ्ळि / ಜ್ಞಾಪಿಸಿಕೊಳ್ಳಿ.

ಅಭ್ಯಾಸ -4

ಮಿತ್ರರೇ, ಪ್ರತಿದಿನ ನಾವು ಹಲವರನ್ನು ನೋಡುತ್ತೇವೆ, ಮಾತನ್ನಾಡುತ್ತೇವೆ, ಪರಸ್ಪರ ಶುಭ ಹಾರೈಸುತ್ತೇವೆ. ಕೆಲವರ ಮಾತು ಕೇಳಬೇಕಾಗುತ್ತದೆ, ಸಮಾಧಾನಿಸಬೇಕಾಗುತ್ತದೆ. ಇಂಥ ಸಂದರ್ಭದಲ್ಲಿ ಇಲ್ಲಿ ಕೊಟ್ಟ ವಾಕ್ಯಗಳನ್ನು ನೆನಪಿನಲ್ಲಿಟ್ಟುಕೊಳ್ಳಬೇಕಾಗುತ್ತದೆ.

किसी से मिलते समय बोलिए - कैसे हैं । हेगिद्दीरि ? / ಹೇಗಿದ್ದೀರಿ ?

सामने वाले को जवाब देते समय बोलिए - ठीक हूँ । चेन्नागिद्देने / ಚೆನ್ನಾಗಿದ್ದೇನೆ.

कहाँ जा रहे हैं । एल्लिगे होगुत्तिद्दीरि / ಎಲ್ಲಿಗೆ ಹೋಗುತ್ತಿದ್ದೀರಿ?

किधर नहीं इधर ही कहने के लिए बोलिए - कहीं नहीं इधर ही ।
एल्लिगू इल्ल, इल्लिगे / ಎಲ್ಲಿಗೂ ಇಲ್ಲ, ಇಲ್ಲಿಗೇ.

क्यों अकेले जा रहे हैं ? एके ओब्बरे होगुत्तिद्दीरि । ಏಕೆ ಒಬ್ಬರೇ ಹೋಗುತ್ತಿದ್ದೀರಿ?

ಅಭ್ಯಾಸ -5

ಮಿತ್ರರೇ, ಯಾವ ಸಂದರ್ಭದಲ್ಲಿ ಯಾವ ಮಾತನ್ನಾಡಬೇಕು, ಅದಕ್ಕೆ ಸಂಬಂಧಿಸಿದ ಪ್ರಶ್ನೆ ಹಾಗೂ ಉತ್ತರ ಕುರಿತು ಕಲಿತಿದ್ದೀರಿ. ಚಪ್ಪಾಳೆ ಮತ್ತು ಸಂಭಾಷಣೆ ಎರಡೂ ಒಂದೇ ರೀತಿ. ಏಕೆಂದರೆ, ಚಪ್ಪಾಳೆ ತಟ್ಟಲು 2 ಕೈ ಬೇಕಾಗುತ್ತದೆ. ಅಂತೆಯೇ ಸಂಭಾಷಣೆಗೂ ಇಬ್ಬರ ಅಗತ್ಯವಿದೆ. ಹೀಗಾಗಿ, ನೀವು ಈರೀತಿ ಸಂಭಾಷಣೆಯನ್ನು ಅಭ್ಯಾಸ ಮಾಡಿ.

संभाषण - 1 ಸಂಭಾಷಣೆ–1

भास्करजी : **माँ ! मैं मन्दिर जा रहा हूँ ।**
अम्मा, नानु देवस्थानक्के होगुत्तिद्देने ।
ಅಮ್ಮಾ, ನಾನು ದೇವಸ್ಥಾನಕ್ಕೆ ಹೋಗುತ್ತಿದ್ದೇನೆ.

माँ : **ठीक है ।** आयितु । ಆಯಿತು.

भास्करजी : **भाई साब, मन्दिर कहाँ है ?**
सोदर, देवालय एल्लिदे ?
ಸೋದರ, ದೇವಾಲಯ ಎಲ್ಲಿದೆ ?

कोई आदमी : **सीधा जा के दाईं तरफ मुड़िए ।**
नेरवागि होगि बलक्के तिरुगिकोळ्ळि ।
ನೇರವಾಗಿ ಹೋಗಿ ಬಲಕ್ಕೆ ತಿರುಗಿಕೊಳ್ಳಿ.

पंडितजी : **पैर धोकर अंदर आइए ।**
चप्पलि कळचि इट्टु ओळगे बन्नि ।
ಚಪ್ಪಲಿ ಕಳಚಿ ಇಟ್ಟು ಒಳಗೆ ಬನ್ನಿ.

भास्करजी : **मैंने पैर धोये पंडितजी ! अब क्या करूँ ?**
नानु चप्पलि बिट्टिरुवे । ईग एनु माडलि ?
ನಾನು ಚಪ್ಪಲಿ ಬಿಟ್ಟಿರುವೆ. ಈಗ ಏನು ಮಾಡಲಿ ?

पंडितजी : **तीन बार भगवान की प्रदक्षिणा करिए ।**
मूरु बारि प्रदक्षिणे माडि ।
ಮೂರು ಬಾರಿ ಪ್ರದಕ್ಷಿಣೆ ಮಾಡಿ.

भास्करजी : **प्रदक्षिणा कर लिया पंडितजी ।**
प्रदक्षीणे माडिदे, पंडितरे ।
ಪ್ರದಕ್ಷಿಣೆ ಮಾಡಿದೆ, ಪಂಡಿತರೇ.

पंडितजी : **आप जो लाए वह सब इस थाली में रखिए ।**
नीवु तंदिरुव वस्तुगळन्नू ई तट्टेयल्लि इडि ।
ನೀವು ತಂದಿರುವ ವಸ್ತುಗಳನ್ನು ಈ ತಟ್ಟೆಯಲ್ಲಿ ಇಡಿ.

भास्करजी : **मेरे पिताजी के नाम से पूजा किजिए ।**
नन्न तंदेय हेसरिनल्लि पूजे माडि ।
ನನ್ನ ತಂದೆಯ ಹೆಸರಿನಲ್ಲಿ ಪೂಜೆ ಮಾಡಿ.

पंडितजी : **मैं जैसा बोलता हूँ वैसा बोलिये ।** नानु हेळिदंते हेळि । ನಾನು ಹೇಳಿದಂತೆ ಹೇಳಿ.

भास्करजी : **ठीक है पंडित जी ।** सरि. पंडितरे । ಸರಿ, ಪಂಡಿತರೇ.

पंडितजी : **आरती लीजिए ।** आरति तेगेदुकोळ्ळि । ಆರತಿ ತೆಗೆದುಕೊಳ್ಳಿ.

संभाषण - 2 ಸಂಭಾಷಣೆ–2

अब आप एक कार्यालय में कैसे बातचीत शुरू करेंगे है इसका अभ्यास करिए ।
ಕಾರ್ಯಾಲಯವೊಂದರಲ್ಲಿ ಯಾವ ರೀತಿ ಮಾತು ಆರಂಭಿಸಬೇಕು ಎಂಬ ಅಭ್ಯಾಸ ಮಾಡೋಣ.

विरेंद्र : **शुभोदय साब !** शुभोदय, सर् । ಶುಭೋದಯ, ಸರ್.

मेनेजर : **शुभोदय !** शुभोदय । ಶುಭೋದಯ.

विरेंद्र : **क्षमा करिए साब । थोड़ी देर हो गई ।**
क्षमिसि. स्वल्प तडवायितु ।
ಕ್ಷಮಿಸಿ. ಸ್ವಲ್ಪ ತಡವಾಯಿತು.

मेनेजर : **ठीक है । कल का काम कहाँ तक हुआ ।**
परवागिल्ल. नेन्नये केलस एल्लियवरेगे आयितु ?
ಪರವಾಗಿಲ್ಲ, ನೆನ್ನೆಯ ಕೆಲಸ ಎಲ್ಲಿಯವರೆಗೆ ಆಯಿತು ?

विरेंद्र : **आधा हो गया साब । बच गया सो मैं अभी करता हूँ ।**
अर्धदष्टु आगिदे । उळिदद्दन्नु ईग माडुत्तिद्देने ।
ಅರ್ಧದಷ್ಟು ಆಗಿದೆ. ಉಳಿದದ್ದನ್ನು ಈಗ ಮಾಡುತ್ತಿದ್ದೇನೆ.

मेनेजर : **जल्दी करो । बहुत देर हो गयी ।**
बेग माडि । बहळ तडवागिदे ।
ಬೇಗ ಮಾಡಿ. ಬಹಳ ತಡವಾಗಿದೆ.

विरेंद्र : **कल ही पूरा करने की कोशिश कि साब । मगर बिजली नहीं थी ।**
नेन्नेय केलस मुगिसलु यत्निसिदे । आदरे, करेंट् इरलिल्ल ।
ನೆನ್ನೆಯೇ ಕೆಲಸ ಮುಗಿಸಲು ಯತ್ನಿಸಿದೆ. ಆದರೆ, ಕರೆಂಟ್ ಇರಲಿಲ್ಲ.

मेनेजर : **बिजली नहीं तो बिजली वालों को फोन करना था ।**
करेंट् इरलिल्ल एंदरे, इलाखेगे फोन् माडबेकित्तु ।
ಕರೆಂಟ್ ಇರಲಿಲ್ಲ ಎಂದರೆ, ಇಲಾಖೆಗೆ ಫೋನ್ ಮಾಡಬೇಕಿತ್ತು.

विरेंद्र : **साब । यह काम होने के बाद क्या करना है ?**
ई केलस मुगिद मेले ऐनु माडबेकु ?
ಈ ಕೆಲಸ ಮುಗಿದ ಮೇಲೆ ಏನು ಮಾಡಬೇಕು ?

मेनेजर : **दिल्ली फोन करके, हमारे तरफ का काम पूरा हो गया का समाचार दे दो ।**
दिल्लिगे फोन् माडि, ई केलस मुगिदिदे एंदु तिळिसबेकु ।
ದಿಲ್ಲಿಗೆ ಫೋನ್ ಮಾಡಿ, ಈ ಕೆಲಸ ಮುಗಿದಿದೆ ಎಂದು ತಿಳಿಸಬೇಕು.

संभाषण - 3 ಸಂಭಾಷಣೆ–3

शाम में घर वापस जाते समय सड़क के बाजू में मिर्ची भज्जी की गाड़ी के पास संभाषण का अभ्यास करिए ।
ಶಾಮನು ಮನೆಗೆ ಬರುವ ಸಮಯದಲ್ಲಿ ರಸ್ತೆಯಲ್ಲಿದ್ದ ಮೆಣಸಿನಕಾಯಿ ಬಜ್ಜಿ ಅಂಗಡಿ ಬಳಿ ನಡೆಸಿದ ಸಂಭಾಷಣೆ

शिवा : **एक प्लेट मिर्ची दो ।**
ओंदु प्लेट् मेणसिनकायि बज्जि कोडि ।
ಒಂದು ಪ್ಲೇಟ್ ಮೆಣಸಿನಕಾಯಿ ಬಜ್ಜಿ ಕೊಡಿ.

भज्जीवाला : **एक प्लेट मिर्ची बज्ञी सोलह रूपये है ।**
ओंदु प्लेट्गे 16 रू. ಒಂದು ಪ್ಲೇಟ್‌ಗೆ 16 ರೂ.

शिवा : **प्लेट मे कितने आते हैं ?**
ओंदु प्लेट्नल्लि एष्टु बज्जि इरुत्तदे ?
ಒಂದು ಪ್ಲೇಟ್‌ನಲ್ಲಿ ಎಷ್ಟು ಬಜ್ಜಿ ಇರುತ್ತದೆ ?

भज्जीवाला : **चार आते हैं ।** नाल्कु इरुत्तदे । ನಾಲ್ಕು ಇರುತ್ತದೆ.

शिवा : **ठीक है दे दो ।** सरि कोडि । ಸರಿ ಕೊಡಿ.

भज्जीवाला : **पकौड़ी भी गरम है साब ।**

पकोड कूडा बिसि इदे, सर् ।

ಪಕೋಡ ಕೂಡಾ ಬಿಸಿ ಇದೆ, ಸರ್.

शिवा : **पकौड़ी गरम है । मगर उसका रंग अच्छा नहीं है ।**

पकोड बिसि इदे । आदरे, अदर बण्ण चेन्नागिल्ल ।

ಪಕೋಡ ಬಿಸಿ ಇದೆ. ಆದರೆ, ಅದರ ಬಣ್ಣ ಚೆನ್ನಾಗಿಲ್ಲ.

भज्जीवाला : **रंग मत देखना साब । उसका स्वाद देखना ।**

बण्ण नोडबेडि, रुचि नोडि ।

ಬಣ್ಣ ನೋಡಬೇಡಿ, ರುಚಿ ನೋಡಿ.

शिवा : **आलू भज्री, बैंगन भज्री, अंडा भज्री भी एक-एक प्लेट पार्सल करो ।**

आलूबज्जि, बदनेकायिबज्जि, मोट्टे बज्जि तला ओंदु प्लेट् कट्टिकोडु ।

ಆಲೂಬಜ್ಜಿ, ಬದನೆಕಾಯಿಬಜ್ಜಿ, ಮೊಟ್ಟೆ ಬಜ್ಜಿ ತಲಾ ಒಂದು ಪ್ಲೇಟ್ ಕಟ್ಟಿಕೊಡು.

भज्जीवाला : **हमारी भज्रियाँ एक बार खायेंगे तो बार बार इधर ही आयेंगे साब ।**
उनका स्वाद ही वैसा उम्दा रहता है ।

नम्म बज्जियन्नु ओम्मे तिंदरे मत्ते मत्ते इल्लिगे बरुत्तीरि सर् ।

अदर स्वाद अष्टु चेन्नागिदे ।

ನಮ್ಮ ಬಜ್ಜಿಯನ್ನು ಒಮ್ಮೆ ತಿಂದರೆ ಮತ್ತೆ ಮತ್ತೆ ಇಲ್ಲಿಗೆ ಬರುತ್ತೀರಿ ಸರ್.
ಅದರ ಸ್ವಾದ ಅಷ್ಟು ಚೆನ್ನಾಗಿದೆ.

संभाषण - 4 ಸಂಭಾಷಣೆ–4

नए आए एक सिनेमा के बारे में बातचीत का अभ्यास करिए ।

ಹೊಸ ಸಿನೆಮಾ ಒಂದರ ಕುರಿತು ಮಾತುಕತೆಯನ್ನು ಅಭ್ಯಾಸ ಮಾಡಿ.

शरद : **यह सिनेमा कैसा है मालूम है क्या ?**

ई सिनेमा हेगिदे एन्नुवुदु गोत्तिदेया ?

ಈ ಸಿನೆಮಾ ಹೇಗಿದೆ ಎನ್ನುವುದು ಗೊತ್ತಿದೆಯಾ ?

कोटेश : **वाल पोस्टर्स देखकर तो अच्छा लग रहा है ।**

बित्तिपत्रगळन्नु नोडिदरे चेन्नागिदे अन्निसुत्तिदे ।

ಭಿತ್ತಿಪತ್ರಗಳನ್ನು ನೋಡಿದರೆ ಚೆನ್ನಾಗಿದೆ ಅನ್ನಿಸುತ್ತಿದೆ.

शरद : **कुछ टिकट उपलब्ध है क्या ?**
टिकेट् लभ्यविदेये ?
ಟಿಕೆಟ್ ಲಭ್ಯವಿದೆಯೇ ?

कोटेश : **बालकनी बिना सब हो गये ।**
बाल्कनि होरतुपडिसि बेरेल्ल टिकेट् खालियागिवे ।
ಬಾಲ್ಕನಿ ಹೊರತುಪಡಿಸಿ ಬೇರೆಲ್ಲ ಟಿಕೆಟ್ ಖಾಲಿಯಾಗಿವೆ.

शरद : **कृपया तीन टिकेट देंगे क्या ?**
दयविट्टु मूरु टिकेट् कोडुविरा ?
ದಯವಿಟ್ಟು ಮೂರು ಟಿಕೆಟ್ ಕೊಡುವಿರಾ ?

कोटेश : **लोग कह रहे है कि यह सिनेमा बहुत अच्छा है ।**
जन हेळुत्तिद्दारे ई सिनेमा बहळ चेन्नागिदे ।
ಜನ ಹೇಳುತ್ತಿದ್ದಾರೆ, ಈ ಸಿನೆಮಾ ಬಹಳ ಚೆನ್ನಾಗಿದೆ ಎಂದು.

शरद : **लोग कह रहे है, मतलब अच्छा ही होगा ।**
जन हेळुत्तिद्दारे एंदरे चेन्नागिरलेबेकु ।
ಜನ ಹೇಳುತ್ತಿದ್ದಾರೆ ಎಂದರೆ ಚೆನ್ನಾಗಿರಲೇಬೇಕು.

कोटेश : **वैसा नही है । इसमें कई अभिनेता और अभिनेत्रियाँ है ।**
हागेनू इल्ल । इदरल्लि हलवु नट, नटियरु इद्दारे ।
ಹಾಗೇನೂ ಇಲ್ಲ, ಇದರಲ್ಲಿ ಹಲವು ನಟ, ನಟಿಯರು ಇದ್ದಾರೆ.

शरद : **वह तो ठीक है लेकिन कहानी मुख्य है ।**
अदु सरि । आदरे, कते मुख्य ।
ಅದು ಸರಿ ಆದರೆ, ಕತೆ ಮುಖ್ಯ.

कोटेश : **इसकी कहानी अच्छी है । यह एक अवार्ड पानेवाली पारिवारिक सिनेमा है ।**
इदर कते कूडा चेन्नागिदे । इदु अवार्ड पडेद कौटुंबिक चित्र ।
ಇದರ ಕತೆ ಕೂಡಾ ಚೆನ್ನಾಗಿದೆ. ಇದು ಅವಾರ್ಡ್ ಪಡೆದ ಕೌಟುಂಬಿಕ ಚಿತ್ರ.

संभाषण - 5 ಸಂಭಾಷಣೆ–5

मित्रों ! अब होटल में चल रहे बातचीत का अभ्यास करिए ।

ಮಿತ್ರರೇ, ಈಗ ಹೋಟೆಲ್‌ನಲ್ಲಿ ನಡೆಯುತ್ತಿರುವ ಮಾತುಕತೆಯನ್ನು ಕಲಿಯೋಣ.

सर्वर	:	**साब ! क्या चाहिए आपको ?**	सर्, निमगेनु बेकु ?	ಸರ್, ನಿಮಗೇನು ಬೇಕು ?
सोमनाथ	:	**टिफिन क्या है ?**	तिंडि एनिदे ?	ತಿಂಡಿ ಏನಿದೆ ?
सर्वर	:	**इडली, दोसा, पूरी**	इड्लि, दोसे, पूरि ।	ಇಡ್ಲಿ, ದೋಸೆ, ಪೂರಿ.
सोमनाथ	:	**एक प्लेट पूरी लाओ ।**	ओंदु प्लेट् पूरि ता ।	ಒಂದು ಪ್ಲೇಟ್ ಪೂರಿ ತಾ.
सर्वर	:	**यह लीजिए साब ।**	तेगेदुकोळ्ळि सर् ।	ತೆಗೆದುಕೊಳ್ಳಿ, ಸರ್.
सोमनाथ	:	**पूरी गरम नहीं है ।**	पूरि बिसियागिल्ल ।	ಪೂರಿ ಬಿಸಿಯಾಗಿಲ್ಲ.

सर्वर : **मौसम ठंडा है साब । इसलिए वैसा हुआ ।**
वातावरण तंपागिदे सर् । हीगागि तण्णगिदे ।
ವಾತಾವರಣ ತಂಪಾಗಿದೆ ಸರ್, ಹೀಗಾಗಿ ತಣ್ಣಗಿದೆ.

सोमनाथ : **चाय कैसी है ? ठंडी या गरम ?**
चहा हेगिदे ? बिसि अथवा तंडि । ಚಹಾ ಹೇಗಿದೆ ? ಬಿಸಿ ಅಥವಾ ತಂಡಿ.

सर्वर : **संदेह नहीं साब । बिलकुल गरम है ।**
संदेहवे बेड । खंडितवागियू बिसि इदे सर् ।
ಸಂದೇಹವೇ ಬೇಡ. ಖಂಡಿತವಾಗಿಯೂ ಬಿಸಿ ಇದೆ ಸರ್.

सोमनाथ : **अच्छा, तो एक चाय लाओ ।**
सरि. ओंदु चहा तेगेदुकोंडु बा ।
ಸರಿ. ಒಂದು ಚಹಾ ತೆಗೆದುಕೊಂಡು ಬಾ.

संभाषण - 6 ಸಂಭಾಷಣೆ–6

मित्रों ! अब पुस्तक की दुकान में बातचीत में चल रहे संभाषण का अभ्यास करिए ।

ಮಿತ್ರರೇ, ಪುಸ್ತಕದ ಅಂಗಡಿಯಲ್ಲಿ ನಡೆಯುವ ಸಂಭಾಷಣೆಯನ್ನು ಅಭ್ಯಾಸ ಮಾಡೋಣ.

श्याम : **क्या आपके पास वी एण्ड एस पब्लिशर्स की किताबें मिलती है ?**
निम्म बळि वि एंड् एस् पब्लिषशर्स प्रकटिसिद पुस्तकगळु इवेये ?
ನಿಮ್ಮ ಬಳಿ ವಿ ಎಂಡ್ ಎಸ್ ಪಬ್ಲಿಷರ್ಸ್ ಪ್ರಕಟಿಸಿದ ಪುಸ್ತಕಗಳು ಇವೆಯೇ ?

सेल्समेन : **मिलती है साब ।** इवे सर् । ಇವೆ ಸರ್.

श्याम : **हिन्दी सीखने के लिए एक किताब चाहिये है ।**
हिन्दी कलिकेगे ओंदु पुस्तक बेकिदे ।
ಹಿಂದಿ ಕಲಿಕೆಗೆ ಒಂದು ಪುಸ್ತಕ ಬೇಕಿದೆ.

सेल्समेन : **यह लीजिए साब ।** इदो तेगेदुकोळ्ळि । ಇದೋ ತೆಗೆದುಕೊಳ್ಳಿ.

श्याम : **क्या आप कह सकते है कि यह एक उपयुक्त किताब है ?**
इदु उपयुक्त पुस्तकवे ?
ಇದು ಉಪಯುಕ್ತ ಪುಸ್ತಕವೇ ?

सेल्समेन : **इसका सेल अच्छा है साब फटा-फट बिक रही है ।**
इदु चेन्नागि माराटवागुत्तिदे । फटाफट् माराट आगुत्तिदे ।
ಇದು ಚೆನ್ನಾಗಿ ಮಾರಾಟವಾಗುತ್ತಿದೆ. ಫಟಾಫಟ್ ಮಾರಾಟ ಆಗುತ್ತಿದೆ.

श्याम : **मुझे विश्वास है कि आप सच बोल रहे हैं ।**
नीवु सत्यवन्ने हेळुत्तिद्दीरि एंदु नंबुत्तेने ।
ನೀವು ಸತ್ಯವನ್ನೇ ಹೇಳುತ್ತಿದ್ದೀರಿ ಎಂದು ನಂಬುತ್ತೇನೆ.

सेल्समेन : **धन्यवाद साब ।** धन्यवाद सर् । ಧನ್ಯವಾದ ಸರ್.

संभाषण - 7 ಸಂಭಾಷಣೆ–7

मित्रों अब हॉस्पिटल में होने वाले बातचीत का अभ्यास करिए ।
ಮಿತ್ರರೇ, ಆಸ್ಪತ್ರೆಯಲ್ಲಿ ನಡೆಯುವ ಸಂಭಾಷಣೆಯನ್ನು ಅಭ್ಯಾಸ ಮಾಡೋಣ.

सौम्या : **डॉक्टर साब मुझे सिर में दर्द है ।**
डॉक्टर्, नन्न तले नोयुत्तिदे ।
ಡಾಕ್ಟರ್, ನನ್ನ ತಲೆ ನೋಯುತ್ತಿದೆ.

डॉक्टर : **कब से है ?** यावागिनिंद ? ಯಾವಾಗಿನಿಂದ ?

सौम्या : **एक हफ्ते से है साब ! जा रहा है आ रहा है ।**
ओंदु वारदिंद । बरुत्तदे, होगुत्तदे ।
ಒಂದು ವಾರದಿಂದ. ಬರುತ್ತದೆ, ಹೋಗುತ್ತದೆ.

डॉक्टर : **क्या आपको सिर्फ सिर का दर्द है या दूसरी भी बीमारी है ?**

तलेनोवु मात्रवे अथवा बेरे कायिले ऐनादरू इदेये ?

ತಲೆನೋವು ಮಾತ್ರವೇ ಅಥವಾ ಬೇರೆ ಕಾಯಿಲೆ ಏನಾದರೂ ಇದೆಯೇ ?

सौम्या : **मेरी तबियत आजकल ठीक नहीं हैं साब**

नन्न आरोग्य इंदु सरियागिल्ल सर् ।

ನನ್ನ ಆರೋಗ್ಯ ಇಂದು ಸರಿಯಾಗಿಲ್ಲ ಸರ್.

डॉक्टर : **ठीक नहीं है का क्या मतलब है ?**

सरि इल्ल एंदरे ऐनु अर्थ ?

ಸರಿ ಇಲ್ಲ ಎಂದರೆ ಏನು ಅರ್ಥ ?

सौम्या : **छोटा काम करने पर भी थकान महसूस कर रही हूँ ।**

सण्ण केलस माडिदरू सुस्तागुत्तदे ।

ಸಣ್ಣ ಕೆಲಸ ಮಾಡಿದರೂ ಸುಸ್ತಾಗುತ್ತದೆ.

डॉक्टर : **मै आपको कुछ गोलियाँ देती हूँ । उनसे ठीक हो जायेगी ।**

नानु निमगे केलवु मात्रे कोडुत्तेने । अदन्नु सरियागि तेगेदुकोळ्ळबेकु ।

ನಾನು ನಿಮಗೆ ಕೆಲವು ಮಾತ್ರೆ ಕೊಡುತ್ತೇನೆ. ಅದನ್ನು ಸರಿಯಾಗಿ ತೆಗೆದುಕೊಳ್ಳಬೇಕು.